ഗ്രീൻ ബുക്സ്

മിത്ര

ലതാനായർ

മാനേജ്മെന്റ് പ്രൊഫഷണൽ.
കോളേജ് അദ്ധ്യാപികയായും പിന്നീട് പ്രൊഫഷണൽ
കോളേജ് പ്രിൻസിപ്പാളുമായി പ്രവർത്തിച്ചു.
ഇപ്പോൾ പാലക്കാട് ഇൻഡസ്ട്രിയൽ ഓപ്പറേഷൻസ്
റിസർച്ച് ഗ്രൂപ്പിന്റെ പ്രോജക്ട് ഡയറക്ടർ.
ആനുകാലികങ്ങളിലും ആകാശവാണിയിലും
കഥകളും ലേഖനങ്ങളും എഴുതുന്നു.

*കൃതികൾ: മിസ്സിംഗ് ബ്രിഡ്ജ് ഇൻവർക്ക്,
പഴ്സണൽ മാനേജ്മെന്റ് ആൻഡ് ഇൻഡസ്ട്രിയൽ
റിലേഷൻസ്, മാനവവിഭവശേഷി മാനേജ്മെന്റ്,
വില്പന വിതരണ മാനേജ്മെന്റ്,
അദ്ധ്വാനത്തിൽ നിന്ന് ആനന്ദത്തിലേക്ക്,
ആശയവിനിമയം സുതാര്യതയോടെ,
മറ്റൊരു മന്ഥര (നോവൽ), സ്വരൂപയുടെ
കഥകൾ (കഥാസമാഹാരം), സ്വാമി ചിന്മയാനന്ദൻ*

നോവൽ

മിത്ര

ലതാനായർ

ഗ്രീൻ ബുക്സ്

green books private limited
gb building, civil lane road, ayyanthole,
thrissur- 680 003, kerala, ph: +91 487-2381066, 2381039
website: www.greenbooksindia.com
e-mail: info@greenbooksindia.com

branches:
thrissur 0487-2422515
thiruvananthapuram 0471-2335301
calicut 0495 4854662

malayalam
mithra
novel
by
latha nair

published september 2015
reprinted june 2023

cover design : rajesh chalode
cover photo : shutterstock/berkomaster

printed in india
manipal technologies limited

isbn : 978-81-8423-437-4

₹ 180.00
GBPL/684/2015

മഞ്ഞുതുള്ളിയുടെ ആർദ്രതയുള്ള
സ്നേഹം സമ്മാനിച്ച
ഹരിഭാസ്കറിനു
സ്നേഹപൂർവ്വം മിത്ര

മിത്ര

ഒന്ന്

മഴയ്ക്ക് എപ്പോഴും എവിടെയും ഒരു ഉന്മാദഭാവമുണ്ട്. ചിലപ്പോൾ തുള്ളിക്കൊരു കുടം. ഇടയ്ക്ക് ആർത്തിരച്ച് പെയ്തിറങ്ങും. പെട്ടെന്ന് നിശ്ശബ്ദയാകും. നോക്കി നോക്കി ഇരിക്കെ എന്തോ ഓർത്ത് നെടുവീർപ്പിടുന്നതുപോലെ വെറുതെ മൂടിക്കെട്ടി കിടക്കും. ആരെയും മോഹിപ്പിക്കുന്ന വശ്യതയോടെ ചില നേരങ്ങളിൽ പെയ്തുകൊണ്ടേയിരിക്കും.

ഇതിലേതാണ് ഈ മഴ? എയർപോർട്ടിൽ നിന്നും താമസം സജ്ജമാക്കിയിരിക്കുന്ന ഹോട്ടലിലേക്കുള്ള ചെറുതല്ലാത്ത ഈ ദൂരം മഴ കണ്ടുകൊണ്ട് പിന്നിടുന്നത് എത്ര ഹൃദ്യം.

കാറ് ഓടിക്കുന്ന സർദാർജി സംസാരിച്ചുതുടങ്ങി.

“മാഡം ജി, ഇസ് സമയ് ദില്ലി മെ ബാരിഷ് ന ഹോനെ വാലി ഹെ!

സബി ജഗാ മെ ബദലാവ്.. മൗസം ബദൽ രഹ..

ലോക് ബദൽ രഹെ.......”

ഹോംമിനിസ്റ്ററിയുടെ വാഹനമാണ്. പത്മാ അവാർഡുകൾ സ്വീകരിക്കാനെത്തുന്ന പ്രതിഭകളെ എയർപോർട്ടിൽ നിന്നും മന്ത്രാലയത്തിന്റെ വാഹനത്തിൽ കൂട്ടിക്കൊണ്ടുവരികയാണ് പതിവ്.

എയർപോർട്ടിൽ സ്വീകരിക്കാനെത്തിയ, കുര്യൻ വർഗീസെന്ന് സ്വയം പരിചയപ്പെടുത്തിയ, ആഭ്യന്തരമന്ത്രാലയത്തിലെ ഉദ്യോഗസ്ഥന് സർദാർജിയുടെ അമിതസ്വാതന്ത്ര്യം അത്ര ഇഷ്ടപ്പെട്ടില്ല. നീരസത്തോടെ കുര്യൻ വർഗീസ് പറഞ്ഞു.

“ഭായ് ജാതാ ബാത് ചിത് ന കരോ.... റോഡ് പർ ധ്യാൻ ദോ ......”

സർദാർജി പിന്നെ മിണ്ടിയില്ല. പക്ഷേ കുര്യൻ വർഗീസ് സംസാരിച്ചുകൊണ്ടിരുന്നു. നല്ല ഒന്നാന്തരം മലയാളത്തിൽ പരസ്പരം സംസാരിക്കാമെന്നിരിക്കെ, കുര്യൻ വർഗീസ് എന്ന മറുനാടൻ മലയാളി സംസാരിച്ചുകൊണ്ടിരിക്കുന്നത് അയാൾക്ക് ബുദ്ധിമുട്ടി വഴങ്ങുന്ന ഇംഗ്ലീഷ് ഭാഷയിൽ. ദില്ലിയിൽ അപ്രതീക്ഷിതമായെത്തിയ മഴയെക്കുറിച്ച്, വർദ്ധിച്ചു വരുന്ന കുറ്റകൃത്യങ്ങളെക്കുറിച്ച്, യുവജനതയുടെ രാഷ്ട്രീയസങ്കൽപ്പങ്ങളെക്കുറിച്ച്. കുര്യൻ വർഗീസ് സംസാരിച്ചുകൊണ്ടേയിരുന്നു.

എയർപോർട്ടിൽ കൂട്ടുകാരി ഡോ.ശ്രീകലയും ഭർത്താവ് വാസുദേവനും വരേണ്ടതായിരുന്നു. വാസുദേവന്റെ അമ്മയ്ക്ക് പെട്ടെന്നുണ്ടായ അസുഖം മൂലം മാറിനിൽക്കാൻ സാധിക്കാത്തതിൽ വിഷമം അറിയിച്ചുകൊണ്ട് ഇന്നലെ രാത്രി വളരെ വൈകി ശ്രീകല ഫോൺ ചെയ്തിരുന്നു. അതു മനസ്സിലാക്കാവുന്നതേയുള്ളു. ശ്രീകലയുമായുള്ള സൗഹൃദത്തിനു വർഷങ്ങളുടെ കാലപ്പഴക്കമുണ്ട്. കൊടുങ്കാറ്റിനും കാലവർഷത്തിനും മൗനത്തിലമർന്ന ഇടവേളകൾക്കും കോട്ടം തട്ടാൻ കഴിയാതിരുന്ന അപൂർവം ചില ബന്ധങ്ങളിലൊന്ന്.

'മാഡം, വീ ഹാവ് റീച്ച്ഡ് ദ പ്ലെയ്സ്...'

കാറ് അശോക ഹോട്ടലിന്റെ മുൻപിലെത്തിയപ്പോൾ കുര്യൻ വർഗീസിന്റെ അറിയിപ്പുണ്ടായി.

രാത്രിയിലും ദില്ലി മഴയിൽ കുളിച്ചുനിന്നു. ഏപ്രിൽ മാസം ഈവിധം മഴ അപ്രതീക്ഷിതമാണ്. തനിക്കു ലഭിക്കാൻ പോകുന്ന അവാർഡു പോലെ. മിത്ര ഓർത്തു.

ജനുവരിയിലെ തിരക്കുപിടിച്ച ഒരു ദിവസം മദ്ധ്യാഹ്നത്തിൽ ഇൻകം ടാക്സ് ഡിപ്പർട്ട്മെന്റിൽ നിന്നും ഒരു ഉദ്യോഗസ്ഥൻ നികുതിയും വരുമാന സ്രോതസ്സുമായി ബന്ധപ്പെട്ട കടലാസുമായി മൈത്രേയിയിൽ എത്തിയപ്പോൾ സാധാരണ ഗതിയിലുള്ള അന്വേഷണമാണെന്നാണ് കരുതിയത്. രണ്ടു ദിവസങ്ങൾക്ക് ശേഷം ഏതെങ്കിലും കേസ് തന്റെ പേരിൽ നിലവിലുണ്ടോ എന്ന് പൊലീസ് ഡിപ്പാർട്ട്മെന്റിൽ നിന്നും അന്വേഷണം വന്നപ്പോഴാണ് കാര്യത്തിന്റെ ഗൗരവം മനസ്സിലായത്.

പത്മശ്രീ അവാർഡിനു തന്റെ പേര് പരിഗണനയിലുണ്ട്!

ഏതാനും ദിവസങ്ങൾക്കു ശേഷം പേര് പരിഗണനയിലുണ്ടെന്നും അന്തിമ തീരുമാനം ആയിട്ടില്ലെന്നും അറിയിച്ചുകൊണ്ട് ഹോംമിനിസ്റ്ററിയിൽ നിന്നും വിളിച്ചു. പരിഗണന തീരുമാനമാകണമെങ്കിൽ എത്രയോ കടമ്പകൾ കടക്കണം. അതുകൊണ്ടുതന്നെ ആരേയും അറിയിച്ചില്ല.

ഔപചാരികമായി ഹോം സെക്രട്ടറിയുടെ മെസ്സേജും കത്തും എത്തുന്നതുവരെ രഹസ്യം മനസ്സിൽ തന്നെ പിടിച്ചുനിർത്തി. വിവരം പറഞ്ഞപ്പോൾ മൈത്രേയിയിലെ ആഹ്ലാദം മനസ്സിൽ തട്ടുന്നതായിരുന്നു. എല്ലാ മുഖങ്ങളിലും സന്തോഷത്തിന്റെ തിരകൾ അലകളടിച്ചുയർന്നു.

അവാർഡ് ലഭിക്കുന്നതിനേക്കാൾ കൂടുതൽ മനസ്സു നിറയുന്നത് ആ സ്നേഹസ്പന്ദനങ്ങളുടെ പ്രകാശത്തിൽ അലിഞ്ഞുനിൽക്കുമ്പോഴാണ്.

യാത്രയുടെയും താമസത്തിന്റേയും ചിലവുകളെല്ലാം ആഭ്യന്തര മന്ത്രാലയമാണ് വഹിക്കുന്നത്. ഒപ്പം ഒരാൾക്കുകൂടി ചടങ്ങിൽ പങ്കെടുക്കാൻ അനുവാദമുണ്ട്. പ്രിയപ്പെട്ടവരിൽ ഒരാളെ മാത്രം കൂട്ടിക്കൊണ്ടുവരുന്നതിന്റെ അനൗചിത്യം കണക്കിലെടുത്ത് ഒറ്റയ്ക്കു വരാനാണ് ഇഷ്ടപ്പെട്ടത്.

സമയം ഉച്ചയ്ക്ക് രണ്ട് മണി. രാഷ്ട്രപതി ഭവനിലെ അശോക ഹാളിലാണ് ചടങ്ങ് നടക്കുന്നത്. തലേദിവസം എല്ലാവിധ സജ്ജീകരണങ്ങളോടും കൂടി ഇതേ സ്ഥലത്തുതന്നെ റിഹേഴ്സൽ നടത്തിയതുകൊണ്ട് ചടങ്ങിനെക്കുറിച്ച് വ്യക്തമായ ധാരണയുണ്ട്. അവാർഡ് ജേതാക്കളും ക്യാബിനറ്റ് മന്ത്രിമാരും മറ്റ് ഉന്നത ഉദ്യോഗസ്ഥരും അവരവരുടെ ഇരിപ്പിടങ്ങളിൽ സ്ഥാനം പിടിച്ചിരിക്കുന്നു.

രാഷ്ട്രപതിയുടെയും പ്രധാനമന്ത്രിയുടെയും ഇരിപ്പിടങ്ങൾ മുൻനിരയിൽ മദ്ധ്യഭാഗത്താണ്. അവാർഡ് ജേതാക്കളുടെ ഇരിപ്പിടങ്ങൾ പേരുകൾ അനൗൺസ് ചെയ്യുന്ന ക്രമമനുസരിച്ച് ഇരുവശങ്ങളിലുമായി ക്രമീകരിച്ചിരിക്കുന്നു. പ്രൗഢഗംഭീരമായ സദസ്സ്!

പെട്ടെന്ന് ഹാളിൽ നിശ്ശബ്ദത പടർന്നു. രാഷ്ട്രപതി വരികയാണ്. സദസ്സ് ആദരപൂർവ്വം എഴുന്നേറ്റു നിന്നു. ചടങ്ങുകൾക്ക് രാഷ്ട്രപതി എത്തുമ്പോഴും മടങ്ങിപ്പോകുമ്പോഴും ദേശഭക്തിഗാനം ആലപിക്കുന്നതാണ് പ്രോട്ടോക്കോൾ.

ഹോംസെക്രട്ടറി ക്രമമനുസരിച്ച് അവാർഡ് ജേതാക്കളുടെ പേരുകൾ വായിക്കുന്നു. ഓരോ പേരിനോടൊപ്പം നേട്ടങ്ങളും അവാർഡിന് അർഹമായ നിർണായക പ്രവർത്തനങ്ങളും വിശദീകരിക്കുന്നു.

മൈത്രേയി അറിയപ്പെടുകയാണ്. പ്രയത്നങ്ങൾ വ്യർഥമായില്ല എന്ന തോന്നലല്ല മനസ്സിനെ ആനന്ദിപ്പിക്കുന്നത്. മാനസികാസ്വാസ്ഥ്യം ഉണ്ടായിട്ടുള്ളവർക്ക് മറ്റുള്ളവരെ പോലെ ജീവിക്കാനാകുമെന്ന് ലോകത്തിനു മുൻപിൽ വിളിച്ചുപറയാൻ തനിക്കു കഴിഞ്ഞിരിക്കുന്നു. മറ്റേതു രോഗംപോലെ ഇവിടെയും രോഗി സാധാരണനിലയിലെത്തിക്കുവാൻ മരുന്നുകൾക്കും സാന്ത്വനത്തിനും കഴിയുന്നു.

ഈ നിമിഷങ്ങൾ തരുന്ന തിളക്കം അതാണ്. അല്ലെങ്കിൽതന്നെ ജീവിതത്തിന് എപ്പോഴാണ് തിളക്കമില്ലാത്തത്? കഠിനങ്ങളായ അനുഭവങ്ങൾക്കു പോലും പിന്നീടാലോചിക്കുമ്പോൾ തിളക്കവും ആഴവും തോന്നാറുണ്ട്.

ജനിച്ച കുടുംബത്തിന് അംഗീകാരം പുതുമയല്ല. പണ്ടേക്കു പണ്ട് തിരുവിതാംകൂർ മഹാരാജാവ് കൽപ്പിച്ച് കുതിരയെ സമ്മാനം നൽകിയ കുടുംബമാണ്. അതിനുശേഷമാണ് കുടുംബത്തിലെ തലമൂത്തയാൾ പ്രജാസഭാംഗമാകുന്നതും നികുതി പിരിക്കാനുള്ള അവകാശവും അധികാരവും കുടുംബത്തിനു ലഭിക്കുന്നതും. വീണ്ടും അടുത്ത തലമുറകളിൽ രാഷ്ട്രീയ പ്രമുഖരും മന്ത്രിമാരും ഉണ്ടായി. എന്നാൽ പുതിയ തലമുറയ്ക്ക് ആ വിധ വീരസ്യമൊന്നും അവകാശപ്പെടാനില്ല. പഴയ പ്രതാപത്തിന്റെ ഓർമ്മകൾ നുണഞ്ഞുകൊണ്ട് പൂർവികർ അദ്ധ്വാനിച്ചുണ്ടാക്കിയ കനകം വിളയുന്ന മണ്ണിൽ വിയർപ്പൊഴുക്കാതെ അവർ ജീവിക്കുന്നു. പകൽസമയങ്ങളിൽ വെറുതെ ഇരിക്കുന്നു. വൈകുന്നേരങ്ങളിൽ ലഹരി മേമ്പൊടി ചാർത്തി നാട്ടുവർത്തമാനങ്ങളും രാഷ്ട്രീയചർച്ചകളും നടത്തുന്നു. പിന്നെ അടുത്ത ദിവസമാണ്. അതും സൂര്യാസ്തമയംപോലെ മാറ്റമില്ലാതെ തുടരുന്നു.

അത്യാവശ്യം ചിലർ മാത്രം കൂടുവിട്ട് പറന്നുപോകുകയും ഹ്രസ്വമായ ഇട വേളകളിൽ തിരിച്ചെത്തുകയും ചെയ്യുന്നു.

"മിത്ര കെ നായർ." അനൗൺസ്മെന്റ് കാതിൽ മുഴങ്ങി.

രാഷ്ട്രപതിയിൽ നിന്നും അവാർഡ് വാങ്ങുമ്പോൾ മനസ്സിൽ മൈത്രേയി നിറഞ്ഞുനിന്നു.

അവാർഡ് ചടങ്ങും ചായസൽക്കാരവും കഴിഞ്ഞപ്പോൾ ഡൽഹി കൾച്ചറൽ അസ്സോസിയേഷന്റെ ഭാരവാഹികൾ അനുമോദന ചടങ്ങിനു കൂട്ടിക്കൊണ്ടുപോകാൻ കാത്തുനിൽക്കുന്നുണ്ടായിരുന്നു.

സാരിയും ബ്ലൗസും അണിഞ്ഞ സുന്ദരിയായ പെൺകുട്ടി പൂച്ചെണ്ട് നൽകി സ്വീകരിച്ച് സ്റ്റേജിലേക്ക് ആനയിച്ചു.

നീണ്ടുനിൽക്കുന്ന കരഘോഷം. ക്യാമറക്കണ്ണുകൾ തുരുതുരെ ചിമ്മിത്തുറന്നു. വെളിച്ചത്തിന്റെ അതിപ്രസരം.

ആലങ്കാരികഭാഷയിൽ സ്വാഗതം; നേട്ടങ്ങൾ; പ്രശംസകൾ.

"...... മെ ഐ റിക്വസ്റ്റ് പത്മശ്രീ മാഡം മിത്രാജി ടു അഡ്രസ് ദ ഓഡിയൻസ്........"

സദസ്സിനെ അഭിസംബോധന ചെയ്യാൻ തന്നെ ക്ഷണിക്കുകയാണ്. സംസാരിക്കുമ്പോൾ വാക്കുകൾ എപ്പോഴും പരിമിതമാകുന്നു. പറയുവാൻ വളരെ കുറച്ചു കാര്യങ്ങൾ മാത്രം. മൈത്രേയിയെ രാജ്യാന്തര പ്രശസ്തമായ ഒരു സ്ഥാപനമാക്കുകയല്ല തന്റെ ലക്ഷ്യം. മൈത്രേയിയിലേക്ക് കൂടുതൽ കൂടുതൽ അംഗങ്ങൾ എത്തിപ്പെടട്ടെ. അവരെ വെളിച്ചത്തിന്റെ പുതിയ പാതയിലൂടെ നടത്തണം. ധാരാളം കർമ്മപദ്ധതികൾ മനസ്സിലുണ്ട്. ഒന്നൊന്നായി നടപ്പിലാക്കണം. പക്ഷേ അതൊന്നും ഇവിടെ പറയുന്നതിൽ പ്രസക്തിയില്ല.

പോഡിയത്തിൽ കൈകൾ ചേർത്തുവച്ച് സദസ്സിനെ നോക്കി. സാവധാനം പറഞ്ഞു.

"...ബഹുമാന്യരെ , പ്രിയമുള്ളവരെ. എന്റെ രാജ്യം എനിക്കു നൽകിയ ഈ അത്യുന്നത ബഹുമതിയുടെ ആഹ്ലാദം എന്റെ മാതൃഭാഷയിൽ പങ്കിടുവാൻ ഞാനാഗ്രഹിക്കുന്നു... "

മലയാളവും ഇംഗ്ലീഷും അനായാസേന കൈകാര്യം ചെയ്യുന്ന പെൺകുട്ടി ആരും ശ്രദ്ധിച്ചുപോകുന്ന മനോഹരമായ ഒഴുക്കോടെ അത് ഇംഗ്ലീഷിലേക്കു വിവർത്തനം ചെയ്തു. വീണ്ടും കരഘോഷം.

"സമൂഹത്തിലെ എന്റെ സഹജീവികൾക്കു വേണ്ടി ഇത്രയെങ്കിലും ചെയ്യാൻ കഴിയുന്നതിൽ ചാരിതാർത്ഥ്യമുണ്ട്. ഞാനതിന് കടപ്പെട്ടിരിക്കുന്നത് അങ്ങ് ദൂരെ, വളരെ വളരെ അകലെയുള്ള എന്റെ ജന്മനാടിനോടാണ്. വേദനിപ്പിച്ചവരോടും സ്നേഹിച്ചവരോടും എനിക്കു കടപ്പാടുണ്ട്. മൈത്രേയി കാണുവാൻ എല്ലാവരേയും ക്ഷണിക്കുന്നു.

ഈ ബഹുമതി ലഭിച്ചതിൽ അങ്ങേയറ്റം സന്തോഷമുണ്ട്. അഭിമാനമുണ്ട്. ജയ്ഹിന്ദ്!"

ഇതിൽ കൂടുതൽ എന്തെങ്കിലും പറയണമെന്ന് തോന്നുന്നില്ല.

സ്റ്റേജിൽനിന്നും ഹാളിലേക്കു ഇറങ്ങുന്നതിനിടയിൽ ആരോ വിളിച്ചു.

'മാഡം , എക്സ്ക്യൂസ് മി.'

തിരിഞ്ഞുനോക്കി. ജീൻസും ടോപ്പും അണിഞ്ഞ് സുന്ദരിയായൊരു പെൺകുട്ടി നിൽക്കുന്നു. കൈയിൽ ചെറിയൊരു ബാഗ്. തോളിൽ ക്യാമറ തൂങ്ങുന്നു. പെൺകുട്ടി വീണ്ടും പറഞ്ഞു.

"മാഡം, കുഡ് യു റിക്കഗ്നൈസ് മി? ഞാൻ സ്നേഹാദാസ്. എയർ പോർട്ടിൽ വച്ച് മാഡത്തിനെ കണ്ടിരുന്നു. ഒരു ഇന്റർവ്യൂനു വേണ്ടി."

ശരിയാണ്. ഓർക്കുന്നു. ഇന്നലെ തിരക്കുപിടിച്ച് ഫോൺ ചെയ്തപ്പോഴും ശ്രീകല ഈ കുട്ടിയുടെ കാര്യം വീണ്ടും ഓർമ്മിപ്പിച്ചിരുന്നു. ഇന്റർവ്യൂകൾ കഴിയുന്നതും ഒഴിവാക്കുകയാണ് പതിവെന്ന് ശ്രീകലയ്ക്കറിയാം. എന്നാലും ഒരല്പം നിർബന്ധം കാണിച്ചു.

"......എനിക്കു നന്നായി അറിയാവുന്ന കുട്ടിയാണ് സ്നേഹ. ആവശ്യ മില്ലാത്ത കാര്യങ്ങളിലേക്കു കാടുകയറരുതെന്ന് ഞാൻ പ്രത്യേകം പറയു കയും ചെയ്തിരിക്കുന്നു. നോ പേഴ്സണൽ ക്വസ്റ്റൻസ്. മൈ ഫസ്റ്റ് ആൻഡ് ലാസ്റ്റ് റിക്വസ്റ്റ് മിത്രാ...."

'.......ശരി. നോക്കട്ടെ.' ശ്രീകലയോട് അങ്ങനെയാണ് പറഞ്ഞതെങ്കിലും സ്നേഹയെ കണ്ടപ്പോൾ ഒരിഷ്ടം തോന്നി. അതാണ് ഇന്റർവ്യൂന് സമ്മതി ച്ചത്. പക്ഷേ മലയാളിയാണെന്നറിയുന്നത് ഇപ്പോഴാണ്. അതു പറഞ്ഞപ്പോൾ സ്നേഹ പറഞ്ഞു.

".... അതെ മാഡം മലയാളിയാണ്. പക്ഷേ ജനിച്ചതും വളർന്നതും ഇവിടെ യാണ്.

"മാഡം, ഞാനെപ്പോഴാണ്, ഐ മീൻ, ഇന്റർവ്യൂനു വരേണ്ടത്?"

"കുട്ടിക്കെപ്പോഴാണ് വരാൻ പറ്റുക? ഞാൻ കുറച്ച് തിരക്കിലാണ്."

"എനി ടൈം മാഡം. ഇപ്പോൾ വേണമെങ്കിലും വരാം, മാഡത്തിനു അസൗകര്യമില്ലെങ്കിൽ."

സ്നേഹയുടെ വാക്കുകളിൽ ഉത്സാഹം.

"ഈ ഫങ്ഷൻ കഴിഞ്ഞാലുടനെ എന്നോടൊപ്പം വന്നോളൂ. വൈകു ന്നേരം എനിക്ക് ചില അപ്പോയിന്റ്മെൻസ് ഉണ്ട്. കാണാൻ പറ്റിയെന്നു വരില്ല."

സ്നേഹയെ നിരാശപ്പെടുത്താതെ പറഞ്ഞു. ഫങ്ഷൻ കഴിഞ്ഞിട്ടും ഹാളിലെ തിരക്കൊഴിഞ്ഞ് സാവകാശം കിട്ടാൻ വളരെ സമയമെടുത്തു. പരി ചയപ്പെടുവാനും മൈത്രേയിയെ കുറിച്ച് അന്വേഷിക്കുവാനും പലരും എത്തി. എല്ലാവർക്കും അറിയേണ്ടത് ഒന്നുമാത്രം. മാനസിക വിഭ്രാന്തിയുള്ളവരെ ങ്ങനെയാണ് സാധാരണ ജീവിതത്തിലേക്ക് മടങ്ങുക?

അവരോട് പറയണമെന്ന് തോന്നി. മാനസികാരോഗ്യത്തെക്കുറിച്ച് വളരെ കുറച്ച് അറിവു മാത്രമാണ് നമുക്കുള്ളത്. ചെറിയ അസുഖങ്ങൾക്കു ഡോക്ടറെ കാണുന്ന നമ്മൾ ഗുരുതരമായ മാനസികരോഗങ്ങൾക്ക് പോലും ചികിത്സ തേടുന്നത് അതീവരഹസ്യമായാണ്. വിഷാദരോഗത്തേയും സംശയ രോഗത്തേയും നമ്മൾ കാണുന്നത് മാനസിക വിഭ്രാന്തിയായിട്ടാണ്. ഡയബറ്റിസും ബ്ലഡ്പ്രഷറും നിയന്ത്രിച്ച് നിർത്തി സാധാരണ ജീവിതം നയിക്കുന്നതുപോലെ മനോരോഗങ്ങളെ നിയന്ത്രിക്കാനാവില്ലെന്ന് നമ്മളെന്തിന് ഉറച്ചുവിശ്വസിക്കണം?

ലോകത്തോടു മുഴുവൻ ഉറക്കെ വിളിച്ചുപറയണമെന്നുണ്ട്. പുനരധിവാസമെന്ന വലിയ വാക്ക് ഉപയോഗിക്കാതിരിക്കൂ. മാനസികവിഭ്രാന്തിയുടെ വിവിധ ഘട്ടങ്ങളിലാവശ്യം സ്നേഹവും കരുണയുമാണ്. ഒറ്റപ്പെടുത്തലാണ് അവരെ വേദനിപ്പിക്കുന്നത്. സമൂഹത്തിന്റെ മനോഭാവമാണ് അവരെ മുറിവേൽപ്പിക്കുന്നത്. ഒക്യുപ്പേഷണൽ തെറാപ്പിസ്റ്റിനേക്കാൾ അവർക്കാവശ്യം ഒരു സാന്ത്വനമാണ്!.

ഒന്നും പറയാൻ തോന്നിയില്ല. പറയാൻ കഴിഞ്ഞില്ല. പരിമിതമായ വാക്കുകളിൽ സംസാരം ഒതുക്കിനിർത്തുകയാണ് ചെയ്തത്.

ഹോട്ടലിലേക്കു മടങ്ങുമ്പോൾ സ്നേഹയും ഒപ്പം കാറിൽ കയറുമെന്നാണ് വിചാരിച്ചത്. പക്ഷേ മര്യാദയോടെ എന്നാൽ അതിവിനയത്തിന്റെ മടുപ്പിക്കുന്ന പ്രകടനം ഇല്ലാതെ സ്നേഹ പറഞ്ഞു.

"മാഡം, ഐ വിൽ ഫോളോ യു ഇൻ മൈ ടൂവീലർ. അല്ലെങ്കിൽ മാഡത്തിനു ബുദ്ധിമുട്ടാകും."

ഇപ്പോഴത്തെ കുട്ടികളൊക്കെ ഇങ്ങനെയാണെന്നു തോന്നുന്നു. കാര്യങ്ങൾ സ്മാർട്ടായി പറയാനറിയാം. ആരെയും ആവശ്യത്തിലധികം ബുദ്ധിമുട്ടിക്കാൻ ഇഷ്ടപ്പെടുന്നില്ല. പ്രായത്തിലധികം പക്വത.

ഹോട്ടലിന്റെ പോർട്ടിക്കോയിൽ കാർ നിർത്തിയപ്പോൾ തിരിഞ്ഞു നോക്കി. സ്നേഹ ഒപ്പം തന്നെയുണ്ട്. വലതുഭാഗത്തുള്ള പാർക്കിങ്ങ് ഏരിയയിൽ ടൂവീലർ പാർക്ക് ചെയ്തിട്ട് സ്നേഹ ധൃതിയിൽ നടന്നുവന്നു. റിസപ്ഷനിൽ നിന്ന് റൂം കീ വാങ്ങുമ്പോൾ സ്നേഹയോടു പറഞ്ഞു.

"എന്റെ റൂം 609. ഫിഫ്ത്ത് ഫ്ളോറിൽ. പത്തു മിനിറ്റ് കഴിഞ്ഞ് സ്നേഹ വന്നോളൂ. ഞാനൊന്നു ഫ്രഷ് ആകട്ടെ. നമുക്ക് റൂമിലിരുന്നു സംസാരിക്കാം."

"ഓ.ക്കെ. താങ്ക് യൂ മാഡം. ഞാനിവിടെ വെയിറ്റ്ചെയ്യാം. മാഡം റെഡിയാകുമ്പോൾ ഒന്നു വിളിച്ചാൽ മതി. ഐ വിൽ ബി ദേർ." അരുമയോടെ ചിരിച്ചുകൊണ്ട് സ്നേഹ പറഞ്ഞു.

ലിഫ്റ്റ് കയറുമ്പോഴും ഓർത്തത് സ്നേഹയെക്കുറിച്ചു തന്നെയാണ്. എന്തോ ഒരടുപ്പം ഈ കുട്ടിയോട് തോന്നുന്നു. ആ കണ്ണുകളും തല ചരിച്ച് പിടിച്ചുള്ള സംസാരവും എവിടെയോ കണ്ടുമറന്നതുപോലെയുണ്ട്.

ഇതിനൊക്കെ തന്നെയാവും 'ബോഡി ലാംഗ്വേജ്' എന്ന ജാർഗൺ ഉപയോഗിക്കുന്നത്. ചിലരെ കാണുമ്പോൾ തന്നെ അറിയാതെ ഒരടുപ്പം തോന്നും. അതിന്റെ രഹസ്യം മനശ്ശാസ്ത്രജ്ഞർ പറയുന്നതിങ്ങനെയാണ്. നമുക്ക് അടുപ്പമുള്ളതോ ഉണ്ടായിരുന്നതോ ആയ ആരുടെയെങ്കിലും ഛായ ചിലരിൽ തോന്നുമ്പോഴിങ്ങനെ സംഭവിക്കാറുണ്ട്. ഉള്ളിലെ ചില ഇഷ്ടങ്ങളാവാം ചിലപ്പോൾ ഈ അടുപ്പം തോന്നിപ്പിക്കുന്നത്. ചിലരുടെ സംസാരവും ഭാവപ്രകടനങ്ങളും കാണുമ്പോൾ അറിയാതെ ഒരു സൗഹൃദം തോന്നിപ്പോകും. വെറുപ്പിന്റെ കാര്യത്തിലും ഇത് സംഭവ്യമാണ്.

ഫ്രഷ് ആകുവാൻ അധികം സമയം എടുത്തില്ല. മൊബൈൽ ഫോണെടുത്ത് നോക്കി. സൈലന്റ് മോഡിൽ വച്ചിരുന്നത് ആക്ടീവാക്കാൻ ഇപ്പോഴാണ് ഓർമ്മവന്നത്. രണ്ട് മിസ്ഡ്കോൾസ്. രണ്ടും മൈത്രേയിയിൽ നിന്നാണ്. തിരിച്ച് വിളിച്ചു. രാമകൃഷ്ണനാണ് ഫോണെടുത്തത്. പ്രത്യേകിച്ചു വിശേഷമൊന്നുമില്ല. വിവരങ്ങൾ അറിയുവാൻ എല്ലാവരും കാത്തിരിക്കുന്നു. ഫോട്ടോസ് കൊണ്ടുവരണമെന്ന് ഓർമ്മപ്പെടുത്തുന്നു.

കോൾ ക്ലോസ് ചെയ്തിട്ട് റിസപ്ഷനിൽ വിളിച്ച് സ്നേഹയെ റൂമിലേക്കയയ്ക്കുവാൻ പറഞ്ഞു.

ഇന്റർവ്യൂ പെട്ടെന്ന് അവസാനിപ്പിക്കണം. ഇപ്പോൾ തന്നെ സമയം കുറച്ചധികമായിരിക്കുന്നു. ശ്രീകലയേയും കുടുംബത്തേയും കാണണം. അക്ഷർധാമിൽ പോകണമെന്നുണ്ട്.

ജനാലയുടെ അടുത്ത് കസേര നീക്കിയിട്ട് പുറത്തേക്കു നോക്കിയിരുന്നു. ദില്ലിയുടെ തിരക്ക് താഴെ നിരത്തിലേക്കു നോക്കിയാലറിയാം. ഇത്രയുമധികം വാഹനങ്ങൾ ഉൾക്കൊള്ളാൻ നിരത്തുകൾക്കാവുന്നില്ലെന്നുള്ളതാണ് സത്യം. വാഹനങ്ങളേക്കാൾ വേഗതയിലാവും അവയിൽ ഇരിക്കുന്നവരുടെ ജീവിതം ഓടുന്നത്. എവിടെയോ വായിച്ചതോർമ്മ വരുന്നു. ഓട്ടക്കുതിരകളേക്കാൾ വേഗതയിൽ ഇപ്പോഴോടുന്നത് മനുഷ്യരാണ്. ചിലർ എന്തൊക്കെയോ കൈയെത്തിപ്പിടിക്കാൻ ഓടുന്നു. തങ്ങളും തിരക്കുകളുടെ ലോകത്താണെന്ന് മറ്റുള്ളവരെ കാണിക്കുവാൻ ഓടുന്നവരുമുണ്ട്.

'മെ ഐ കം ഇൻ മാഡം?'. വാതിലിനടുത്ത് സ്നേഹയുടെ ശബ്ദം. അനുമതിക്കു കാത്തുനില്ക്കാതെ സ്നേഹ സാവധാനം ഡോർ തുറന്ന് അകത്തേക്കു വന്നു. മുൻപിലിട്ടിരിക്കുന്ന വലിയ സോഫാ ചൂണ്ടിക്കാണിച്ച് സ്നേഹയോട് ഇരിക്കാൻ പറഞ്ഞു. തോളിൽ തൂക്കിയിട്ടിരുന്ന ക്യാമറയും ബാഗും അരികിൽവച്ച് നോട്ട്പാഡും പേനയും കൈയിലെടുത്തുകൊണ്ട് സ്നേഹ പറഞ്ഞു.

"ഞാൻ മാഡത്തിനെക്കുറിച്ചും മൈത്രേയിയെക്കുറിച്ചും കുറെയൊക്കെ വിവരങ്ങൾ കളക്ട് ചെയ്തിട്ടുണ്ട്. അതുകൊണ്ട് മുഖവുര ഇല്ലാതെ തുടങ്ങിക്കോട്ടെ?"

സ്നേഹയുടെ തുടക്കം ഇഷ്ടപ്പെട്ടു. സമ്മതം ഒരു ചിരിയിലൊതുക്കി.

"ഈ അംഗീകാരം ലഭിക്കുന്നു എന്നറിഞ്ഞപ്പോൾ മാഡത്തിന് എന്താണ് തോന്നിയത്? അദ്ഭുതം; സന്തോഷം; അവിശ്വസനീയത; സംതൃപ്തി. ഇതിലേതാണ്?"

"ഇതൊന്നും ആയിരുന്നില്ല. ഒറ്റവാക്കിൽ പറഞ്ഞാൽ" ഗുഡ്! "നന്നായി."

ഉത്തരം പറയാൻ ആലോചിക്കേണ്ടിവന്നില്ല.

"അത്രേയുള്ളു? ഒൺലി ദാറ്റ് ഫീലിങ്ങ്?"

സ്നേഹയുടെ മുഖത്ത് അവിശ്വസനീയത.

"അത്രതന്നെയുള്ളു. കാരണം ഈ വഴി ഞാൻ തിരഞ്ഞെടുത്തതല്ല. എന്റെ മുൻപിൽ താനേ തുറന്നുവന്നതാണ്. മലർക്കെ തുറന്നുവന്ന വാതിലിലൂടെ ഞാൻ നടന്നുകയറിയെന്നു മാത്രം".

വാക്കുകൾ ശ്രദ്ധാപൂർവം തിരഞ്ഞെടുത്താണ് സംസാരിച്ചത്.

"അപ്പോൾ എല്ലാം ആകസ്മികം എന്നു പറയാൻ കഴിയുമോ? അൺ എക്സ്പറ്റഡ് ഓർ ആക്സിഡന്റൽ?"

"അങ്ങനെ പറയാൻ കഴിയുമോ എന്നെനിക്കറിയില്ല. എന്നെ സംബന്ധിച്ചിടത്തോളം അടുക്കും ചിട്ടയോടും കൂടി ആരോ മുൻകൂട്ടി പ്ലാൻ ചെയ്തതുപോലെ അതതുസമയങ്ങളിൽ ഓരോ വഴികൾ മുൻപിൽ തുറന്നുവന്നു. ഞാനവയിലൂടെ നടന്നു."

അതുതന്നെയാണ് സത്യം. അനുഭവങ്ങളിലൂടെ ജീവിക്കുകയായിരുന്നു. വഴി അറിയാതെ പതറിനിന്നുപോയത് ചില പ്രത്യേകസാഹചര്യങ്ങളിൽ മാത്രം.

"മാഡം, മാനസികവിഭ്രാന്തിയുള്ളവർക്ക് അഭയം നൽകുന്ന നിരവധി സ്ഥാപനങ്ങൾ നമുക്കിടയിലുണ്ട്. മരുന്ന് നൽകുന്നു; ഭക്ഷണം നൽകുന്നു; താമസസൗകര്യം നൽകുന്നു; പുനരധിവാസത്തിന് പരിശീലനം നൽകുകയും സൗകര്യങ്ങൾ ചെയ്തുകൊടുക്കുകയും ചെയ്യുന്നു. എന്നാൽ മാഡം ചെയ്തത് മറ്റൊന്നാണ്. അവർക്ക് മറ്റൊരു ലോകം കാണിച്ചുകൊടുത്തു.

ഇറ്റ് ഈസ് ഗ്രയിറ്റ്.

ഈ സമീപനം എങ്ങനെ സാധിച്ചു?" വീണ്ടും സ്നേഹയുടെ ചോദ്യം.

സ്നേഹയുടെ വാക്കുകളിലെ ആത്മാർത്ഥതയും ആവേശവും ഉൾക്കൊണ്ടുതന്നെ പറഞ്ഞു.

"ശരിയാണ്. സാന്ത്വനത്തിനും ശുശ്രൂഷകൾക്കും അപ്പുറം ഞാനവരുടെ ജീവിതത്തിലൂടെ ഒപ്പം നടന്നു. അവർക്ക് സാധാരണ മനുഷ്യരെ പോലെ ജീവിക്കാൻ മാത്രമല്ല ജോലി ചെയ്യാനും ചിന്തിക്കുവാനും കഴിയുമെന്ന് ലോകം മനസ്സിലാക്കി.

പക്ഷേ ഞാനാദ്യമേ പറഞ്ഞുവല്ലൊ, എന്റെ മുൻപിൽ ഒരിക്കലും പല വഴികൾ ഉണ്ടായിരുന്നില്ല. എപ്പോഴും ഓരോ വഴികൾ മാത്രം. അവയിലൂടെ

നടന്ന് അനുഭവങ്ങളിലൂടെ ഞാൻ ജീവിക്കുകയായിരുന്നു. അവ നൽകിയ കരുത്തിന്റെയും ആത്മവിശ്വാസത്തിന്റെയും മുത്തുകളാണ് എന്റെ പ്രവർത്തനങ്ങളെല്ലാം. ”

“എനിക്ക് മനസ്സിലാകുന്നില്ല മാഡം.” സ്നേഹ ഇടയ്ക്കു കയറിപ്പറഞ്ഞു.

“പറയാം. ഒരുകാലത്ത് ഞാനും മൈത്രേയിയിലെ അംഗങ്ങളെപ്പോലെ മാനസികവിഭ്രാന്തിയിലൂടെ കടന്നുപോയിട്ടുണ്ട്. അത് ഞാൻ തിരഞ്ഞെടുത്തതല്ലല്ലോ. മൈത്രേയി എന്റെ സ്വന്തം വീടാണ്. ജനിച്ചുവളർന്ന വീട്. അച്ഛനും അമ്മയ്ക്കുമൊപ്പം താമസിച്ചിരുന്ന വീട്. ഒരിക്കൽ ആ വീട് എന്നിൽ നിന്നും പറിച്ചെറിയപ്പെട്ടു. പുതിയ ഉടമസ്ഥരുണ്ടായി. വേദനയോടെ ഞാനത് നോക്കിനിന്നു. പക്ഷേ ഞാൻ പോലും അറിയാതെ ഒരു നിമിത്തം പോലെ എന്റെ വീട് എന്നെ തേടിയെത്തി. മൈത്രേയി വീണ്ടും എന്റെ സ്വന്തമായി. അവിടെയും ഞാനൊന്നും തിരഞ്ഞെടുത്തില്ല. മുൻകൂട്ടി തയ്യാറെടുപ്പ് നടത്തിയിരുന്നുമില്ല.”

മനസ്സിലെ അമ്പരപ്പ് ഒട്ടും മറച്ചുവയ്ക്കാതെ സ്നേഹ ഉദ്വേഗത്തോടെ പറഞ്ഞു.

“എനിക്ക് വിശ്വസിക്കാൻ കഴിയുന്നില്ല. ഇതുപോലെ ഒരാൾ. എഴുത്തുകാരി. എഫിഷ്യന്റ് മാനേജർ. ഒരുകാലത്ത് മെന്റൽ പ്രോബ്ലത്തിൽ.....

ഐ ആം റിയലി കൺഫ്യൂസ്ഡ്.”

ഈ കുട്ടിയോട് അനൗപചാരികത ആകുന്നതിൽ തെറ്റില്ല എന്നു തോന്നുന്നു. അത്ര സംഭവബഹുലമല്ലാത്ത ജീവിതത്തിൽ എന്തു രഹസ്യങ്ങളാണ് സൂക്ഷിക്കാനുള്ളത്. അങ്ങനെ ഒരു നിമിഷം തോന്നിയെങ്കിലും പെട്ടെന്ന് മനസ്സിനെ നിയന്ത്രിച്ചു. ഔപചാരികതയുടെ തൊപ്പി എടുത്തു മാറ്റാതിരിക്കുന്നതാണ് നല്ലതെന്ന് പല സന്ദർഭങ്ങളിലും തോന്നിയിട്ടുണ്ട്. ഇല്ല. ഇതുവരെ പറഞ്ഞതിനപ്പുറം മറ്റൊന്നും പറയാനില്ല. എന്നാലും എന്തോ ഒന്ന് പറയാതെ വയ്യ.

“സ്നേഹ, ഇനിപറയുന്ന കാര്യങ്ങൾ ഇന്റർവ്യൂന്റെ ഭാഗമല്ല. എന്റെ ജീവിതം ഞാൻ ചെയ്യുന്ന കാര്യങ്ങൾ ഇതൊന്നും ഒരു അഭിമുഖത്തിന് വിഷയമാക്കാൻ എനിക്കു താല്പര്യമില്ല. ജീവിതം എനിക്കു കൈവഴികളില്ലാതെ ആരവങ്ങളില്ലാതെ ഒരേ ദിശയിലേക്ക് ശാന്തമായി ഒഴുകുന്ന ഒരു നദിപോലെ ആയിരുന്നു. ഇടയ്ക്ക് വളരെ കുറച്ച് ദൂരം പ്രക്ഷുബ്ധമായി ആർത്തലച്ചുവെങ്കിലും. എന്നെ നോക്കി സഹതപിച്ചവരുണ്ട്. വേദനിച്ചവരുണ്ട്. ബട്ട് ഐ വാസ് ഹാപ്പി ആൾ ദ ടൈം. ഇപ്പോൾ ഇവിടെ വച്ച് തിരിഞ്ഞുനോക്കുമ്പോൾ ഞാൻ മനസ്സിലാക്കുന്നു. ആരോ എപ്പോഴും അദൃശ്യമായി എന്റെ മുൻപിലുണ്ടായിരുന്നു. ഞാൻ പോലും അറിയാതെ വഴി കാണിക്കുവാൻ... ഞാനാ വഴികളിലൂടെ നടന്നു.”

സംസാരിച്ചത് സാവധാനമായതുകൊണ്ടാവാം കണ്ണുകളടഞ്ഞുപോയി. മനസ്സ് പ്രശാന്തമായ ഏതോ തലത്തിൽ സഞ്ചരിക്കുകയാണ്. അലകളില്ലാതെ; ഉന്മാദങ്ങളില്ലാതെ.

എത്രനേരം അങ്ങനെ ഇരുന്നുവെന്നറിയില്ല.

"മാഡം." സ്നേഹ കൈയിൽ തൊട്ടുവിളിച്ചു.

കണ്ണുതുറന്നുനോക്കിയത് നേരെ മുൻപിൽ നിൽക്കുന്ന സ്നേഹയുടെ മുഖത്താണ്. ആ കണ്ണുകളിലെ അദ്ഭുതം, ആദരവ് എല്ലാം തിരിച്ചറിയാൻ കഴിഞ്ഞു. സ്നേഹ പറഞ്ഞു;

"മാഡം മറ്റുള്ളവരിൽനിന്നും വ്യത്യസ്തയാണ്. എനിക്കു മാഡത്തിനെക്കുറിച്ച് കൂടുതലറിയണം. ഞാനതിന് എന്താണ് ചെയ്യേണ്ടത്?"

"ഒരാളെക്കുറിച്ച് കൂടുതൽ അറിയണമെങ്കിൽ ഒപ്പം സഞ്ചരിക്കുകയല്ലേ വേണ്ടത് സ്നേഹാ?"

തമാശകേട്ടിട്ടും സ്നേഹ ചിരിച്ചില്ല. ഏതോ ചിന്തയിൽ മുഴുകി നിശ്ശബ്ദയായി ഇരുന്നു. സമയം നീണ്ടുപോകുന്നുവെന്ന് തോന്നിയതുകൊണ്ട് പറഞ്ഞു.

"നമുക്ക് ഇപ്പോൾ പിരിയാം. എനിക്കു ചില അപ്പോയിൻമെന്റ്സ് ഉണ്ട്. എന്റെ ഫോൺനമ്പർ കൈയിലുണ്ടല്ലോ? ലറ്റ് അസ് കീപ്പ് ഇൻ ടച്ച്".

സ്നേഹ എഴുന്നേറ്റു. നോട്ട്പാഡ് കൈയിൽ തന്നെ വച്ചു. ക്യാമറയും ബാഗും തോളിൽ തൂക്കി. ഒരു ഫോട്ടോ എടുക്കാൻ ആവശ്യപ്പെടുമെന്ന് പ്രതീക്ഷിച്ചു. അതുണ്ടായില്ല. കൈകൂപ്പിക്കൊണ്ട് സ്നേഹ പറഞ്ഞു.

"വളരെ നന്ദി മാഡം; താങ്ക് യു വെരി മച്ച്!"

"നമുക്ക് വീണ്ടും കാണാം." സ്നേഹപൂർവം സ്നേഹയുടെ തോളിൽ തട്ടി യാത്രയാക്കി.

ധാരാളം കാര്യങ്ങൾ ചെയ്തുതീർക്കാനുണ്ട്. ഡയറി തുറന്നുനോക്കി. മലയാളി അസോസിയേഷന്റെ വക ആദരിക്കൽ ചടങ്ങ് രാത്രിയിലാണ്. ഒരു മാസം മുൻപുതന്നെ സംഘാടകർ ഫോണിൽ സംസാരിച്ചിരുന്നു. എയർപോർട്ടിൽ വന്ന് കാണുകയും നേരിട്ടു ക്ഷണിക്കുകയും ചെയ്തു. ഡയറിയിൽ പ്രോഗ്രാമുകളും അവയുടെ ഡീറ്റെയിൽസും എഴുതിയിട്ടുണ്ട്.

അതാണ് പതിവ്.

ഡയറി എഴുതുന്ന ശീലം ഒരനുഗ്രഹമായിട്ടാണ് ഇപ്പോൾ തോന്നുന്നത്. പലപ്പോഴും ചെയ്തുതീർക്കാൻ ഒട്ടനവധി കാര്യങ്ങൾ ഉണ്ടാകുന്നു. ഉദ്ദേശിച്ച രീതിയിൽ അവ ചെയ്തുതീർക്കണമെങ്കിൽ ഡയറിയുടെ സഹായമില്ലാതെ കഴിയില്ലെന്നു വന്നിരിക്കുന്നു.

കഥകളും കവിതകളും തുടരെ തുടരെ എഴുതിയിരുന്നൊരു കാലമുണ്ടായിരുന്നു. അന്ന് ഡയറി മുഴുവനും അവകൊണ്ട് നിറയ്ക്കുമായിരുന്നു. നിറയെ

പൂവിട്ടുനിൽക്കുന്ന കണിക്കൊന്നയായിരുന്നു പല കഥയിലെയും പ്രധാന കഥാപാത്രം. മഞ്ഞണി പൂചൂടിയ കണിക്കൊന്ന; പഞ്ചവർണ്ണത്തത്തയെ സ്നേഹിച്ചുപോയ കണിക്കൊന്ന; കൊന്നയുടെ എത്രയെത്ര ഭാവങ്ങളാണ് ഉൾക്കൊണ്ടത്. വർഷത്തിലൊരിക്കൽ കാണാനെത്തുന്ന സ്വർണ്ണപ്പൂക്കളെ ഓർത്തോർത്തിരിക്കുന്ന കണിക്കൊന്നയെക്കുറിച്ച് "നിന്നെയും കാത്ത്" എന്നൊരു കവിത ഒരിക്കലെഴുതി. കോളേജ് മാഗസിനിലെ മുൻതാളുകളിലൊന്നിൽ അത് അച്ചടിച്ചു വരികയും ചെയ്തു. ആരെയാണ് കാത്തിരിക്കുന്നതെന്ന് ചോദിച്ചു കളിയാക്കിയിരുന്ന കമന്റടിക്കാരിൽ നിന്ന് രക്ഷപ്പെടുത്താറുണ്ടായിരുന്നത് ശ്രീകല ആയിരുന്നു.

ഇപ്പോൾ ഡയറി മുഴുവനും പ്രോഗ്രാമുകളും അവയുടെ വിവരങ്ങളുമായി മാറിയിരിക്കുന്നു. കാലം നൽകുന്ന മാറ്റങ്ങൾ.

ശ്രീകലയോടൊപ്പം ചില സൗഹൃദസന്ദർശനങ്ങളും അനുമോദന ചടങ്ങുകളുമായി സമയം അതിവേഗം ഓടിക്കൊണ്ടിരുന്നു. എല്ലാംകഴിഞ്ഞ് ഹോട്ടലിൽ മടങ്ങിയെത്തിയപ്പോൾ സമയം പതിനൊന്നര കഴിഞ്ഞു.

രാവിലെ മുതൽ തുടങ്ങിയ ഔപചാരികത ശരീരത്തെക്കാൾ കൂടുതൽ മനസ്സിനെയാണ് ക്ഷീണിപ്പിക്കുന്നത്. ബഹളങ്ങളോടും ആൾക്കൂട്ടങ്ങളോടും ഒരിക്കലും പൊരുത്തപ്പെടാൻ കഴിഞ്ഞിട്ടില്ല. ഏകാന്തതയെ തീവ്രമായി ആഗ്രഹിക്കുന്നത് ആ നിമിഷങ്ങളിലാണ്.

പല ചടങ്ങുകളും കഴിയുമ്പോൾ മടുപ്പാണ് തോന്നുന്നത്. ആത്മാർത്ഥതയില്ലാത്ത നീണ്ട പ്രസംഗങ്ങളും പൊള്ളയായ പ്രശംസകളും അരോചകമായി പലപ്പോഴും അനുഭവപ്പെടുന്നു. പൊന്നാടയെന്ന പേരിൽ മൂടി പുതപ്പിക്കുന്ന തിളങ്ങുന്ന വസ്ത്രങ്ങൾ കൊക്കെറ്റു പക്ഷികളെയാണ് ഓർമ്മിപ്പിക്കുന്നത്. ശിരസ്സിനുമീതെ തൂവലുകൾ കൊണ്ട് അലങ്കാരമുള്ള കൊക്കെറ്റുകൾ.

പൊന്നാടയുടെ കാര്യത്തിൽ ക്രിയാത്മകമായ ഒരു വിപണനതന്ത്രം കണ്ടുപിടിക്കേണ്ടിയിരിക്കുന്നുവെന്ന് തോന്നാറുണ്ട്. 'പഴയ പൊന്നാട എടുക്കുന്ന സ്ഥലം' എന്നൊരു ബോർഡ് അധികം താമസിയാതെ അവിടെയും ഇവിടെയും കാണാൻ കഴിഞ്ഞേക്കും.

കൊച്ചിയിലേക്കുള്ള ഫ്ളൈറ്റ് രാവിലെ 6.30 നാണ്. ഒന്നുകൂടി പെട്ടിയും ബാഗും പരിശോധിച്ച് ലോക്ക്ചെയ്തു. ഇനിയും ഉറങ്ങണം. കണ്ണുകളടച്ചു കിടന്നപ്പോൾ സ്നേഹയെ ഓർമ്മവന്നു. ആ കുട്ടിയുടെ നമ്പർ ഡയറിയിൽ എഴുതിവയ്ക്കണം. എപ്പോഴെങ്കിലും സ്നേഹ വിളിക്കാതിരിക്കില്ല. ഒരു ജേർണലിസ്റ്റിന്റെ ജിജ്ഞാസയ്ക്കപ്പുറം ആ കണ്ണുകളിൽ കൗതുകമുണർത്തുന്ന ആത്മാർത്ഥതയുടെ ഓളങ്ങളുണ്ട്. അതാണ് ഇഷ്ടമായതും.

വെളുപ്പിന് 4.30ന് എയർപോർട്ടിൽ പോകാൻ കാർ എത്തിയപ്പോഴേക്കും ഉണർന്നിരുന്നു. ഹോട്ടലിൽ നിന്ന് എയർപോർട്ടിലേക്ക് പത്ത് കി.മീ.

ദൂരമേയുള്ളൂ. ഈ സമയമായതുകൊണ്ട് റോഡിൽ തിരക്കുണ്ടാവില്ല. എന്നാലും പെട്ടെന്ന് തയ്യാറായി. ക്യാരിബാഗ് കൂടാതെ ഒരു ബാഗ് നിറയെ ബുക്സാണ്. ഒരു ബോക്സ് കൂടിയുണ്ട്. എക്സിബിഷനിൽ നിന്നും വാങ്ങിക്കൂട്ടിയ ബുക്സ് കണ്ടിട്ട് പഴയ സ്വഭാവം ഇന്നും മാറിയിട്ടില്ലല്ലോ എന്ന് ശ്രീകല പറയുകയും ചെയ്തു.

കാർ ഹോട്ടലിന്റെ ഗയിറ്റിറങ്ങി മെയിൻ റോഡിൽ എത്തിയപ്പോൾ മൊബൈൽ ശബ്ദിച്ചു.

“ഹലോ മാഡം, ഗുഡ് മോർണിങ്ങ്. ഞാൻ സ്നേഹയാണ്.”

“ഹലോ സ്നേഹ, എന്താ രാവിലെ? ഞാൻ എയർപോർട്ടിലേക്കു പോയി ക്കൊണ്ടിരിക്കുന്നു. ആറ് മുപ്പതിനാണ് ഫ്ളൈറ്റ്”.

“ഒപ്പം ഞാനുമുണ്ടാകും.” സ്നേഹയുടെ മറുപടി.

“മനസ്സിലായില്ല.” സ്നേഹ പറഞ്ഞത് വ്യക്തമായില്ല.

“അതെ മാഡം, മാഡം പറഞ്ഞുവല്ലോ കൂടുതൽ അറിയണമെങ്കിൽ ഒപ്പം സഞ്ചരിക്കണമെന്ന്. ഞാനത് തീരുമാനിച്ചു. മാഡത്തിനൊപ്പം മൈത്രേയി ലേക്കു ഞാനുമുണ്ട്.”

സ്നേഹയുടെ ശബ്ദത്തിലെ ആവേശം തിരിച്ചറിയാൻ കഴിഞ്ഞു. പക്ഷേ വിശ്വസിക്കാനാവുന്നില്ല. ചോദിച്ചുപോയി.

“സ്നേഹ , ഇത്രപെട്ടെന്ന്? ടിക്കറ്റും മറ്റും?”

“അതെല്ലാം ശരിയാക്കി മാഡം.” ഒന്നു നിർത്തിയിട്ട് സ്നേഹ വീണ്ടും പറഞ്ഞു.

“മാഡം, ഞാൻ കുറച്ച് കൂടുതൽ സ്വാതന്ത്ര്യമെടുത്തു. സോറി. മാഡ ത്തിന് ബുദ്ധിമുട്ടാകുമോ?”

“യു ആർ റിയലി സ്മാർട്ട് സ്നേഹ. എനിക്ക് വിശ്വസിക്കാനാവുന്നില്ല.”

മനസ്സിൽ തോന്നിയത് മറച്ചുവെച്ചില്ല. മറ്റാരെങ്കിലുമാണ് ഇത്ര അടുപ്പം കാണിച്ചിരുന്നതെങ്കിൽ ഒരുപക്ഷേ ഇഷ്ടപ്പെടുമായിരുന്നില്ല. ആരെയും അധികം അടുപ്പിക്കുവാൻ താല്പര്യമില്ലാത്ത പ്രകൃതത്തിലും സ്വയം അറി യാതെ അടുപ്പങ്ങൾ സൃഷ്ടിക്കപ്പെടുന്നു.

എയർപോർട്ടിൽ എത്തിയപ്പോൾ ലോബിയിൽ സ്നേഹ കാത്തിരിക്കു ന്നുണ്ട്. കള്ളത്തരം കാണിച്ച ഒരു ചെറിയ കുട്ടിയുടെ പരുങ്ങലോടെ സ്നേഹ അടുത്തു വന്നു. ഗൗരവം മുഖത്തണിഞ്ഞുകൊണ്ട് ചോദിച്ചു.

“സ്നേഹാ, എത്രനാളത്തേക്കാണ് താമസം?”

ആകാംക്ഷയോടെ സ്നേഹ പറഞ്ഞു.

“ഒന്നും പറയാറായിട്ടില്ല. മാഡത്തിന് ബുദ്ധിമുട്ടാകുമോ?”

കുട്ടിയുടെ ക്ഷമാപണം നിറഞ്ഞ ഭാവം കണ്ടപ്പോൾ ഗൗരവം താനേ അലിഞ്ഞുപോയി. മറുപടി പറഞ്ഞതിങ്ങനെയാണ്.

"അതും പറയാറായിട്ടില്ല. ബുദ്ധിമുട്ടാകുമ്പോൾ ഞാൻ പറയും. അപ്പോൾ സ്ഥലം വിടണം."

"ഒ.കെ. എഗ്രീഡ്. താങ്ക് യൂ മാഡം." സ്നേഹ നിഷ്കളങ്കതയോടെ ചിരിച്ചു.

ഫ്ളൈറ്റിൽ മുൻനിരയിലായിരുന്നു സീറ്റ്. സ്നേഹയുടേത് ഏറ്റവും പിന്നിലും. സീറ്റിൽ ചാരിയിരുന്ന് കണ്ണട തുടച്ചപ്പോൾ മനസ്സിൽ ചിന്തകൾ ചിതറിയോടിയെത്തി. എന്തെല്ലാം വിവരങ്ങളായിരിക്കും സ്നേഹ അന്വേഷിച്ചറിയാൻ പോകുന്നത്? എന്തെല്ലാം പറയാനാവും?

സഞ്ചരിച്ച വഴികൾ. എടുത്ത തീരുമാനങ്ങൾ. എല്ലാം ആരോ മുൻകൂട്ടി തയ്യാറാക്കിയ ചായക്കൂട്ടുകൾ കൊണ്ടുണ്ടാക്കിയ ചിത്രങ്ങളായിരുന്നു. അവയിൽ ഏതൊക്കെയാണ് സ്നേഹയെ കാണിച്ചുകൊടുക്കേണ്ടത്? ഒന്നും തീരുമാനിക്കാനാവുന്നില്ല. ഒന്നും!

രണ്ട്

പതിവു സമയത്തിൽ നിന്നും ഇരുപത് മിനിറ്റ് വൈകി ഫ്ളൈറ്റ് കൊച്ചിയിലെത്തുമ്പോൾ രാമകൃഷ്ണൻ കാറുമായി കാത്തുനിൽക്കുന്നുണ്ടായിരുന്നു. പത്തുവർഷങ്ങളായി മൈത്രേയിയിലെ ഡ്രൈവറാണ്. വെളുക്കെ ചിരിച്ചുകൊണ്ട് രാമകൃഷ്ണൻ കാറിന്റെ ഡോർ തുറന്നു. പിന്നെ ചോദ്യഭാവത്തിൽ സ്നേഹയെ നോക്കി. ദില്ലിയിൽ നിന്ന് മൈത്രേയി കാണാനെത്തിയ പത്രപ്രവർത്തകയാണെന്നു പറഞ്ഞപ്പോൾ രാമകൃഷ്ണൻ വെറുതെ ചിരിച്ചു. ചോദ്യവും ഉത്തരവും ചിരിയിലൊതുക്കുന്നതാണ് അയാളുടെ സ്വഭാവം. രാമകൃഷ്ണനില്ലാതെ മൈത്രേയിക്കു ചലനമില്ലെന്ന് തോന്നാറുണ്ട്.

സാവധാനമാണ് രാമകൃഷ്ണൻ കാറോടിച്ചത്. ക്ഷണിച്ചിട്ടും സ്നേഹ ഒപ്പം ഇരുന്നില്ല. പകരം ഡോർ തുറന്ന് മുൻസീറ്റിൽ സ്വാതന്ത്ര്യത്തോടെ കയറി ഇരുന്നു.

യാത്രചെയ്യുമ്പോൾ കഴിയുന്നതും സംസാരം ഒഴിവാക്കുകയാണ് പതിവ്. വെറുതെ പുറത്തേക്കു നോക്കി വേഗതയിൽ മറയുന്ന മരങ്ങളെയും അവയുടെ മുകളിൽ വെള്ളത്തൂവൽപോലെ പറ്റിയിരുന്ന് ഒപ്പം ഓടുന്ന മേഘങ്ങളെയും നോക്കി ഇരിക്കാനാണ് ഇഷ്ടം. എത്ര കണ്ടാലും മതിവരാത്തൊരിഷ്ടമാണത്. സന്ധ്യാനേരങ്ങളിലെ യാത്രയാണെങ്കിൽ കിളികൾ കൂട്ടം കൂട്ടമായി പറക്കുന്നതു നോക്കിയിരിക്കും. ഈ യാത്രയിൽ ഒപ്പം ഒരാൾ കൂടിയുണ്ടല്ലോ. ഒന്നും സംസാരിക്കാതെ ഇരിക്കുന്നത് മര്യാദയല്ല. ചോദിച്ചു.

“നമ്മുടെ നാട് എങ്ങനെയുണ്ട് ? സ്നേഹ കേരളത്തിൽ വന്നിട്ടുണ്ടോ?”

“യെസ് മാഡം. ഞാൻ പലപ്രാവശ്യം അച്ഛനൊപ്പം വന്നിട്ടുണ്ട്. പക്ഷേ ഇപ്പോൾ വരുന്നത് അഞ്ചുവർഷങ്ങൾക്കു ശേഷമാണ്. അച്ഛൻ ഈസ് വെരി ഫോണ്ട് ഓഫ് ഹിസ് വില്ലേജ് ചെറുവള്ളി.”

ചെറുവള്ളി! വളരെ അടുത്ത ഗ്രാമം. ബന്ധങ്ങളും ബന്ധനങ്ങളും സമ്മാനിച്ച നാടാണ് അത്. ചെറുവള്ളി ഭഗവതിയാണ് കുടുംബത്തിന്റെ പരദേവത. വരദായിനിയാണ്. ക്ഷേത്രപരിസരത്ത് ഇടതൂർന്നുനിൽക്കുന്ന വൃക്ഷങ്ങൾ ഒരു ചെറുവനത്തിന്റെ പ്രതീതി നൽകും. ഇലകൾക്ക് പാട്ടുപാടാനാകുമെന്നും ചെറുചില്ലകൾക്ക് സംഗീതമുണ്ടെന്നും അവിടെ നിൽക്കുമ്പോഴാണ് തോന്നുന്നത്.

ദേവീവിഗ്രഹത്തിനു മുൻപിൽ തൊഴുതുനിൽക്കുമ്പോൾ തോന്നുന്ന മനസ്സ് തണുപ്പിക്കുന്ന പ്രശാന്തത മറ്റെവിടെനിന്നും കിട്ടാത്തതാണ്. നൂറ്റാണ്ടുകളുടെ ചരിത്രമുറങ്ങുന്ന ക്ഷേത്രമാണ്. മറ്റൊരു ക്ഷേത്രത്തിലും കാണാൻ കഴിയാത്ത ഒരു പ്രത്യേകതകൂടി ഇവിടെയുണ്ട്. ജഡ്ജിയമ്മാവൻ പ്രതിഷ്ഠ. തിരുവിതാംകൂറിലെ സദർകോടതിയിൽ ജഡ്ജിയായിരുന്ന ശ്രീ ഗോവിന്ദ പിള്ളയാണ് ജഡ്ജിയമ്മാവൻ എന്ന പ്രതിഷ്ഠയിലെ ചൈതന്യം എന്നു വിശ്വസിക്കപ്പെടുന്നു. വ്യവഹാരങ്ങളിൽ അനുകൂലമായ വിധി ലഭിക്കുവാൻ ഭക്തർ ജഡ്ജിയമ്മാവന്റെ നടയ്ക്കൽ അഭയം തേടുന്നു.

കാർ മൈത്രേയിയുടെ ഗെയിറ്റിലെത്തിയപ്പോൾ കരുണൻ ഓടിവന്ന് ഗെയിറ്റ് മലർക്കെ തുറന്നു. കരുണനാണ് മൈത്രേയിയുടെ പൂന്തോട്ടത്തിന്റെ ശില്പിയും സംരക്ഷകനും കാവൽക്കാരനും.

കാർഷെഡ് താഴെയാണ്. ഷെഡ്ഡിന്റെ ഇരുഭാഗത്തുകൂടി മുകളിലേക്കു പടികൾ കയറിയെത്തുന്നത് സിമന്റും മണലും കല്ലും മുളയും ചേർത്ത് കരുണൻ ഒരുക്കിയ താമരക്കുളത്തിന്റെ മുൻപിലാണ്. പിന്നെയും നീണ്ട അഞ്ചാറുപടികൾ കയറുമ്പോഴാണ് മുറ്റത്തെത്തുന്നത്.

അപരിചിതത്വം ഒട്ടുമില്ലാതെ സ്നേഹ മൈത്രേയിയിലെ പോർട്ടിക്കോവിൽ ഉത്സാഹം നിറഞ്ഞ ഭാവത്തോടെ നിന്നു. സ്നേഹയുടെ മനസ്സ് വായിച്ചെടുക്കാൻ കഴിഞ്ഞതിങ്ങനെയാണ്. ജീവിതം കൈമോശം വന്നുവെന്നു മനസ്സിലാക്കാൻപോലും കഴിയാത്തവരെ പുതിയ വഴികളിലൂടെ നടത്തി അവർക്കു സമാധാനവും പ്രത്യാശയും നൽകിയ വീട്ടിലിതാ ഞാൻ. പത്രങ്ങളിലൂടെയും ജേർണലുകളിലൂടെയും മാത്രം അറിഞ്ഞ മൈത്രേയിയിൽ ഞാനിതാ എത്തിയിരിക്കുന്നു.

അഭിനന്ദനങ്ങളുടെ നടുവിൽ നിൽക്കുമ്പോൾ സ്നേഹയെ കുടുംബാംഗങ്ങൾക്ക് പരിചയപ്പെടുത്തി.

“ഈ കുട്ടി സ്നേഹ. പത്രപ്രവർത്തകയാണ്. ദില്ലിയിൽ നിന്ന് നിങ്ങളെല്ലാവരേയും പരിചയപ്പെടാൻ എത്തിയിരിക്കുകയാണ്. ”

സ്നേഹ എല്ലാവരേയും മാറിമാറി നോക്കി ചിരിച്ചുകൊണ്ട് പറഞ്ഞു. “ഹലോ” ആരും തിരിച്ചൊന്ന് ചിരിക്കുന്നുപോലുമില്ലല്ലോ! സ്നേഹയ്ക്ക് ജാള്യത തോന്നി. എല്ലാവരും അടുത്ത മുറികളിലേക്കു പോയിട്ടും സ്നേഹ അവിടെത്തന്നെ നിന്നു.

പോർട്ടിക്കോയുടെ മദ്ധ്യഭാഗത്ത് കൊത്തുപണികളുള്ള വലിയ ഒരു മേശ ഇട്ടിട്ടുണ്ട്. മേശയുടെ മുകളിൽ വച്ചിരിക്കുന്ന വെള്ളനിറത്തിലുള്ള അശോക സ്തംഭത്തിന് പ്രൗഢഗാംഭീര്യമുണ്ട്. മുറിയിൽ ഒതുക്കി ഇട്ടിരിക്കുന്ന കസേരകളിലെ കുഷ്യനുകളിലും ചെയർബാക്കുകളിലും എംബ്രോയിഡറി വർക്ക് ചെയ്തിരിക്കുന്നു. ജനാലകളുടെ കർട്ടനുകൾക്കും പൂക്കളുടെ വർണ്ണഭംഗി.

ഇടതുഭാഗത്തുള്ള വാതിലിലൂടെ സ്നേഹ അടുത്ത മുറിയിലേക്ക് എത്തിനോക്കി. അതൊരു കിടപ്പുമുറിയാണ്. രണ്ട് കട്ടിലുകൾ ചുവരിനോട ടുപ്പിച്ച് ഇരുവശത്തുമായി ഇട്ടിരിക്കുന്നു.

റോസ് നിറത്തിലുള്ള കിടക്കവിരിയിൽ കിളിക്കൂട്ടിലെ മുട്ടകൾക്കു കാവലിരിക്കുന്ന ഇണപ്പക്ഷികളെ തുന്നിപ്പിടിപ്പിച്ചിരിക്കുന്നു. ജീവനുള്ള കണ്ണുകൾ. അവയുടെ ഉള്ളിൽ തിളങ്ങുന്ന മുത്തുകൾ. ഇളംനീല ജനാല കർട്ടനുകളിൽ തുന്നിപ്പിടിപ്പിച്ചിരിക്കുന്ന ചുവപ്പ് റോസാപുഷ്പങ്ങളെ ഇറുത്തെടുത്തു മണപ്പിക്കാൻ തോന്നുന്നു.

ഇവിടെ ആരോ അതിവിദഗ്ധമായി എംബ്രോയിഡറി തുന്നുന്നുണ്ട്. അനുഗ്രഹിക്കപ്പെട്ട കൈവിരലുകൾ ഇവിടെ ആർക്കോ ഉണ്ട്.

സ്നേഹ ജനാലയ്ക്കടുത്തുപോയി നിന്ന് ചുവന്ന പൂക്കളിൽ സാവ ധാനം ഒന്നു തൊട്ടു. പട്ടുപോലെ മൃദുലം.

"അതിൽ കൈ തൊടരുത്."

പിന്നിൽനിന്ന് ഗൗരവമുള്ള താക്കീത്! അറിയാതെ കൈ എടുത്തുപോയി. തിരിഞ്ഞുനോക്കി. നടുത്തളത്തിൽ വച്ച് പരിചയപ്പെട്ടവരിൽ ഒരാൾ തൊട്ടു പുറകിൽ നിൽക്കുന്നു.

മുഖത്തിന് വേണ്ടതിലധികം ഗൗരവം എടുത്തണിഞ്ഞിട്ടുണ്ട്. പക്ഷേ കണ്ണുകൾ സൗമ്യമാണ്. ഭംഗിയുള്ള മുഖം. അറുപത് വയസ്സിനടുത്ത് പ്രായ മുണ്ടാകും. പച്ചക്കരയുള്ള മുണ്ടും വേഷ്ടിയും അവർക്ക് നന്നായി ഇണങ്ങുന്നു.

ചിരിച്ചുകൊണ്ട് സ്നേഹ ചോദിച്ചു.

"അമ്മേ, ഇതെല്ലാം ആരാണ് തുന്നിയത്? എത്ര ഭംഗിയായിരിക്കുന്നു. എന്റെ അമ്മയും എംബ്രോയിഡറി തുന്നാറുണ്ട്."

മുഖത്തെ ഗൗരവം പെട്ടെന്ന് അലിഞ്ഞുവെന്ന് തോന്നി. ഒന്നും പറയാതെ അവർ അടുത്ത മുറിയിലേക്കു കയറി പോകുന്നത് സ്നേഹ നോക്കിനിന്നു.

ഒന്നു മടിച്ചുനിന്നുവെങ്കിലും സ്നേഹയും ആ മുറിയുടെ വാതിലോളം നടന്നുചെന്ന് അകത്തേക്കു നോക്കി. അവർ ജനാലയുടെ അടുത്തുനിന്നു കൊണ്ട് ഏതോ പുസ്തകം മറിച്ചുനോക്കുന്നു. മെല്ലെ ചോദിച്ചു.

"അമ്മേ ഞാനകത്തേക്കു വന്നോട്ടെ?"

അവർ ചോദ്യം കേട്ട ഭാഗത്തേക്ക് പെട്ടെന്ന് തിരിഞ്ഞുനോക്കി. മുഖത്തി പ്പോൾ ഗൗരവമില്ല.

"വന്നോളൂ." മൃദുവായ ശബ്ദം. സ്നേഹ ഡോർകർട്ടൻ ഇരുവശ ത്തേക്കും വകഞ്ഞുമാറ്റി മുറിയിലേക്കു കയറി. ഒരു ആർട്ട്ഗാലറിയെ അനു സ്മരിപ്പിക്കുന്ന പ്രൗഢി ആ മുറിക്കുണ്ട്. ചുമരിൽ രവിവർമ്മച്ചിത്രങ്ങൾ. അവിടവിടെയായി ഭംഗിയിൽ പെയിന്റ് ചെയ്തുവച്ചിരിക്കുന്ന ചെറുതും വലുതുമായ ഭരണികളിൽ എംബോസ് ചെയ്ത പനിനീർപ്പൂക്കൾ.

കട്ടിലിൽ വിരിച്ചിരിക്കുന്ന ഇളം മഞ്ഞനിറമുള്ള വിരിയിൽ റോസും വയലറ്റും നിറത്തിൽ പൂക്കൾ. അവയ്ക്കു ചുറ്റും വർണ്ണശബളതയോടെ പാറി നടക്കുന്ന ചിത്രശലഭങ്ങൾ.

ചുമരിനോടു ചേർത്തുവച്ചിരിക്കുന്ന വളരെ വലിയ ഫ്രെയിമിൽ യശോദയും ഉണ്ണിക്കണ്ണനും. അതൊരു അലമാരയാണെന്നു മനസ്സിലാക്കാൻ സ്നേഹയ്ക്ക് കുറച്ചുസമയം വേണ്ടിവന്നു. എത്ര ജീവൻ തുടിക്കുന്ന കലാസൃഷ്ടികൾ.

"ഇതെല്ലാം അമ്മ വരച്ചതാണോ?" സ്നേഹ അന്വേഷിച്ചു.

"അതെ, തുന്നുന്നതും ഞാൻ തന്നെ. കുട്ടിയുടെ പേര്.... ഞാൻ മറന്നു വല്ലോ."

"സ്നേഹ. കുട്ടിക്കാലത്ത് ഞാൻ എല്ലാവരുമായി ചിരിച്ചുകളിക്കുമായിരുന്നു പോലും. അതാണ് സ്നേഹ എന്ന പേരിട്ടത്."

"അതേയോ?" അവർ ശബ്ദമില്ലാതെ ചിരിച്ചു. "സ്നേഹ ഇരിക്കൂ ആ കസേരയിൽ."

ചിരിമായാതെ അവർ പറഞ്ഞു.

"ഞാൻ ഈ ബഡ്ഡിൽ ഒന്ന് ഇരുന്നോട്ടെ? ചിത്രശലഭങ്ങളെയൊന്ന് കാണട്ടെ. തൊടില്ല കേട്ടോ."

സ്നേഹ ചിരിച്ചു.

"തൊട്ടോളൂ. സൂക്ഷിച്ചു വേണമെന്നു മാത്രം" അവരും ചിരിച്ചു. ഗൗരവം പൂർണമായും അലിഞ്ഞില്ലാതാകുകയും, സ്നേഹത്തിന്റെ സുഗന്ധം തങ്ങളുടെ ഇടയിൽ പരന്നതായും സ്നേഹയ്ക്ക് തോന്നി. ഭൂമിയുടെ ഏതു കോണിലായാലും മനുഷ്യന്റെ സ്ഥായിയായ ഭാവം സ്നേഹം തന്നെയാണ്. മനഃപൂർവ്വം അതു മറയ്ക്കപ്പെടുമ്പോഴാണ് പകയും വിദ്വേഷവും നാമ്പെടുക്കുന്നത്.

"സ്നേഹ ശാരദാമ്മയുമായി പരിചയപ്പെട്ടോ?" മിത്ര അകത്തേക്കു വന്ന് ചോദിച്ചു.

ശാരദാമ്മ! അതാണിവരുടെ പേര്! കൊച്ചിയിൽ നിന്നും മൈത്രേയി വരെയുള്ള കാർ യാത്രയിൽ എപ്പോഴൊക്കെയോ ആ പേര് കേട്ടിരുന്നു.

"സ്നേഹയ്ക്ക് ചെറിയൊരു മുറി തയ്യാറാക്കിയിട്ടുണ്ട്. വന്നോളൂ. ആദ്യം ഊണുകഴിക്കാം." സ്നേഹയുടെ തോളിൽ മെല്ലെ തട്ടി മിത്ര പറഞ്ഞു.

ഊണുകഴിക്കുവാൻ മിത്രയ്ക്കും ശാരദാമ്മയ്ക്കും ഒപ്പം മറ്റു രണ്ട് അമ്മമാർ കൂടി ഉണ്ടായിരുന്നു. ഡൽഹിയിൽ ഉച്ചയ്ക്ക് ഊണ് പതിവില്ല. എന്നും ചപ്പാത്തിയും സബ്ജിയുമാണ് കഴിക്കുന്നത്. അതാണ് സൗകര്യം. അമ്മ ലഞ്ച് ടിഫിൻബോക്സിൽ കൊണ്ടുപോകും. അച്ഛന്റെ ഉച്ചഭക്ഷണം ഓഫീസിൽ നിന്നാണ്. ചൂട് ഭക്ഷണം ഓഫീസ് ക്യാന്റീനിൽ കിട്ടുമെന്നിരിക്കെ

രാവിലെ തയ്യാറാക്കിയ ആറിത്തണുത്ത ആഹാരം എന്തിനു കഴിക്കുന്നുവെന്നാണ് അച്ഛന്റെ ന്യായം. അമ്മ അത് അംഗീകരിച്ചിട്ടുമുണ്ട്. ഫ്രീലാൻസ് റിപ്പോർട്ടറായതുകൊണ്ട് തനിക്ക് സമയനിബന്ധനകൾ ഉണ്ടാകാറില്ല.

ഊണുകഴിഞ്ഞ് മുറിയിലെത്തി ബാഗിലെ സാധനങ്ങളെല്ലാം അലമാരയിൽ അടുക്കിവച്ചു. പോർട്ടിക്കോയുടെ പിന്നിലുള്ള നടുത്തളത്തിന്റെ വലതുഭാഗത്തുള്ള മുറിയാണ് സ്നേഹയ്ക്കുവേണ്ടി തയ്യാറാക്കിയത്. ഇളംനിറം ചുമരിൽ പൂശിയ മുറി. ജനാലയുടെ കർട്ടനുകളിൽ ശാരദാമ്മയുടെ കൈവിരുത് കാണാം. പുൽത്തകിടിയും ചുറ്റും മഞ്ഞപ്പൂക്കളും നിറഞ്ഞ വാട്ടർകളർ പെയിന്റിംഗ് ചുമരിൽ ലൈറ്റിനു താഴെ വച്ചിരിക്കുന്നു. ജനാലകൾക്കിടയിലുള്ള ചുമരിൽ വലിയ ഫ്രെയിമിൽ ആകാശം മുട്ടിനിൽക്കുന്ന നീലകുന്നുകളുടെ ചിത്രം. ആരായിരിക്കും മൈത്രേയിയിലെ മുറികൾ ഇത്ര ചേതോഹരമായി ഒരുക്കിയിരിക്കുന്നത്?

അദ്ഭുതം തോന്നുന്നു. മാനസികാസ്വാസ്ഥ്യമുള്ളവരുടെ പുനരധിവാസകേന്ദ്രമെന്ന് മൈത്രേയിയെ എങ്ങനെ വിളിക്കാനാകും? ഇവിടെ ആർക്കാണ് മാനസികപ്രശ്നം? അറിവിന്റെ വലിയ രത്നങ്ങളാവും ഇവിടെനിന്നു ലഭിക്കാൻ പോകുന്നത്. ഒരു പുസ്തകത്തിനും തരാനാവാത്ത അമൃതകണങ്ങൾ ഇവിടെ നിന്നു കണ്ടെടുക്കാൻ കഴിഞ്ഞേക്കും.

ഉച്ചകഴിഞ്ഞ് മൈത്രേയിയിൽ ധാരാളം സന്ദർശകരുണ്ടായിരുന്നു. പത്രപ്രവർത്തകർ. രാഷ്ട്രീയക്കാർ.

അഭിനന്ദനങ്ങൾ! ദില്ലിയിലെ വിശേഷങ്ങൾ. മീറ്റിങ്ങുകൾക്കുള്ള ക്ഷണം.

ഫോൺ ഇടവിടാതെ ശബ്ദിച്ചുകൊണ്ടിരിക്കുന്നു. മിത്ര എല്ലാവരുമായി സംസാരിച്ചു. അഭിനന്ദനങ്ങൾക്ക് നന്ദിപറഞ്ഞു. തുടർന്നും സഹകരണം അഭ്യർത്ഥിച്ചു. ആദരിക്കാനുള്ള ക്ഷണങ്ങൾ സൗമ്യമായി നിരസിച്ചു. ഇന്റർവ്യൂ ചെയ്യാനെത്തിയ പത്രപ്രവർത്തകരെ വ്യക്തിപരമായ കൂടിക്കാഴ്ചയ്ക്ക് താൽപര്യമില്ലെന്ന് പറഞ്ഞ് ഔപചാരികതയിൽ സംസാരം ഒതുക്കി നിർത്തി സന്തോഷപൂർവ്വം മടക്കി അയച്ചു.

സ്നേഹ ചിന്തിച്ചുകൊണ്ടിരുന്നത് മറ്റൊന്നായിരുന്നു. ഇവിടെ മാനസികാസ്വാസ്ഥ്യമുള്ളവരെ എവിടെയാണ് താമസിപ്പിച്ചിരിക്കുന്നത്? പരിചയപ്പെട്ടവരാരും ഈ പട്ടികയിൽ പെടുന്നില്ല.

ദില്ലിയിലെ സഫ്ദർജങ്ങിൽ പുനർജനി സെന്റർ ഫോർ ദ മെന്റലി ചലഞ്ച്ഡിൽ പല പ്രാവശ്യം പോയിട്ടുണ്ട്. വളരെ നന്നായി നടത്തുന്ന സ്ഥാപനം. കരുണയോടും സ്നേഹത്തോടും കൂടിയ പരിചരണം. പക്ഷേ ആ കണ്ണുകളെല്ലാം നിർജീവങ്ങളായിരുന്നു. മറ്റേതോ ലോകത്തിൽ ജീവിക്കുന്ന മുഖഭാവം. അവർ ചിരിക്കാറുണ്ട്. സൗഹൃദം പ്രകടിപ്പിക്കാറുണ്ട്. എന്നാലും ആ മുഖങ്ങൾ സഹതാപം അർഹിക്കുന്നവയാണ്.

ഇവിടെ മുൻപിൽ കാണുന്നത് പ്രസരിപ്പും ജീവനും തുടിക്കുന്ന മുഖങ്ങൾ. പ്രകാശിക്കുന്ന മിഴികൾ. ബുദ്ധിയും ആരോഗ്യവുമുള്ള മനസ്സും

ശരീരവുമായി അവർ ഓരോ പ്രവർത്തനങ്ങളിൽ ഏർപ്പെട്ടിരിക്കുന്നു. വേണ്ട പ്പോൾ ആഹാരം സ്വയം കഴിക്കുന്നു. വിശ്രമിക്കുന്നു. ഒരു സ്ഥാപനത്തിന്റെ നിയമങ്ങളും നിയന്ത്രണങ്ങളുമില്ലാതെ കൂട്ടുകുടുംബം പോലെ കഴിയുന്നു.

സ്നേഹ മുറിയുടെ വാതിൽ ചാരി നടുത്തളത്തിലെത്തിയത് സന്ദർശ കരുടെ തിരക്കുകഴിഞ്ഞ് കമ്പ്യൂട്ടറിന്റെ മുൻപിലിരുന്ന് എന്തോ ധൃതിപിടിച്ച് നോക്കുകയും നോട്ടെഴുതുകയും ചെയ്തുകൊണ്ടിരുന്ന മിത്രയുടെ മുൻപിലാണ്.

മിത്ര ചോദിച്ചു.

"സ്നേഹ, മൈത്രേയി എങ്ങനെ? ഇഷ്ടപ്പെട്ടോ?"

"യെസ് മാഡം. അതിശയം തന്നെ. ഞാൻ ശരിക്കും കൺഫ്യൂസ്ഡ് ആണ്. ഇവിടെ ഞാൻ കാണുന്നവരെല്ലാം സാധാരണ മനുഷ്യർ. എവിടെയാണ് മാനസികരോഗികളും അവരുടെ പുനരധിവാസകേന്ദ്രങ്ങളും?"

അറിയാതെ ചോദിച്ചുപോയി. ചോദിക്കേണ്ടിയിരുന്നില്ല. ജാള്യത തോന്നി. സ്നേഹയുടെ ചോദ്യം കേട്ട് മിത്ര പൊട്ടിച്ചിരിച്ചു.

"അപ്പോൾ സ്നേഹ മാനസികരോഗികളെ കാണാനാണ് വന്നത് അല്ലേ?"

മിത്രയുടെ ചോദ്യത്തിൽ ഗൗരവം കലർന്നിരുന്നു.

"നോ മാഡം, പ്ലീസ്!"സ്നേഹയ്ക്ക് വിഷമം തോന്നി.

"സാരമില്ല. സ്നേഹ ഏതായാലും കുറച്ചു ദിവസം ഇവിടെ ഉണ്ടാകു മല്ലോ. മാനസികരോഗികളെ കണ്ടുമുട്ടാതിരിക്കില്ല."

ഗൗരവത്തിൽ തന്നെ സംസാരിച്ചുകൊണ്ട് മിത്ര ജോലി തുടർന്നു. സ്നേഹ തിരിഞ്ഞുനോക്കിയപ്പോൾ വാതിലിനരികിൽ എല്ലാം കേട്ടുകൊണ്ട് ശാരദാമ്മ നിൽക്കുന്നു.

സാവധാനം മുറിയിലേക്കു നടന്നു. മനസ്സ് പെട്ടെന്ന് അസ്വസ്ഥമായി. ചോദിക്കേണ്ടിയിരുന്നില്ല. പെട്ടെന്ന് അച്ഛനെ ഓർമ്മ വന്നു. മൈത്രേയിയി ലേക്കുള്ള യാത്രയ്ക്ക് അനുവാദം തരുമ്പോൾ അച്ഛൻ പ്രത്യേകം ഓർമ്മ പ്പെടുത്തിയിരുന്നു.

"സ്നേഹാ, വാക്കുകൾ എപ്പോഴും ശ്രദ്ധിക്കണം. ജേർണലിസ്റ്റിന്റെ ഇൻക്വസിറ്റീവ്നസ് എല്ലാവരും എപ്പോഴും മനസ്സിലാക്കിക്കൊള്ളണ മെന്നില്ല. ചില സമയങ്ങളിൽ നീ കുറച്ച് ഓവർസ്മാർട്ട് ആകാറുണ്ട്."

"ഡോണ്ട് വറി അച്ഛാ. ഐ വിൽ ബി കെയർഫുൾ."

അച്ഛനെ ആശ്വസിപ്പിച്ചിട്ടാണ് പുറപ്പെട്ടത്. എന്നിട്ടും ആദ്യ ദിവസം തന്നെ ആലോചനയില്ലാതെ സംസാരിച്ചുപോയി. വേണ്ടിയിരുന്നില്ല. കുറച്ചുകൂടി ശ്രദ്ധിക്കാമായിരുന്നു.

രാത്രിയിൽ ശാരദാമ്മയ്ക്കും ലീലാവതിടീച്ചർക്കും ഒപ്പം അത്താഴം കഴി ക്കുമ്പോൾ മിത്രയെ കാണാൻ പറ്റിയില്ല. അന്വേഷിച്ചു.

"മിത്ര മാഡം റൂമിലാണോ? ആഹാരം കഴിച്ചില്ലേ?"

"മിത്ര ഈ സമയത്ത് പുറത്തു നടക്കുന്നുണ്ടാകും. അല്ലെങ്കിൽ റീഡിംഗ് റൂമിലായിരിക്കും. രാത്രിയിൽ അങ്ങനെ ഭക്ഷണം കഴിക്കുന്ന പതിവില്ലല്ലോ." ശാരദാമ്മ പറഞ്ഞു.

സ്നേഹ പൂമുഖത്തുകൂടി നടന്നു മുറ്റത്തെത്തുമ്പോൾ മിത്ര അവിടെയുണ്ട്. നടക്കുകയല്ല. നക്ഷത്രങ്ങളെ നോക്കി മുറ്റത്തെ പടികളിലൊന്നിൽ വെറുതെ ഇരിക്കുന്നു.

"മാഡം" സ്നേഹ പുറകിൽ നിന്ന് ശബ്ദം താഴ്ത്തി വിളിച്ചു. മിത്ര പെട്ടെന്നു തിരിഞ്ഞുനോക്കി.

"സ്നേഹയോ? വരൂ." മിത്ര കൈ നീട്ടി.

സ്നേഹയ്ക്ക് ആശ്വാസം തോന്നി. താൻ പറഞ്ഞുപോയ വാക്കുകളിൽ ദേഷ്യം ഇല്ലെന്നു തോന്നുന്നു. എന്നാലും നേരിട്ടു ക്ഷമാപണം നടത്തുക തന്നെ. അതാണ് മര്യാദ.

"മാഡം , ഞാൻ ആ സമയം ഒന്നും ആലോചിക്കാതെ...... ഐ ആം റിയലി സോറി".

മിത്ര പടിയിൽ നിന്ന് എഴുന്നേറ്റുകൊണ്ട് പറഞ്ഞു.

"കുട്ടി ഇപ്പോഴും അതാലോചിച്ചുകൊണ്ടിരിക്കുന്നു! സ്നേഹ തെറ്റൊന്നും പറഞ്ഞിട്ടില്ലല്ലോ. ഞാനത് അപ്പോഴേ മറന്നു."

"താങ്ക് യു മാഡം. ഞാൻ ഇങ്ങനെയൊന്നുമല്ല പ്രതീക്ഷിച്ചത്. ആ എക്സൈറ്റ്മെന്റിൽ........"

"അവിടെയാണ് നമുക്കെല്ലാം പറ്റുന്ന തെറ്റ്. മാനസികാസ്വാസ്ഥ്യം ഒരിക്കലുണ്ടായാൽ പിന്നെ അവർ പുറംതള്ളപ്പെടേണ്ടവരായിട്ടാണ് സമൂഹം കരുതുന്നത്."

ഗാർഡൻലൈറ്റിന്റെ താഴെ ഇട്ടിരിക്കുന്ന ചൂരൽകസേരയിൽ ചാരി ഇരുന്നുകൊണ്ട് മിത്ര പറഞ്ഞു.

"ഇവർക്കെന്താണ് സംഭവിക്കുന്നതെന്ന് ഞാൻ പറയാം. സ്നേഹ ഇരിക്കൂ.

എല്ലാ മാനസികരോഗങ്ങളെയും ഭ്രാന്ത് എന്ന പേരിൽ മുദ്ര കുത്തരുത്. മാനസികാസ്വാസ്ഥ്യങ്ങൾ പല തരത്തിലാണ് പ്രകടമാകുന്നത്. വിഷാദരോഗം, ആത്മഹത്യാപ്രവണത, ചിലസമയങ്ങളിൽ എവിടേക്കെങ്കിലും ഇറങ്ങി ഓടുക, എതിർക്കാൻ ശ്രമിച്ചാൽ നിയന്ത്രണം വിട്ടു പെരുമാറുക ഇതൊക്കെയല്ലേ സാധാരണ ലക്ഷണങ്ങൾ? വാസ്തവത്തിൽ രോഗമില്ലാത്തവർക്കും ജീവിതത്തിൽ ഏതെങ്കിലുമൊക്കെ സമയങ്ങളിൽ ഇതൊക്കെ ഉണ്ടാകാറില്ലേ? ഏതോ അറിയാത്ത നൊമ്പരം പേറി വിഷാദത്തോടെ നമ്മളൊക്കെ ജീവിതത്തിൽ എവിടെയെങ്കിലുമൊക്കെവച്ച് ഏകാന്തതയെ

സ്നേഹിച്ചിട്ടില്ലേ? ചില പ്രത്യേക ഘട്ടങ്ങളിൽ മരണമാണ് രക്ഷാമാർഗ്ഗമെന്ന് ഒരു മാത്രയെങ്കിലും ചിന്തിക്കാത്തവർ എത്ര പേരുണ്ടാകും? ജീവിതത്തിൽ ദുരിതങ്ങളും പരീക്ഷണങ്ങളും നിർത്താതെ പിന്തുടരുമ്പോൾ എവിടെയെങ്കിലും ഓടി രക്ഷപ്പെട്ടാലോ എന്നു വിചാരിക്കാത്തവർ ആരുണ്ട്? ഇവരെല്ലാം ഭ്രാന്തന്മാരാണോ? ചിലരിൽ ഇത്തരം ഡിസ്ഓർഡേഴ്സ് കൂടുതൽ സമയം നിലനിൽക്കുന്നു. മരുന്നുകൾ കഴിക്കുമ്പോൾ ചിലർ പൂർണമായും രോഗവിമുക്തി നേടുന്നു. ചിലരാകട്ടെ സുഖം പ്രാപിച്ച ശേഷം വീണ്ടും ചില ഇടവേളകളിൽ രോഗലക്ഷണങ്ങൾ കാണിക്കുന്നു. മരുന്ന് നിർത്തുന്നതു തന്നെയായിരിക്കും പലപ്പോഴും ഇതിന്റെ കാരണം. വാസ്തവത്തിൽ ബ്രെയിനിനുള്ളിലെ കെമിക്കൽ ഇംബാലൻസാണ് മാനസികാസ്വാസ്ഥ്യങ്ങൾക്കു വഴിയൊരുക്കുന്നത്.

"സ്നേഹയ്ക്ക് മനസ്സിലാകുന്നുണ്ടോ?"

ഇടയ്ക്ക് ഒന്ന് നിർത്തിയിട്ട് മിത്ര ചോദിച്ചു.

"തീർച്ചയായും. ഞാനിതെക്കുറിച്ച് അധികം വായിച്ചിട്ടില്ല. സൈക്കോളജിയിൽ എം.എ. എടുത്തെങ്കിലും വിഷയത്തിൽ എന്റെ അറിവ് വളരെ പിൻപിലാണെന്ന് എനിക്കറിയാം."

സ്നേഹ പറഞ്ഞു.

മിത്രയ്ക്ക് വീണ്ടും പറയാനുണ്ടായിരുന്നു. പുസ്തകങ്ങളിൽ വായിച്ച് പഠിച്ച അറിവായിരുന്നില്ല അത്. അനുഭവങ്ങളിലൂടെ മനസ്സിൽ തട്ടിയ കാര്യങ്ങളെ വിശകലനം ചെയ്തു പഠിച്ചപ്പോൾ അവയ്ക്ക് ജീവൻ നൽകണമെന്ന് തോന്നി.

"എന്റെ പരീക്ഷണങ്ങളുടെ ഉറവിടം....." ഒന്നു നിർത്തിയിട്ട് മിത്ര ചിരിച്ചുകൊണ്ടു തുടർന്നു.

"ഞാൻ തന്നെയാണ്. ഞാൻ വീട്ടിൽനിന്ന് ഒരു ദിവസം ഇറങ്ങി ഓടുമ്പോൾ അതിന്റെ മെഡിക്കൽ ടേം ഡിപ്രഷൻ എന്നാണെന്നോ ആൻക്സൈറ്റി ഡിസ്ഓർഡർ ആണെന്നോ എന്നൊന്നും എനിക്കറിയില്ലായിരുന്നു. ഒന്നു മാത്രം അറിയാം. മാനസിക സംഘർഷം അതിന്റെ പാരമ്യതയിൽ എത്തുകയും മനസ്സിന്റെ നിയന്ത്രണം നഷ്ടപ്പെടുകയും ചെയ്തിരുന്നു. എനിക്ക് അങ്ങനെയൊരു പാരമ്പര്യ രോഗമില്ല. സാഹചര്യങ്ങളാവാം അതിന് കാരണമായത്. പക്ഷേ ചെറുപ്പത്തിൽതന്നെ മനസ്സ് വളരെ അപ്സറ്റാകുമ്പോൾ എവിടേക്കെങ്കിലും ഓടുന്ന സ്വഭാവമുണ്ടായിരുന്നു. അന്ന് അതാരും ഗൗരവമായി എടുത്തില്ല. മരുന്നുകൊണ്ടും ക്രമമായ 'സെറാപ്പി സെഷനുകൾ' കൊണ്ടും ആ അവസ്ഥയെ ഞാൻ തരണം ചെയ്തു.

തലച്ചോറിനകത്തെ സെല്ലുകളുടെ ഡി.എൻ.എ യിലുണ്ടാകുന്ന കെമിക്കൽ ഇംബാലൻസിനെ മരുന്ന് നേരെയാക്കുന്നു. ചിലർക്ക് മരുന്നുകളുടെ ഫലം പെട്ടെന്നുണ്ടാകും. വിഷാദരോഗങ്ങൾ പോലെയുള്ള അസുഖം

മരുന്നുകളുടെ ഫലമായി ചിലരിൽ ഒരിക്കലും തിരിച്ചുവരാതെ അപ്രത്യക്ഷമാകാറുണ്ട്. ചില മാനസികാസ്വാസ്ഥ്യങ്ങൾ നൂറുശതമാനം പാടെ വിട്ടുമാറുന്നില്ലായിരിക്കാം. പക്ഷേ മരുന്നുകൾ അവയെ നിയന്ത്രണവിധേയമാക്കുകയും രോഗിയെ സാധാരണ ജീവിതം നയിക്കുവാനും ജോലി ചെയ്യുവാനും സഹായിക്കുകയും ചെയ്യുന്നു.

ഡയബറ്റിസ്, ബ്ലഡ് പ്രഷർ എന്നിവയും അങ്ങനെ തന്നെയല്ലേ? മരുന്നുകൊണ്ട് അവ നിയന്ത്രണത്തിലാകുകയും രോഗി സാധാരണ ജീവിതം നയിക്കുകയും ചെയ്യുകയല്ലേ ? അപ്പോൾ പിന്നെ നമ്മുടെ വിചാരങ്ങളെയും വികാരങ്ങളെയും നിയന്ത്രിക്കുന്ന പ്രോട്ടീനുകളുടെ ന്യൂനത മരുന്നുവഴി പരിഹരിക്കാനും രോഗത്തെ നിയന്ത്രിക്കുവാനും ആവില്ലേ?

സാധിക്കും! ആ വിശ്വാസമാണ് മൈത്രേയിയുടെ സൗരഭ്യം. എപ്പോഴോ അവിചാരിതമായി വിരുന്നു വന്നുപോയ ഒരു സന്ദർശകൻ മാത്രമായി രോഗത്തെ കാണുവാൻ എല്ലാവർക്കും കഴിഞ്ഞു. അവർക്ക് ചെയ്യാൻ നിരവധി കാര്യങ്ങൾ. ഉത്തരവാദിത്തങ്ങൾ. സൗഹൃദങ്ങൾ. ജീവിതം വിലപ്പെട്ടതാണെന്ന് അവർക്ക് മനസ്സിലായി. അവർ ജീവിതത്തെ സ്നേഹിക്കാൻ പഠിച്ചു."

മിത്ര പറഞ്ഞുനിർത്തി. ഇരുവരുടെയും ഇടയിൽ നിമിഷങ്ങൾ നിശ്ശബ്ദമായിരുന്നു. സ്നേഹയുടെ മനസ്സിൽ മാണിക്യം പോലെ മിത്ര തിളങ്ങിനിന്നു. ജീവിതത്തെ ഇത്ര മധുരമായി സ്നേഹിക്കാൻ എത്ര പേർക്കു കഴിയും?

ഉറങ്ങുന്നതിനു മുൻപ് സ്നേഹ അച്ഛന് ഫോൺ ചെയ്തു. എത്ര ആകാംക്ഷ ഉണ്ടായാലും അച്ഛൻ ഒരു പരിധിയിൽ കവിഞ്ഞു ചോദ്യങ്ങൾ ചോദിക്കില്ല. അഭിപ്രായം ചോദിച്ചാൽ മാത്രം പറയും. നോട്ട്പാഡെടുത്ത് ആദ്യത്തെ പേജിൽ സ്നേഹ ഇങ്ങനെ എഴുതി. 'ഷീ ഈസ് മാർവലസ്. അതിലും നല്ലൊരു വാക്ക് കിട്ടുന്നതുവരെ ഞാനത് ഉപയോഗിക്കട്ടെ!'

മൂന്ന്

വലിയ ഇറയത്തെ തൂക്കു വിളക്കിൽനിന്ന് കൈവിളക്കിലേക്കു തിരി പകർന്ന് അടുക്കളപുരയിലേക്കു നടക്കുമ്പോൾ സമയം നാലര ആയിട്ടേയുണ്ടായിരുന്നുള്ളൂ. എന്നാലും കിഴക്ക് വെള്ളി അലുക്കുകൾ മെല്ലെ അണിനിരക്കാൻ തുടങ്ങിയിരിക്കുന്നു.

മെടയുടെ കുറ്റിക്കൊളുത്ത് ഊരിമാറ്റി. അടുക്കളപുരയിലെ രണ്ട് വരാന്തകൾക്കും പൊക്കം ഇത്തിരി കൂടുതലാണ്. കാല് ഉയർത്തി കയറുമ്പോൾ കാൽവണ്ണയ്ക്കു നല്ല വേദന തോന്നുന്നു.

അടുക്കളവാതിൽ ശബ്ദത്തോടെ തുറന്നു. പഴയ അറവാതിലാണ്. സാക്ഷയ്ക്കു വല്ലാത്ത മുറുക്കം. അകത്തു കയറി ലൈറ്റിട്ടു. അടുപ്പിനകത്ത് രാത്രിയിൽ കിടക്കുന്നതിനു മുൻപ് വിറകുകൊള്ളികൾ അടുക്കിവച്ചിട്ടുണ്ട്. കൈവിളക്കീന്ന് തിരിപകർന്ന് വിറക്കൊള്ളികൾക്ക് തീപിടിപ്പിച്ചു. ഒരു നിമിഷം കൈ കൂപ്പിനിന്നു. അടുത്ത് ഗ്യാസും സ്റ്റൗവും ഉണ്ട്. പക്ഷേ വെളുപ്പിനു നിലവിളക്കിൽ നിന്ന് പകർന്ന തീനാളം കൊണ്ട് വിറകടുപ്പിൽ തീ കൊളുത്തിയാലാണ് ഐശ്വര്യം. അഗ്നിദേവനെ വണങ്ങിക്കൊണ്ടാണ് ഓരോ ദിവസവും തുടങ്ങുന്നത്. എത്ര വർഷത്തെ മുടങ്ങാത്ത പതിവാണത്. കുടുംബത്തിന്റെ സുകൃതം.

"എൺപത്തിയെട്ടാം വയസ്സിലും ഇതൊക്കെ ചെയ്യണോ? ഇരുട്ടിൽ നടന്ന് എവിടെയെങ്കിലും തടഞ്ഞ് വീണാലെന്ത് ചെയ്യും?"

മകൾ ശാന്ത ഇടയ്ക്കിടെ ദേഷ്യപ്പെടാറുണ്ട്. ഒന്നും കേട്ട ഭാവം കാണിക്കാറില്ല. ഏത് ഇരുട്ടിലും ഈ വീട്ടിൽ കണ്ണുകൾ വെളിച്ചം തരുമെന്ന് അവളോട് പറഞ്ഞില്ല. രാവിലെ എഴുന്നേറ്റ് അടുപ്പിൽ തീ കൊളുത്തി കാപ്പിക്കുരു വറുത്ത് പൊടിച്ചു തയ്യാറാക്കിയ കാപ്പി കുടിച്ചാണ് ഒരു ദിവസം തുടങ്ങുന്നത്. അതിനും ശാന്ത പരിഭവിക്കും.

"അമ്മ എന്തിനാണ് ഈ കയ്ക്കുന്ന കാപ്പി കുടിക്കുന്നത്? രാവിലെ അഞ്ചുമണിക്ക്, ഞാനുണ്ടാക്കിത്തരാം നല്ല ഒന്നാന്തരം ബ്രൂകാപ്പി."

ഈ കാപ്പിതന്നെ മതിയെന്ന് നിർബന്ധം പറയുമ്പോൾ ശാന്ത ചിരിക്കും. പതിവുകളും ചിട്ടയും ഏറ്റവും അറിയാവുന്നത് അവൾക്കാണ്. അതൊന്നും മാറ്റാൻ അവൾ വാശിപിടിക്കാറുമില്ല.

"അമ്മ വെളുപ്പിനെ തന്നെ എഴുന്നേറ്റോ? ഞാൻ കാപ്പിയിട്ടുതരാം."

ഉറക്കെ സംസാരിച്ചുകൊണ്ട് ശാന്ത അടുക്കളയിലേക്കു വന്നു. അവൾക്ക് ശബ്ദം താഴ്ത്തി സംസാരിക്കാനറിയില്ല. ഇത്ര രാവിലെ ഇന്നെന്തിനാണോ എഴുന്നേറ്റത്. സാധാരണ അഞ്ചരയൊക്കെ കഴിഞ്ഞാണ് എഴുന്നേൽക്കുന്ന പതിവുള്ളത്. അതു ചോദിക്കുകയും ചെയ്തു.

"നീ ഇന്ന് നേരത്തെ തന്നെ എഴുന്നേറ്റോ? എവിടെയെങ്കിലും പോകുന്നുണ്ടോ?"

കാൽമുട്ടിൽ കൈ രണ്ടും താങ്ങി മെല്ലെ എഴുന്നേറ്റപ്പോൾ ശാന്ത അടുത്തു വന്നു ചോദിച്ചു.

"ഇന്നു വാവല്ലേ? ബലി ഇടണ്ടേ? അമ്മ മറന്നുപോയതാണ്. വലിയേട്ടൻ ഒൻപതര ആകുമ്പോഴേക്കും ഇങ്ങെത്തും."

ശരിയാണല്ലോ. ഇതെങ്ങനെ മറന്നുപോയി? രാത്രിയിൽ കിടന്നപ്പോഴും ഇതുതന്നെയാണ് ആലോചിച്ചുകൊണ്ടിരുന്നത്. രാവിലെ വെറുതെ എഴുന്നേറ്റു ബുദ്ധിമുട്ടരുതെന്നും എല്ലാം തനിയെ ചെയ്തോളാമെന്നും രാത്രിയിൽ ശാന്ത പറഞ്ഞതുമാണ്. സ്ലെയിറ്റിൽ മായ്ക്കുന്നതുപോലെ പുലർന്നപ്പോൾ എല്ലാം ഒരു നിമിഷം മറന്നുപോയി. എഴുന്നേൽക്കേണ്ടെന്ന് പറഞ്ഞാലും എല്ലാം ഒന്നു നോക്കാതിരിക്കുന്നതെങ്ങനെ. പിതൃക്കൾക്ക് ബലിയിടുമ്പോഴും ശ്രാദ്ധമൂട്ട് വയ്ക്കുമ്പോഴും ഇപ്പോഴും ഒരങ്കലാപ്പാണ്. ചെറിയതോതിലുള്ള സദ്യതന്നെ ഒരുക്കണം. ഉപ്പുപോലും ഒന്നിനും നോക്കാൻ പാടില്ല. ശുദ്ധമായി ഭക്തിയോടെ സമർപ്പിക്കണം. കുറവുകളും തെറ്റുകളും പിതൃക്കൾ സഹിക്കില്ല.

ശാന്ത ഫ്രിഡ്ജ് തുറന്ന് പച്ചക്കറികളെല്ലാം മുറത്തിൽ നിരത്തി. സാധാരണ ജോലിക്കാരിപെണ്ണ് ഭാനുമതി പിറ്റെ ദിവസത്തേക്കുള്ള പച്ചക്കറിയെല്ലാം നുറുക്കിവയ്ക്കുന്ന പതിവുണ്ട്. പിതൃക്കൾക്ക് ശ്രാദ്ധമൂട്ടിന് വേണ്ടതെല്ലാം വീട്ടുകാരു തന്നെ ചെയ്യണം. അങ്ങനെ ഒരു നിർബന്ധം പറഞ്ഞപ്പോൾ ശാന്ത എതിർത്തില്ല. കതകിന്റെ പിൻപിൽ ചാരിവച്ചിരുന്ന ഇരുപ്പുപലക എടുത്തിരുന്നുകൊണ്ട് ശാന്ത ധൃതിയിൽ പച്ചക്കറികൾ നുറുക്കാൻ തുടങ്ങി. മുതിർന്ന രണ്ടു മക്കളുണ്ടായിട്ടും അവളെ കണ്ടാൽ ഇപ്പോഴും ഒരു ചെറിയ പെണ്ണിനെ പോലെയുണ്ട്. പൊക്കവും തീരെ കുറവ്. എന്നാലും ഒരു ചെറിയ സദ്യ ഒരുക്കാൻ അവളുതന്നെ മതി. ഒന്നിനും ഒരു കുറവും വരാതെ നോക്കാനവൾക്ക് അറിയാം.

ആ അനുഗ്രഹം കുടുംബത്തിലെപ്പോഴും ഉണ്ട്. പണ്ട് പണ്ടാണ്. വളരെ വർഷങ്ങൾക്ക് മുൻപ് നടന്ന സംഭവം. ഇപ്പോഴും ഓർമ്മയുണ്ട്.

നേരം പരപരാ വെളുക്കുന്നതേയുള്ളൂ. പാടത്ത് വെള്ളം വിടാൻ കൊച്ചു മൂപ്പൻ ഇറങ്ങിയപ്പോഴാണ് അതുകണ്ടത്. പടിഞ്ഞാറെ പറമ്പിൽ സുന്ദരി പശു കെട്ടഴിഞ്ഞ് നിന്നു മേയുന്നു. പശുത്തൊഴുത്തിൽ പത്തുപന്ത്രണ്ട് കറവപ്പശുക്കളുള്ള കാലം. അന്നൊക്കെ കുടുംബത്തിലെ അംഗങ്ങളെ പോലെ പശുക്കളെയും കരുതിയിരുന്നു. ഓരോന്നിനും പേരും വിളിച്ച് എത്ര പണിക്കാരുണ്ടായാലും തീറ്റ കൊടുക്കാനും കുളിപ്പിക്കാനും വീട്ടുകാരും ഒപ്പം നിൽക്കുമായിരുന്നു. കൊച്ചുമൂപ്പൻ അടുത്തുപോയി നോക്കിയപ്പോൾ കാണുന്നത് തൊഴുത്തിൽ കെട്ടിയിരുന്ന അഞ്ചാറു പശുക്കൾ അവിടെയും ഇവിടെയുമായി പച്ചപ്പുല്ല് തിന്നു നടക്കുന്നതാണ്. പശുക്കളെ തൊഴുത്തിൽ വൈകുന്നേരം കെട്ടിയത് ശരിയാകാഞ്ഞതു കൊണ്ടാണെന്നാണ് വിചാരിച്ചത്.

ഒരാഴ്ച കഴിഞ്ഞ് ചങ്ങനാശ്ശേരിയിൽ നിന്ന് ഒരു പൊലീസുകാരൻ വീട്ടിൽ വന്നു വിവരം പറഞ്ഞപ്പോഴാണ് കാര്യം മനസ്സിലായത്.

ആയിടെ നാട്ടിലൊക്കെ നടന്ന് പശുക്കളെ മോഷ്ടിക്കുന്ന രണ്ട് കള്ളന്മാരെ പൊലീസുകാർ പിടികൂടി ചോദ്യം ചെയ്തപ്പോൾ അടുത്ത കാലത്ത് നടത്തിയ മോഷണങ്ങളൊക്കെ അവർ പറഞ്ഞു. ആ കൂട്ടത്തിൽ ഈ വീട്ടിൽ നിന്നുണ്ടായ ഒരനുഭവം ഭയത്തോടെ രണ്ടുപേരും പറഞ്ഞുപോലും.

പുലർച്ചെ ഏകദേശം മൂന്നുമണിയോടെ മോഷണത്തിനിറങ്ങിയ അവർ ഈ വീട്ടിലെ തൊഴുത്തിൽ നിന്ന് അഞ്ചാറ് പശുക്കളെ അഴിച്ച് പുറത്തേക്കു കൊണ്ട് നടന്നപ്പോൾ ആരോ പുറകിൽ നിന്നു വിളിക്കുന്ന ശബ്ദം കേട്ടു. പരിഭ്രമിച്ച് തിരിഞ്ഞുനോക്കിയപ്പോൾ കൈയിലൊരു വടിയുമായി വളരെ വയസ്സായ ഒരാൾ നിൽക്കുന്നു. സാരമാക്കാതെ ധൃതിയിൽ പശുക്കളെയും കൊണ്ട് മുന്നോട്ട് ഓടാൻ ശ്രമിച്ചപ്പോൾ ആ ആൾ മുൻപിൽ നിൽക്കുന്നു. കിഴക്ക് ഭാഗത്തേക്കു പോകാൻ തുടങ്ങിയപ്പോഴവിടെയും ഒരാൾ നിൽക്കുന്നു.

ആകെയൊരു പന്തികേട് തോന്നി. ഭയം കൊണ്ട് ഉറക്കെ നിലവിളിച്ച് ഒരുവിധത്തിൽ നോക്കാതെ ഓടി രക്ഷപ്പെടുകയായിരുന്നു.

ഓർക്കുമ്പോൾ ഇപ്പോഴും മനസ്സ് നിറയുകയാണ്. പഴയ തലമുറ ഒപ്പമുണ്ടെന്ന വിശ്വാസം എപ്പോഴുമുണ്ട്. കുടുംബത്ത് അത്യാപത്തുകൾ വന്നപ്പോഴും ആ വിശ്വാസം കൈവിട്ടില്ല. വല്ലാതെ മനസ്സ് മുറിപ്പെട്ടുവെങ്കിലും അതൊക്കെ ജീവിതത്തിന്റെ ഭാഗമാണെന്നാശ്വസിക്കുകയായിരുന്നു ചെയ്തത്.

"അമ്മയെന്താ ഇങ്ങനെ നിൽക്കുന്നത്? പനിയുണ്ടോ?"

ശാന്ത അടുത്തുവന്ന് നെറ്റിയിൽ കൈ വച്ച് നോക്കിക്കൊണ്ട് ചോദിച്ചു. കുറച്ചധികം നേരമായി ഇങ്ങനെ നിൽക്കുന്ന കാര്യം ഇപ്പോഴാണോർത്തത്.

"ഒന്നും ഇല്ല. ഞാൻ വെറുതെ ഓരോന്ന് ഓർത്തുകൊണ്ടങ്ങനെ നിന്നുപോയതാ......"

“ഓർത്തെന്നോ?..... ഓർക്കാൻ നല്ല സമയം.....” ശാന്ത ചിരിച്ചുകൊണ്ട് പറഞ്ഞു.

“അമ്മയ്ക്ക് കുളിക്കാൻ വെള്ളം ചൂടാക്കി തരാം. ഇപ്രാവശ്യം മുങ്ങിക്കുളിയൊന്നും വേണ്ട.” ശാന്ത ഓർമ്മിപ്പിച്ചു.

അവളുടെ കൈയിൽ പിടിച്ചുകൊണ്ട് സാവധാനം നടന്നു. കുറച്ചു സമയം എവിടെയെങ്കിലും നിൽക്കുകയോ ഇരിക്കുകയോ ചെയ്താൽ കാലിന് വേദനയുണ്ട്. എന്നാലും മുങ്ങിക്കുളിക്കുക തന്നെ വേണം. വാശിപിടിച്ചാൽ ശാന്ത സമ്മതിക്കും.

“എനിക്കു മുങ്ങിക്കുളിക്കണം ശാന്തേ. അത്ര തണുപ്പൊന്നും ഇല്ല.” സ്വരത്തിൽ അല്പം ഗൗരവം കലർത്തിയാണ് പറഞ്ഞത്. തോർത്തും മുണ്ടും കൈയിൽ എടുക്കുകയും ചെയ്തു. പക്ഷേ ശാന്ത തടഞ്ഞുനിർത്തി അതേ ഗൗരവത്തിൽ പറഞ്ഞു.

“തണുപ്പൊക്കെയുണ്ട്. അമ്മ വാശി പിടിക്കരുത്. പനിയും ചുമയും ഇപ്പോൾ ഒന്നു മാറിയതല്ലേയുള്ളൂ! എത്ര ദിവസമാണ് അസുഖമായിട്ട് ഇരുന്നത്. മറന്നുപോയോ?”.

ഒരു കണക്കിനു ശരിയാണ്. പനിയും ചുമയും മാറിയതേയുള്ളൂ. ഒരു മാസത്തോളം വിഷമിച്ചു. ശാന്തയാണ് എപ്പോഴും ഒപ്പം നിന്നുനോക്കിയത്. അവൾ പറയുന്നത് കേൾക്കുക തന്നെ. അസുഖം വന്നാലും ബുദ്ധിമുട്ടേണ്ടത് ശാന്ത തന്നെയല്ലേ!

ചൂടുവെള്ളത്തിൽ കുളിച്ചു. തണുത്ത വെള്ളമെടുത്ത് തലയിൽ കുടഞ്ഞ് ഗംഗാജലമെന്നു സങ്കൽപ്പിച്ച് മൂന്നുപ്രാവശ്യം പ്രദക്ഷിണം വച്ചു. മുങ്ങിക്കുളിച്ചതിന് സമമാണത്.

ഹരിദ്വാറിൽ പോയ വിശേഷങ്ങൾ പറയുന്ന കൂട്ടത്തിൽ മിത്രയാണതു പറഞ്ഞത്. യാത്രയിൽ ഒപ്പമുണ്ടായിരുന്ന ഒരു സ്വാമിനി അങ്ങനെ പറഞ്ഞു പോലും. മൂക്കിനുപിടിച്ച് കറക്കി തനിക്കൊരു ഉപദേശവും തന്നു മിത്ര.

“....അതുകൊണ്ട് ഇനിയും തണുത്ത വെള്ളത്തിൽ മുങ്ങിക്കുളിച്ച് പനിയും ജലദോഷവും വരുത്തിവയ്ക്കരുത്. ഇങ്ങനെ ചെയ്താൽമതി കേട്ടോ...”

മിത്രയെപ്പറ്റി ഓർക്കുമ്പോഴൊക്കെ മനസ്സിന് എന്തെന്നില്ലാത്ത ഒരു വിങ്ങലാണ്. ചെറിയ കുട്ടി ആയിരുന്നപ്പോൾ മഹാവികൃതി ആയിരുന്നവൾ. ഇപ്പോഴെത്ര മാറിയിരിക്കുന്നു. പത്തുവയസ്സു വരെ ഇവിടെ വളർന്നതിന്റെ സ്നേഹോം കാര്യവും ഇപ്പോഴുമുണ്ട്. രണ്ടുവയസ്സുള്ളപ്പോൾപോലും അവളുടെ അമ്മ ഇല്ലാതെ ഇവിടെ നിൽക്കുമായിരുന്നു. അമ്മയെ കാണാൻ പെട്ടെന്നു കരഞ്ഞാലോ എന്നു കരുതി എന്നും രാവിലെ ചോദിക്കുമായിരുന്നു.

“മോൾക്ക് മോൾടെ അമ്മയെ കാണണോ? അമ്മയുടെ അടുത്ത് പോകണോ?”

കൈപിടിച്ച് അവളപ്പോൾ പറയും.

"വേണ്ട. എനിക്കീ അമ്മയെ മതി. ആ അമ്മ വേണ്ട."

നിർത്താതെ കളിയും ചിരിയുമായി എത്ര കുസൃതിയായിരുന്നു മിത്ര. കുട്ടിത്തം മാറുന്നതിന് മുൻപ് അവളുടെ ചിരിയും വർത്തമാനവും ഇല്ലാതെയായി. എപ്പോഴും എന്തോ ആലോചിച്ചുകൊണ്ട് നടക്കുന്നത് കാണാം. ഒന്നുരണ്ട് പ്രാവശ്യം ചോദിച്ചിട്ടുണ്ട്.

"എന്താ കുഞ്ഞേ നീ ഇത്രയും ആലോചിക്കുന്നത്? ചിരിച്ചും കളിച്ചും നടക്കേണ്ട ഈ പ്രായത്തില്....? ".

കെട്ടിപ്പിടിച്ചൊരു ഉമ്മയായിരുന്നു മറുപടി. അവളെപ്പോഴും അങ്ങനെ തന്നെ. ഉത്തരം പറയാൻ ഇഷ്ടപ്പെടാത്ത കാര്യമാണെങ്കിൽ കെട്ടിപ്പിടിച്ചൊരു ഉമ്മ തരും. സൂത്രക്കാരി!

മാധവൻകുട്ടിയുമായി പിരിഞ്ഞെന്നറിഞ്ഞപ്പോഴും എത്ര പ്രാവശ്യം കാര്യം ചോദിച്ചതാണ്. അവളൊന്നും പറഞ്ഞില്ല. ആരോടും പറഞ്ഞില്ല. ശാന്തേടെ ഭർത്താവിനോട് ഒരിക്കൽ ഇംഗ്ലീഷിൽ എന്തൊക്കെയോ പറയുന്നത് കേട്ടു. ആദ്യം മുതൽ തന്നെ അവര് തമ്മിൽ പൊരുത്തക്കേടായിരുന്നുവെന്നാണ് ശാന്ത പറഞ്ഞത്. പ്രായവ്യത്യാസോം കുറച്ചധികമായിരുന്നല്ലോ. ചെറുപ്രായത്തില് കല്യാണം കഴിപ്പിച്ച് അന്യനാട്ടിലേക്ക് അയയ്ക്കരുതെന്ന് കുടുംബത്തിലെല്ലാവരും എത്ര പറഞ്ഞതാണ്. അവളുടെ അച്ഛൻ തന്നിഷ്ടപ്രകാരം എല്ലാം ചെയ്തുവയ്ക്കുകയും ചെയ്തു.

ഇപ്പോൾ ഏതോ വലിയ വലിയ കാര്യങ്ങളൊക്കെ അവൾ ചെയ്യുന്നുവെന്ന് ശാന്ത പറയുന്നു. രാഷ്ട്രപതിയിൽ നിന്നു വല്യ ബഹുമതി വാങ്ങി വന്നിരിക്കുന്നു. മിടുക്കത്തി. എന്നാലും കുടുംബോം കുട്ടികളും ഒന്നും ഇല്ലാതായി പോയല്ലോ. ഓരോരോ അനുഭവങ്ങള്!

കുളികഴിഞ്ഞ് അലക്കിയ മുണ്ടും റൗക്കേം ധരിച്ചു. വലിയ ഇൗറയത്തെ തൂക്കുവിളക്കിൽ നിറയെ എണ്ണ പകർന്നു. തൂക്കുവിളക്കിലെ ദീപം അണയ്ക്കാറില്ല. കെടാവിളക്കാണ്. ഭസ്മക്കുട്ടയിൽ നിന്നു ഭസ്മം എടുത്തു നെറ്റിയിൽ വരച്ച് അടുക്കളപ്പുരയിലെത്തിയപ്പോൾ ശാന്ത പ്രാതൽ വിളമ്പി.

ഗോതമ്പ് പുട്ടും പൂവൻ പഴോം. വാവുദിവസം രാവിലെ അരിയാഹാരം കഴിക്കാറില്ല. പുട്ടിൽ പഴം നുറുക്കിയിട്ട് കഴിക്കാൻ തുടങ്ങിയപ്പോൾ പെട്ടെന്നു പിൻഭാഗത്ത് നിന്ന് ഒരു കൈ വന്നു പ്ലേറ്റിൽ നിന്നു വാരിയെടുത്തു. തിരിഞ്ഞുനോക്കേണ്ടിവന്നില്ല. മിത്ര അടുത്തുവന്നിരുന്നു കൈപിടിച്ചു. ഒരു കൈ കൊണ്ട് അവളെ ചുറ്റിപ്പിടിച്ചിട്ട് പറഞ്ഞു.

"നമുക്കൊരുമിച്ച് കഴിക്കാം കുഞ്ഞേ....."

"അമ്മമ്മേ, എന്റെ കൂടെ ഒരാൾ കൂടെ ഉണ്ടല്ലോ." മിത്ര പറഞ്ഞു.

"ആരാ അത്? മാധവൻകുട്ടിയോ?". പെട്ടെന്ന് മനസ്സിലോർത്തത് മാധവൻകുട്ടിയേയാണ്.

"ഓ മാധവൻകുട്ടി! ഇപ്പോഴെവിടുന്നു വന്നു ഇങ്ങനൊരു ചിന്ത? ഈ അമ്മമ്മയുടെ ഒരു കാര്യം." മിത്ര പൊട്ടിച്ചിരിച്ചു.

"അമ്മയ്ക്ക് ഈയിടെയായി ഓർമ്മ ഇരുപത്തിയഞ്ചുകൊല്ലം പുറകോട്ടാണ്." ശാന്ത കൂട്ടിച്ചേർത്തു.

ഒപ്പം നിൽക്കുന്ന പെൺകുട്ടി ആരാണെന്നു ചോദിക്കുന്നതിനു മുൻപു തന്നെ മിത്ര പറഞ്ഞു.

"അമ്മമ്മേ, എന്നോടൊപ്പം ഡൽഹിയിൽ നിന്നു വന്ന കുട്ടിയാണിത്. സ്നേഹ. നമ്മുടെ നാട് കാണാനും നാടിനെ കുറിച്ച് എഴുതാനുമൊക്കെയായിട്ട് വന്നതാണ്. "

മിത്ര വിശദീകരിച്ചു.

"എത്ര ദിവസം ഇവിടെ ഉണ്ടാകും?" സ്നേഹയോട് ശാന്ത ചോദിച്ചു.

"അങ്ങനെയൊന്നും തീരുമാനിച്ചില്ല...." അവിടെയുമിവിടെയും തൊടാതെ സ്നേഹ മറുപടി നൽകി.

അമ്മമ്മയോടും ശാന്തയോടും മിത്ര സംസാരിച്ചുകൊണ്ടിരുന്നപ്പോൾ സ്നേഹ ചുറ്റും നടന്നുനോക്കി.

പഴമയും പുതുമയും കൂടിക്കലർന്ന വലിയ വീട്. തനതായ നാല് ഭാഗങ്ങളായി തിരിച്ചിരിക്കുന്ന വീടിന്റെ മദ്ധ്യത്തിൽ വലിയ മുറ്റം.

വലിയ തൂക്കുവിളക്കിൽ ദീപം കൊളുത്തിയ ഇടം അറയും നിരയും ഉള്ളതാണ്. കൊത്തുപണികളുള്ള വലിയ അറവാതിലുകളും ചാരുപടികളുള്ള വരാന്തകളും. ഒരു ഭാഗം ആധുനികരീതിയിൽ പണികഴിപ്പിച്ചിരിക്കുന്ന ഒരു വില്ലപോലെ തോന്നുന്നു. മറ്റൊന്ന് വീണ്ടും മുറികളും വരാന്തകളും അറയും നിരയുമായി ഗാംഭീര്യത്തോടെ നിൽക്കുന്ന എടുപ്പ് വീട്. അമ്മമ്മ ആഹാരം കഴിച്ചുകൊണ്ടിരുന്നത് അടുക്കളയും ഊണുമുറിയും സ്റ്റോറും എല്ലാംകൂടിച്ചേർന്ന ഭാഗമാണെന്ന് മനസ്സിലായി. നടുമുറ്റത്തിന്റെ കിഴക്കു ഭാഗത്തുകൂടി നടന്ന് വിശാലമായ മറ്റൊരു മുറ്റത്തെത്തിയപ്പോൾ അമ്മമ്മയും മിത്രയും അടുത്തേക്ക് വന്നു.

മിത്ര ചോദിച്ചു.

"സ്നേഹ ഇങ്ങനെയുള്ള വീട് കണ്ടിട്ടുണ്ടോ?"

ഉണ്ടെന്നോ ഇല്ലെന്നോ പറയാതെ സ്നേഹ മിത്രയെ തന്നെ നോക്കി നിന്നു. ഒരു കൊച്ചുകുട്ടിയുടെ ഉത്സാഹം നിറഞ്ഞ മുഖവും ഭാവങ്ങളുമായി ഇതുവരെ കണ്ടിട്ടുള്ളതിൽ നിന്ന് വ്യത്യസ്തയായി മറ്റൊരു മിത്ര!

വീണ്ടും മിത്ര പറഞ്ഞു.

"സ്നേഹ , ഞങ്ങളുടെ കൂവളത്തറ കാണിക്കാം. വരൂ".

മുറ്റത്തിന്റെ കിഴക്ക് ഭാഗത്തു കെട്ടിയിരിക്കുന്ന പ്ലാറ്റ്ഫോം പോലെയുള്ള എടുപ്പിൽ നിന്നു മൂന്നുനാല് പടികൾ കയറിയാണ് ധാരാളം വൃക്ഷങ്ങൾ

നിൽക്കുന്ന കൂവളത്തറയുടെ അടുത്തെത്തിയത്. ഇടയ്ക്ക് അമ്മമ്മ സ്നേഹത്തോടെ ചോദിച്ചു.

"മോൾടെ അച്ഛന്റെ പേരെന്താണ്?"

സ്നേഹ പെട്ടെന്ന് മിത്രയുടെ മുഖത്തേക്കു നോക്കി. മിത്ര കാര്യം മനസ്സിലായതുപോലെ ചിരിച്ചുകൊണ്ട് പറഞ്ഞു.

"അമ്മമ്മേ, ഈ കുട്ടി നമ്മളെപ്പോലെ തന്നെയാണ്. അല്ലെങ്കിൽ ഞാൻ കൂവളത്തറയിൽ കൂട്ടിക്കൊണ്ട് വരുമോ?"

കൂവളത്തറയിൽ മിത്രയും അമ്മമ്മയും തൊഴുത് പ്രദക്ഷിണം വച്ചു. മരിച്ചുപോയ കുടുംബാംഗങ്ങളുടെ അസ്ഥിത്തറയാണ്. അമ്മമ്മയുടെ അമ്മ, അമ്മൂമ്മ, അമ്മാവന്മാർ ഇവരുടെയെല്ലാം ഓർമ്മകൾ കാത്തുസൂക്ഷിക്കുന്ന സ്ഥലം. എല്ലാ ദിവസവും സന്ധ്യയ്ക്ക് മുൻപ് തൂക്കുവിളക്കിൽ നിന്നും തിരി കൊളുത്തി ഇവിടെ വിളക്ക് വയ്ക്കുന്നു. അത് മുടക്കാൻ പാടില്ല. അന്യരാരും ഇവിടെ വരാറുമില്ല.

കൂവളമരത്തിന്റെ ചുവട്ടിൽ ചതുരാകൃതിയിൽ കല്ല് കെട്ടിയിട്ടുണ്ട്. മദ്ധ്യഭാഗത്ത് ചെറിയ കല്ലു വിളക്ക്. ചുറ്റും ചെറിയ കമ്പിയിൽ ഇലയുടെ ആകൃതിയിൽ തകിടുകൾ ഉറപ്പിച്ചിരിക്കുന്നു.

ഒരിലപോലും പൊഴിക്കാതെ ഒരുപാട് ഓർമ്മകളും വിശുദ്ധിയും പേറി കൂവളമരം നിൽക്കുന്നതുപോലെ സ്നേഹയ്ക്ക് തോന്നി.

കൂവളത്തിന് മറ്റു വൃക്ഷങ്ങളെ അപേക്ഷിച്ച് ഇത്ര പ്രാധാന്യവും വിശുദ്ധിയും നൽകുന്നത് എന്തിനാണെന്നുള്ള സ്നേഹയുടെ സംശയത്തിന് അമ്മമ്മയാണ് മറുപടി നൽകിയത്.

സൃഷ്ടിസ്ഥിതിസംഹാരത്തിലൂടെയാണ് പ്രപഞ്ചചക്രം ഉരുളുന്നത്. സംഹാരമൂർത്തിയായി കണക്കാക്കുന്നത് ശിവനെയാണ്. മരണരഹസ്യങ്ങൾ സംഹാരമൂർത്തിയുമായി ബന്ധപ്പെട്ടിരിക്കുന്നു. കൂവളം ശിവന് ഏറ്റവും പ്രിയപ്പെട്ട വൃക്ഷമാണ്. കൂവളമരത്തിന്റെ ദർശനവും സ്പർശവും എല്ലാ പാപങ്ങളിൽ നിന്നും മോചിപ്പിക്കുന്നു.

മൂന്ന് ഇതളുകൾ പോലെ തോന്നിക്കുന്ന കൂവളത്തിന്റെ ഇലയുടെ വിശുദ്ധിയെക്കുറിച്ച് അമ്മമ്മ ഒരു കഥ പറഞ്ഞു. ഒരു കാട്ടിൽ ക്രൂരനായ ഒരു വേട്ടക്കാരൻ ജീവിച്ചിരുന്നു ഒരിക്കൽ. പുണ്യദിനമായ ശിവരാത്രി നാളിൽ ആഹാരം കിട്ടാതെ അലഞ്ഞുനടന്ന അയാൾ ഒരരുവിക്കരയിൽ നിന്ന വൃക്ഷത്തിൽ കയറി ഇരുന്നു. അരുവിയിൽ വെള്ളം കുടിക്കാനെത്തുന്ന ഏതെങ്കിലും മൃഗത്തെ കൊല്ലുകയായിരുന്നു അയാളുടെ ലക്ഷ്യം. ആ വൃക്ഷം കൂവളമരമാണെന്ന് അയാൾ അറിഞ്ഞിരുന്നില്ല. വൃക്ഷത്തിനു താഴെ പ്രതിഷ്ഠിച്ചിരുന്ന ശിവലിംഗമോ ശിവലിംഗത്തിന് മുകളിൽ തൂക്കിയിട്ടിരുന്ന വെള്ളം നിറച്ച മൺകുടമോ അയാളുടെ ശ്രദ്ധയിൽ പെട്ടില്ല.

കുറച്ചുസമയത്തെ കാത്തിരിപ്പിനു ശേഷം അരുവിയിൽ വെള്ളം കുടിക്കാനെത്തിയ ഒരു മാനിനെ അമ്പെയ്യാൻ അയാൾ ശ്രമിച്ചു. വില്ല് അബദ്ധത്തിൽ മൺകുടത്തിൽ തട്ടുകയും കുറച്ചു വെള്ളം കൂവള ഇലയോടുകൂടി ശിവലിംഗത്തിനുമേൽ പതിക്കുകയും ചെയ്തു. ശിവരാത്രിനാൾ അറിയാതെ ആണെങ്കിലും ശിവനെ അയാൾ പൂജിക്കുകയും തൻനിമിത്തം ക്രൂരനായ അയാളുടെ മനസ്സിൽ എവിടെയോ ദയയുടെ ഒരംശം പ്രകാശിക്കുകയും ചെയ്തു. തന്നെ നോക്കിയിരിക്കുന്ന വേട്ടക്കാരനോട് മാൻ അപേക്ഷിച്ചു.

"എന്റെ കുഞ്ഞുങ്ങൾക്ക് ആഹാരം എത്തിച്ചതിനു ശേഷം നിന്റെ ആഹാരമാകാൻ ഞാൻ വരാം. ദയവായി ഇപ്പോൾ എന്നെ വെറുതെ വിടുക".

കൂവള ഇലയും വെള്ളവും കൊണ്ടു നടത്തിയ പൂജയിൽ മാനസിക പരിവർത്തനം ലഭിച്ച വേട്ടക്കാരൻ പതിവിനു വിപരീതമായി മാനിന്റെ അപേക്ഷ സമ്മതിക്കുകയാണുണ്ടായത്.

വീണ്ടും രാത്രിയുടെ മദ്ധ്യത്തിൽ മറ്റൊരു മാൻ വെള്ളം കുടിക്കാനെത്തി. അമ്പെയ്യാൻ ശ്രമിച്ചപ്പോൾ അബദ്ധവശാൽ വീണ്ടും കുടത്തിൽ തട്ടുകയും വെള്ളവും ഇലയും കൂടി ശിവലിംഗത്തിൽ പതിക്കുകയും ചെയ്തു. ശിവന്റെ ഏറ്റവും പ്രിയപ്പെട്ട ഇലകൊണ്ട് അർച്ചന നടത്തിയതിന്റെ ഫലമായി അയാളുടെ മനസ്സിൽ വീണ്ടും വിശുദ്ധിയുടെ കിരണങ്ങൾ പ്രകാശിച്ചു. യാമത്തിന്റെ വൈകിയ വേളയിൽ എത്തിയ മറ്റൊരു ഇരയെ കൂടി ഇതേ സാഹചര്യത്തിൽ വേട്ടക്കാരൻ വിട്ടയയ്ക്കുകയും മൂന്നു പ്രാവശ്യം ചെയ്ത പൂജയുടെ ഫലമായി മനസ്സ് വീണ്ടും വിശുദ്ധമാകുകയും ചെയ്തു. പിറ്റെ ദിവസം രാവിലെ ആദ്യത്തെ മാൻ തന്റെ വാക്ക് പാലിച്ച് വേട്ടക്കാരന്റെ ആഹാരമാകുവാൻ സ്വയം സന്നദ്ധതയോടു കൂടി എത്തി. ശിവപൂജ ചെയ്ത് മാനസിക പരിവർത്തനം ഉണ്ടായ വേട്ടക്കാരൻ താൻ ചെയ്യുന്ന പാപത്തെക്കുറിച്ചു ബോധവാനാകുകയും കരുണ നിറഞ്ഞ മനസ്സോടെ തന്റെ ഇരയെ വിട്ടയയ്ക്കുകയും ചെയ്തു.

കൂവള ഇലകൾ കൊണ്ട് അബദ്ധവശാൽ പൂജിച്ചിട്ടു പോലും ക്രൂരനായ വേട്ടക്കാരൻ ശിവപ്രീതിക്ക് പാത്രമാകുകയും അയാൾക്ക് മാനസിക പരിവർത്തനം ലഭിക്കുകയും ചെയ്തു. അതാണ് കൂവളമരത്തിന്റെ മാഹാത്മ്യം.

കൂവളത്തറയിൽ നിന്ന് നടുമുറ്റത്തെത്തിയപ്പോൾ കോടിമുണ്ടുടുത്ത് തോർത്ത് പുതച്ച് ആദരവ് തോന്നിക്കുന്ന ഒരാൾ കാത്തുനിൽക്കുന്നുണ്ടായിരുന്നു.

മിത്ര പരിചയപ്പെടുത്തി.

"എന്റെ വല്യമ്മാവൻ. ഈ അമ്മമ്മയുടെ മൂത്ത മകൻ."

സ്നേഹ കൈകൂപ്പി. വല്യമ്മാവൻ ചിരിച്ചതേയുള്ളൂ. പിതൃക്കൾക്ക് ശ്രാദ്ധമൊരുക്കിയത് വല്യമ്മാവനാണ്. തൂക്കുവിളക്കിലെ ദീപം സദാ

പ്രകാശിക്കുന്ന വലിയ ഇറയത്തിലെ നിരവധി അറകളിൽ മദ്ധ്യത്തിലുള്ള അറവാതിൽ വല്യമ്മാവൻ വലിയ ശബ്ദത്തോടെ തുറന്നു. സദ്യയ്ക്കുള്ള എല്ലാ വിഭവങ്ങളും മിത്രയും ശാന്തച്ചിറ്റയും കൂടി അറയുടെ മുൻപിലുള്ള തളത്തിൽ ഒരുക്കിവച്ചു.

അറയ്ക്കുള്ളിൽ സ്ത്രീകൾ കയറാൻ പാടില്ല. കുടുംബത്തിലെ തല മൂത്ത ആൺതരിയാണ് പിതൃക്കൾക്ക് സദ്യ വിളമ്പുന്നത്. അതാണ് ആചാരം. സ്നേഹ തളത്തിൽ നിന്നുകൊണ്ട് അറയ്ക്കുള്ളിലേക്ക് എത്തി നോക്കി. വല്യമ്മാവൻ ഇരിക്കാനുള്ള അഞ്ച് പലകകൾ നിരത്തിവയ്ക്കുന്നു. ഓരോ പലകയുടെയും മുൻപിൽ നാക്കില വച്ചു. അഞ്ചു തിരിയിട്ട നിലവിളക്ക് കൊളുത്തി.

വറുത്തുപ്പേരി മുതൽ ഓരോന്നായി വിഭവങ്ങളെല്ലാം ഇലയിൽ വിളമ്പി. പിന്നെ കുത്തരിച്ചോറ്, പരിപ്പ്, നെയ്യ്, പപ്പടം, പായസം. നിലവിളക്കിനടുത്ത് ഓട്ടുകിണ്ണത്തിൽ വെറ്റില മുറുക്കാനുള്ളതെല്ലാം ഒരുക്കിയിട്ടുണ്ട്.

തേച്ചുമിനുക്കിയ ഓട്ടുകിണ്ടിയിൽ വെള്ളവും പകർന്നിട്ട് വല്യമ്മാവൻ പുറത്തിറങ്ങി അറവാതിൽ ശക്തിയായി അടച്ചു.

മിത്ര പറഞ്ഞു.

"ഓണത്തിനും വിഷുവിനും വിശേഷങ്ങൾക്കും ഈ പതിവുണ്ട്."

"അവരീ ഭൂമിയിൽ നിന്നേ പോയിട്ടുള്ളൂ. നമ്മുടെ മനസ്സീന്ന് പോയിട്ടില്ല. അവരുടെ ഓർമ്മ ഇല്ലാതെ നമുക്കൊരാഘോഷോം ഇല്ല." വല്യമ്മാവൻ കൂട്ടിച്ചേർത്തു.

ഇതുവരെ കണ്ടിട്ടില്ലാത്ത ആചാരങ്ങൾ. അവ മനസ്സിലെവിടെയോ ധന്യത പകരുന്നു. ഇത് കാണുമ്പോൾ അച്ഛനാണ് മനസ്സിൽ ഓടിയെത്തുന്നത്. പഴയ ആചാരങ്ങളിലൊക്കെ ശാസ്ത്രീയ സത്യങ്ങൾ പിടിതരാതെ ഒളിഞ്ഞു കിടക്കുന്നുണ്ടെന്ന് അച്ഛൻ വിശ്വസിക്കുന്നു. പഴയതായതുകൊണ്ട് അവയെ പാടെ തിരസ്കരിക്കുകയും പുതിയവയെ കൈ നീട്ടി സ്വീകരിക്കുകയും ചെയ്യുന്നതിനോട് അച്ഛൻ പുറംതിരിഞ്ഞുനിൽക്കുന്നത് കണ്ടിട്ടുണ്ട്. ഈശ്വര വിശ്വാസിയായ അച്ഛൻ ചിലപ്പോൾ ഒരു യുക്തിവാദിയുടെ കുപ്പായം അണിഞ്ഞ് സംസാരിക്കുമ്പോൾ അദ്ഭുതത്തോടെ ചോദിക്കാറുണ്ട്, "അച്ഛനെ ഒന്നു മനസ്സിലാക്കാൻ എന്താ വഴി?" മറുപടി എപ്പോഴും ഒരു ചിരിയിലൊതുക്കുന്ന ആൾ ഒരിക്കൽ മാത്രം പറഞ്ഞുപോയതുപോലെ പറഞ്ഞു.

"എന്നെ എനിക്കുപോലും അധികം മനസ്സിലായിട്ടില്ല. ഏകദേശം മനസ്സിലാക്കിയപ്പോഴേക്കും തിരിഞ്ഞുനടക്കാനാകാത്തവിധം വളരെ ദൂരം മുന്നോട്ട് നടന്നുകഴിഞ്ഞിരുന്നു."

മനഃപൂർവ്വം വരുത്തിക്കൂട്ടിയ ഒരു ചിന്തയിൽ ആ സംസാരം അച്ഛനവിടെ അവസാനിപ്പിച്ചു.

വല്യമ്മാവൻ അറയുടെ വാതിൽ വലിയ ശബ്ദത്തിൽ മൂന്നു പ്രാവശ്യം തട്ടിയിട്ട് ഒരു നിമിഷം കാത്തുനിന്ന ശേഷം ഉള്ളിൽ കടന്നു.

"അകത്തേക്ക് വരാൻ അനുവാദം ചോദിക്കലാണ് മൂന്നുപ്രാവശ്യം മുട്ടുന്നതുകൊണ്ട് ഉദ്ദേശിക്കുന്നത്." മിത്ര പറഞ്ഞു.

അറയിൽനിന്ന് ഇലകൾ പുറത്തെടുത്തു. പുറത്തുനിൽക്കുന്നവർ ആദരപൂർവം അവ വാങ്ങുന്നത് സ്നേഹ നോക്കിനിന്നു. മരിച്ചുപോയ ബന്ധുക്കൾ ഈ സദ്യ രുചിച്ചുനോക്കിയെന്ന് ഇവർ വിശ്വസിക്കുന്നുണ്ടോ? ആത്മാക്കൾ ചിറകുകൾ വച്ച് പറന്നുവന്ന് അറയ്ക്കുള്ളിൽ ഇരുന്നുവെന്ന് ഇവരെല്ലാം കരുതുന്നുവോ? എന്തോ ? മിത്രമാഡത്തിന്റെ മുഖം പോലും വിശ്വാസത്തിന്റെ കുളിർമ്മയിൽ തിളങ്ങുന്നു.

ഈ അന്തരീക്ഷത്തിന്റെ പ്രശാന്തതയിൽ ഇവരോടൊപ്പം നിൽക്കുമ്പോൾ ബന്ധങ്ങളുടെ ഊഷ്മളത താനും അറിയുകയാണെന്ന് സ്നേഹയ്ക്കു തോന്നി. സ്നേഹത്തേക്കാൾ ശക്തി ശാസ്ത്രത്തിനുണ്ടാകുമോ? എന്തോ അറിയില്ല.

ഒരന്തഃപ്രേരണക്ക് വശംവദയായി സ്നേഹ ചോദിച്ചു. "ഒരിലയിൽ നിന്നു ഞാനും കഴിച്ചോട്ടെ?"

"അതിനെന്താണ്?" മിത്ര സ്നേഹയുടെ കൈയിൽ പിടിച്ചു. "കുട്ടിക്ക് ഈ ആചാരങ്ങളൊക്കെ ഇഷ്ടപ്പെടുമോ എന്നറിയാത്തതുകൊണ്ടാണ് ഞാൻ ചോദിക്കാതിരുന്നത്."

ഉച്ചയൂണുകഴിഞ്ഞാണ് മിത്രയും സ്നേഹയും അമ്മമ്മയുടെ അടുത്തുനിന്ന് യാത്ര പറഞ്ഞത്. ഗെയിറ്റിനടുത്തു വരെ ഒപ്പം നടന്നുവന്നിട്ട് അമ്മമ്മ മിത്രയോട് ചോദിച്ചു.

"അമ്മയെ വിളിച്ചോ നീയ്?"

"എന്തിന് ?" പെട്ടെന്നായിരുന്നു മിത്രയുടെ മറുപടി.

അതുവരെ കാണാതിരുന്നൊരു ഭാവം മിത്രയുടെ മുഖത്ത് സ്നേഹ കണ്ടു. അത് ദുഃഖമാണോ ദേഷ്യമാണോ നിസ്സംഗതയാണോ എന്നു വേർതിരിച്ചറിയാനാവുന്നില്ല.

മൈത്രേയിയിൽ എത്തുന്നതുവരെ മിത്ര ഒന്നും സംസാരിച്ചില്ല.

സ്നേഹ ഒന്നും ചോദിച്ചുമില്ല.

നാല്

"പ്രസീദ തുളസീദേവി പ്രസീദ ഹരിവല്ലഭേ
ക്ഷീരോദമതനോദ്ഭൂതേ തുളസീത്വം നമാമ്യഹം"

മന്ത്രം ചൊല്ലി മൂന്നുപ്രാവശ്യം മിത്ര തുളസിത്തറയ്ക്ക് ചുറ്റും പ്രദക്ഷിണം വയ്ക്കുന്നത് സ്നേഹ നോക്കിനിന്നു.

പണ്ട് എപ്പോഴോ അച്ഛനോടൊപ്പം തറവാട്ടിൽ വന്നപ്പോൾ മുത്തശ്ശി കുളികഴിഞ്ഞുവന്ന് തുളസിത്തറയ്ക്കു ചുറ്റും നടക്കുന്നത് ഓർമ്മ വരുന്നു.

അന്ന് അതിനൊന്നും കൗതുകം തോന്നുന്ന പ്രായമായിരുന്നില്ല. ഇന്ന് ജേർണലിസ്റ്റിന്റെ തൊപ്പി അണിഞ്ഞതുകൊണ്ടാണോ അതോ മിത്ര മാഡത്തിനോട് തോന്നുന്ന പ്രത്യേക ആദരവു കൊണ്ടാണോ എന്താണെന്നറിയില്ല എല്ലാം മനസ്സിലാക്കാൻ ജിജ്ഞാസ തോന്നുന്നു.

കിഴക്കോട്ടു തിരിഞ്ഞുനിന്നു ഗായത്രീമന്ത്രം ഉരുവിട്ട് മിത്ര തിരിഞ്ഞു നോക്കിയപ്പോൾ സ്നേഹ നിൽക്കുന്നു. തന്നെത്തന്നെ ഉറ്റുനോക്കിക്കൊണ്ട്.

"സ്നേഹ നേരത്തേതന്നെ എഴുന്നേറ്റുവല്ലേ? കുട്ടിക്കിതെല്ലാം ഒരു പുതുമ ആയിരിക്കും!".

"തീർച്ചയായും. പ്രത്യേകിച്ച് മാഡം ഇതെല്ലാം ചെയ്യുമ്പോൾ."

മിത്രയുടെ ചോദ്യത്തിന് സ്നേഹയുടെ മറുപടി അങ്ങനെ ആയിരുന്നു.

എന്നും ഗായത്രീമന്ത്രം ജപിക്കുന്നത് ഒരു ശീലമായി കഴിഞ്ഞു. മാറ്റാൻ ഇഷ്ടപ്പെടാത്ത ശീലങ്ങളിലൊന്ന്. ജീവിതത്തിലെ ഓർക്കാൻ താല്പര്യമില്ലാത്ത കാലഘട്ടത്തിൽ എപ്പോഴോ ഒരിക്കലാണ് ഗായത്രീമന്ത്രം ജപിക്കാൻ ആരംഭിച്ചത്. മന്ത്രം പഠിപ്പിച്ചുതന്നിട്ട് കന്നഡക്കാരനെങ്കിലും നന്നായി മലയാളം സംസാരിക്കുന്ന ഡോ.ഗോവിന്ദ പറഞ്ഞു,

"മനസ്സ് ചാഞ്ചാടുമ്പോൾ ഒരു കവചം പോലെ ഈ മന്ത്രം മനസ്സിനെ ശാന്തമാക്കുന്നു. വിശ്വസിക്കു. ഇതൊരു അനുഭവമാണ്!"

“തുളസി ലക്ഷ്മീദേവിയാണ്. പ്രഭാതത്തിൽ തുളസിയെ വന്ദിക്കുന്നത് ഐശ്വര്യമാണ്.” മിത്ര പറഞ്ഞു.

“ഗായത്രീമന്ത്രത്തിന്റെ ദിവ്യത അറിയുക തന്നെ വേണം. ജപിക്കുമ്പോൾ നമ്മുടെ ഉള്ളിൽ ഒരു ചൈതന്യം നിറയും. സ്നേഹയ്ക്ക് ഞാൻ പഠിപ്പിച്ചു തരാം.”

“മാഡം, ഞാനൊന്ന് ചോദിക്കട്ടെ? ഇതെല്ലാം ഒരു വിശ്വാസം മാത്രമല്ലേ? ശാസ്ത്രീയമായി നോക്കുമ്പോൾ തുളസി ഒരു ചെടി മാത്രമാണ്. ഗായത്രീ മന്ത്രം ഒരു മന്ത്രവും. രണ്ടിനും തനതായ സവിശേഷതകൾ ഇല്ലെന്നു പറയുന്നില്ല.”

സ്നേഹയിലെ സ്വതസിദ്ധമായ അന്വേഷണരീതി പുറത്തുവന്നു. പക്ഷേ മിത്ര ചിരിക്കുകയാണുണ്ടായത്. ഈ പ്രായത്തിൽ കാണുന്നതിനെയും കേൾക്കുന്നതിനെയും എതിർക്കാൻ തോന്നുക സ്വാഭാവികമാണ്. അനുഭവങ്ങളാണ് പക്വത സമ്മാനിക്കുന്നത്. എന്നാലും ഒരു ജേർണലിസ്റ്റിന്റെ കുപ്പായം അണിഞ്ഞിരിക്കുന്ന വ്യക്തിയോട് സംസാരിക്കാതെ വയ്യ.

“തീർച്ചയായും സ്നേഹ. തുളസി ഒരു ചെടിയാണ്. ശാസ്ത്രനാമം ഒസീയം സാങ്ങ്ടം! മറ്റൊരു ചെടിയുടെ പേരു പറയാം. മുല്ല. ജാസ്മിൻ. ജാസ്മിനം ഒഫീഷിനല്ലെ എന്നു ശാസ്ത്രനാമം.

തുളസിയുടെ ഇലയ്ക്കാണ് മണം. മുല്ലയുടെ പൂവിനും. രണ്ടു മണങ്ങളും ശ്രദ്ധിക്കൂ. മുല്ലപ്പൂവിന്റെ മണം ഞരമ്പുകളെ ഉത്തേജിപ്പിക്കുന്നു. തളർന്നിരിക്കുമ്പോൾ ഒരു കപ്പ് കാപ്പി കുടിക്കുന്ന ഉണർവാണതു തരുന്നത്.

തുളസിയുടെ മണം ദൈവികമായ എന്തോ ഒന്നിലേക്കു നമ്മെ കൂട്ടിക്കൊണ്ടു പോകുന്നു. അതൊരിക്കലും ധമനികളെ വിജൃംഭിപ്പിക്കുന്നില്ല. ശാന്തതയാണ് അതു തരുന്നത്.

അപ്പോൾ വിശ്വാസത്തിനുമപ്പുറം മറ്റെന്തോകൂടിയില്ലേ ഇവയ്ക്കു പിന്നിൽ? എനിക്ക് അങ്ങനെ തോന്നിയിട്ടുണ്ട്.”

താഴെ മുറ്റത്തേക്കുള്ള പടികൾ ഇറങ്ങിക്കൊണ്ട് മിത്ര ചോദിച്ചു.

“സ്നേഹ ഫ്രീ ആണെങ്കിൽ വരൂ. ഞാനെന്നും ഈ സമയത്ത് കുറച്ച് നടക്കാറുണ്ട്.”

അങ്ങനെയൊരു ക്ഷണത്തിന് സ്നേഹ കാത്തിരിക്കുകയായിരുന്നു.

മൈത്രേയിയെക്കുറിച്ച് എഴുതാനുദ്ദേശിക്കുന്നത് ഒരു സർവ്വേ റിപ്പോർട്ടല്ല. മൈത്രേയിയുടെ ഹൃദയമാണ് തനിക്ക് കാണേണ്ടത്. അതിനാവശ്യം ഇത്തരം സൗഹൃദയാത്രകളിലൂടെ വീണുകിട്ടുന്ന മുത്തുകളാണ്.

ഒപ്പം നടക്കുന്നതിനിടയിൽ മിത്ര ചോദിച്ചു.

"സ്നേഹയ്ക്ക് ഇന്നലെ നമ്മൾ പോയ വീട് ഇഷ്ടമായോ?"

"വളരെ വളരെ ഇഷ്ടമായി മാഡം. വീട് മാത്രമല്ല. അമ്മമ്മയേയും ശാന്ത ചിറ്റയേയും വല്യമ്മാവനേയും എല്ലാം എല്ലാം ഇഷ്ടമായി. അമ്മമ്മ നല്ല അറിവുള്ള ആളാണ്. സംസാരിക്കുമ്പോഴുള്ള ആ കോൺഫിഡൻസ്, ഈ പ്രായത്തിലും ദാറ്റ് ഈസ് ഗ്രയിറ്റ്."

സ്നേഹ മനസ്സിലുള്ളത് മറച്ചുവച്ചില്ല. അമ്മമ്മയെ കുറിച്ച് സ്നേഹയുടെ അഭിപ്രായം മിത്രയ്ക്ക് ഇഷ്ടപ്പെട്ടു. അമ്മമ്മ എൺപത്തിയെട്ടാം വയസ്സിലും ഊർജ്ജസ്വലയാണ്. ധാരാളം വായിക്കും. വായിച്ചറിഞ്ഞവ ജീവിതത്തിൽ പ്രായോഗികമാക്കാൻ കഴിയുന്നതും ശ്രമിക്കും. ധരിക്കുന്ന വസ്ത്രംപോലെ വെൺമയുണ്ട് ആ മനസ്സിനും. ജീവിതാനുഭവങ്ങൾക്കൊന്നും ആ മനസ്സിൽ കരിനിഴൽ വീഴ്ത്താനായിട്ടില്ല.

സ്നേഹ വീണ്ടും പറഞ്ഞു.

" അവിടെ എന്തൊരു ശാന്തതയാണ്! ഒരമ്പലം പോലെ വിശുദ്ധി!"

"ശാന്തതയോ? ഇതും ഒരു വിശ്വാസം മാത്രമല്ലെ?" മിത്ര പൊട്ടിച്ചിരിച്ചു. ഒപ്പം സ്നേഹയും.

പെട്ടെന്ന് ഏതോ ഓർമ്മകളിൽ മനസ്സും മിഴികളും അർപ്പിച്ച് മിത്ര പറഞ്ഞു.

"വളരെ വർഷങ്ങൾക്കുമുൻപ് ഞാൻ ആ വീട്ടിലായിരുന്നു താമസിച്ചിരുന്നത്. ഏതാണ്ട് പന്ത്രണ്ട് വയസ്സുവരെ വളർന്നതവിടെയാണ്. അമ്മമ്മയുടെയും ശാന്ത ചിറ്റയുടെയും ഒപ്പം."

ഓർമ്മകളിൽ പോലും മധുരം തുളുമ്പുന്ന ആ കാലത്തിലൂടെ മിത്ര നടന്നു.

സന്ധ്യാസമയത്ത് വലിയ ഇറയത്തെ തൂക്കുവിളക്കിനു ചുറ്റും വലിയ അറയുടെ മുൻപിൽ പുല്ലുപായ നിവർത്തി നാമം ജപിക്കാൻ ഇരിക്കും. അമ്മമ്മ, ശാന്തച്ചിറ്റ, താൻ, വലിയമ്മാവൻ, ചെറിയമ്മാവൻ. എല്ലാവരും. നാമജപം കഴിഞ്ഞാൽ പിന്നെ കീർത്തനങ്ങൾ പാടും. ശാന്തച്ചിറ്റയാണ് ആദ്യ വരികൾ പാടുന്നത്. മറ്റുള്ളവർ ഏറ്റുപാടും.

വലിയ അറയിലേക്ക് നോക്കുന്നതുതന്നെ അന്നൊക്കെ ഭയത്തോടെ ആയിരുന്നു. അറയ്ക്കകത്ത് വലിയ ഒരു നിധിയുണ്ടെന്നാണ് വിശ്വാസം. നിധിക്ക് കാവലിരിക്കുന്നത് സർപ്പങ്ങളാണ്. നിധി എടുക്കാൻ പാടില്ല. കുടുംബത്തിന്റെ ഐശ്വര്യത്തിന് അതവിടെ തന്നെ ഇരിക്കണം.

ഒരിക്കൽ പ്രബലനായിരുന്ന ഒരു തറവാട്ട് കാരണവർ നിധിയെടുക്കാൻ ശ്രമിച്ചു. അറയുടെ നിലം പത്തടിയോളം കുഴിച്ചുനോക്കി. ആദ്യം ചെമ്പു

തകിടിൽ തട്ടുന്ന ശബ്ദം കേട്ടുവത്രെ. പക്ഷേ മണ്ണു മാറ്റിനോക്കിയപ്പോൾ നിധി കാണാനില്ല. വീണ്ടും വീണ്ടും കുഴിച്ചപ്പോഴും ചെമ്പുതകിടിൽ തട്ടുന്ന ശബ്ദം കേൾക്കുന്നതല്ലാതെ നിധികുടം കാണാൻ കഴിഞ്ഞില്ല.

പിന്നീട് പലപ്രാവശ്യം നിധിയെടുക്കാൻ ശ്രമം നടന്നിരുന്നു. കവടി നിരത്തിയ ജ്യോത്സ്യൻ പറഞ്ഞുവത്രേ.

"അറവാതിൽ പൊളിക്കുകയോ നിധിയെടുക്കാൻ ശ്രമിക്കുകയോ ചെയ്താൽ കുടുംബത്തിലെ സ്ത്രീസന്താനങ്ങൾക്ക് ആപത്ത് സുനിശ്ചയം."

"----ന്നാലും ക്ഷേത്രങ്ങളിലൊക്കെ നിധിയുടെ പങ്ക് കൊടുക്കാമെന്ന് ഉറപ്പിച്ച് ഒന്നുകൂടെ ശ്രമിച്ചാലോ----?" ആവശ്യക്കാർ അക്ഷമയോടെ ആരാഞ്ഞു.

"നിങ്ങൾക്ക് അത്ര നിർബന്ധമാണെങ്കിൽ അനുഭവം കാണിച്ചുതരാം. എന്നിട്ട് തീരുമാനിച്ചുകൊള്ളുക."

കടുത്ത സ്വരത്തിൽ പറഞ്ഞുകൊണ്ട് ജ്യോത്സ്യൻ അഞ്ചുമിനിറ്റ് കണ്ണടച്ച് ധ്യാനിച്ചു. പെട്ടെന്നാണ് ഒരു പൂച്ചയുടെ ദയനീയമായ കരച്ചിൽ കേട്ടത്. അറവാതിലിന്റെ മുൻപിലൂടെ വീട്ടിലെ പെൺപൂച്ച കരഞ്ഞുകൊണ്ട് ഓടുന്നു. കുറച്ചു മാറിനിന്ന് വലിയ ശബ്ദത്തിൽ കരഞ്ഞുകൊണ്ട് അത് നിലത്തുവീണ് കൈകാലിട്ടടിച്ച് നിശ്ചലമായി.

അതോടെ അറയ്ക്കുള്ളിലെ നിധി എടുക്കാനുള്ള ശ്രമം എന്നന്നേക്കുമായി ഉപേക്ഷിച്ചു.

എല്ലാം പറഞ്ഞുകേട്ട കഥകളാണ്. കുട്ടിക്കാലത്തെ ഓർമ്മകളിൽ പരതുമ്പോൾ കിട്ടുന്ന മുത്തുകൾ. അവയ്ക്കിന്നും എത്ര പ്രകാശമാണ്.

രാത്രിയിൽ ഉറങ്ങിയിരുന്നത് അമ്മമ്മയുടെ കൂടെ ആയിരുന്നു. ചില ദിവസങ്ങളിൽ ശാന്തച്ചിറ്റയോടൊപ്പം. ഓണത്തിന് മുറ്റത്ത് പൂവിടുമ്പോൾ തുമ്പപ്പൂവ് എടുത്തുകൊടുക്കുന്ന ജോലി ശാന്തച്ചിറ്റ ഏല്പിക്കും. ചാണകം മെഴുകിവെടിപ്പാക്കിയ മുറ്റത്ത് ശാന്തച്ചിറ്റ പല ഡിസൈനുകളിൽ ഇലയും പൂക്കളും നിരത്തി മനോഹരമായ പൂക്കളം ഇടും. സഹായിയായി താനും.

നാലാം ഓണം ദിവസം വൈകുന്നേരം ഉറുമ്പൂട്ടിന് ശാന്തച്ചിറ്റയുടെ കൈയിൽ തൂങ്ങി ഒപ്പം പോകും. ചെറിയ ഉരുളിയിൽ ഉണക്കലരിയും ശർക്കരയും കൂടി വരട്ടിയെടുത്ത പായസച്ചോറാണ് ഉറുമ്പുകളുടെ ഓണസദ്യ. സന്ധ്യയ്ക്ക് മുൻപ് വീടിനുചുറ്റും ഉറുമ്പുകൾ ഇരിക്കുന്ന മൂലകളിൽ ഇലക്കീറുകൾ നിരത്തി അവയിൽ പായസച്ചോറ് വിളമ്പും.

അന്നു രാത്രി ഉറക്കത്തിൽ താൻ സ്വപ്നം കാണും. ഉറുമ്പുകൾ ഇലയുടെ മുൻപിലിരുന്ന് കഴിക്കുന്നതും വീണ്ടും വീണ്ടും പായസം ചോദിച്ച് വാങ്ങുന്നതും സ്വപ്നത്തിൽ കണ്ടിരുന്നത് ഇപ്പോഴും ഓർക്കുന്നു.

മിത്ര അറിയാതെ ചിരിച്ചുപോയി.

ഒരു കൊച്ചുകുട്ടിയെ പോലെ മിത്ര ചിരിക്കുന്നതു കണ്ട് സ്നേഹ കാര്യം തിരക്കി. ഉറുമ്പുകൾ ഓണസദ്യ ഉണ്ണുന്നത് ഭാവനയിൽ ഓർത്ത് സ്നേഹയും പൊട്ടിച്ചിരിച്ചു.

ഇടയ്ക്ക് മിത്ര ചോദിച്ചു.

"ഇതെല്ലാം വിശ്വാസങ്ങളല്ലേ? വെറും വിശ്വാസങ്ങൾ!"

പക്ഷേ അവയ്ക്ക് എത്ര തിളക്കമാണ്.

പൊഴിഞ്ഞ ഇലകൾ വാരിച്ചുറ്റി ആലസ്യം മാറാതെ കുളിരണിഞ്ഞു കിടന്ന നാട്ടുവഴികളിലൂടെ നടന്ന് മൈത്രേയിയിൽ എത്തിയപ്പോൾ മിത്രയെ കാത്ത് രണ്ടുമൂന്നു സന്ദർശകരുണ്ടായിരുന്നു.

സ്നേഹ നേരെ മുറിയിലേക്കാണ് പോയത്. അന്നന്നു വീണുകിട്ടുന്ന വെൺമുത്തുകൾ കൂട്ടിവയ്ക്കണം. എപ്പോഴും അവ പൊഴിയാറില്ല. കാത്തു കാത്തിരുന്നു പെയ്തിറങ്ങുന്ന മഴയിൽ പൊഴിയുന്ന ആലിപ്പഴങ്ങൾ പെറുക്കി ക്കൂട്ടുന്ന കുട്ടിയുടെ ഉത്സാഹത്തോടെ സ്നേഹ ഡയറി എടുത്ത് എഴുതാൻ തുടങ്ങി.

അഞ്ച്

ഉച്ച കഴിഞ്ഞാണ് മൈത്രേയിയുടെ പച്ചക്കറിത്തോട്ടം ചുറ്റിക്കാണാൻ സ്നേഹ ഇറങ്ങിയത്. ഇതിനോടകം കുറച്ചുപേരെയൊക്കെ പരിചയപ്പെടാൻ കഴിഞ്ഞു. ഔപചാരികത ഇല്ലാതെത്തന്നെ മറ്റുള്ളവരേയും പരിചയപ്പെടണം. ഒപ്പം നടക്കണം. സംസാരിക്കണം. അവരിലൊരാളാകണം.

പത്തുപന്ത്രണ്ടു മുറികളുള്ള വലിയ ഒരു വീടാണ് മൈത്രേയി. നടുത്തളത്തിൽ നിന്നു നേരെ ഇറങ്ങുന്നത് നീണ്ട വരാന്തയിലേക്കാണ്. വരാന്തയിലൂടെ നടന്ന് മുറ്റത്തിറങ്ങി ചെറിയ ഗെയിറ്റ് കടന്നെത്തുന്നത് പച്ചക്കറിത്തോട്ടത്തിലാണ്.

മൈത്രേയിയുടെ ജീവനാഡിയാണ് പച്ചക്കറിത്തോട്ടമെന്നു യാത്രയ്ക്കിടയിൽ മിത്ര പറഞ്ഞിരുന്നു. പക്ഷേ ഇത്രയും പ്രതീക്ഷിച്ചില്ല. സ്നേഹയ്ക്ക് അദ്ഭുതം തോന്നി. വ്യാവസായികാടിസ്ഥാനത്തിൽ പച്ചക്കറി കൃഷിചെയ്യുന്ന ഒരു വലിയ ഫാമിന്റെ മാതൃകയിൽ തരംതിരിച്ച് തൈകൾ നട്ടിരിക്കുന്നു. ശാരദാമ്മയും മറ്റൊരു സ്ത്രീയും പടർന്നുപന്തലിച്ച മാവിന്റെ ചുവടെ ഇരുന്നു പച്ചക്കറിവിത്തുകൾ വേർതിരിക്കുന്നു. സ്നേഹ അടുത്തെത്തിയപ്പോൾ രണ്ടു പേരും തല ഉയർത്തിനോക്കി.

“സ്നേഹയോ! വരൂ.” ശാരദാമ്മ ചിരിച്ചു.

“ഇത് ലീലാവതി ടീച്ചർ. ഇന്നലെ പരിചയപ്പെട്ടുവല്ലോ അല്ലേ.”

ശാരദാമ്മ ഒപ്പമുള്ള സ്ത്രീയെ പരിചയപ്പെടുത്തി. ടീച്ചർ മിത്രയെ നോക്കി ചിരിച്ചെന്നു വരുത്തി വീണ്ടും ജോലിയിൽ മുഴുകി.

ടീച്ചർക്ക് ഗൗരവം ഒരല്പം കൂടുതലാണല്ലോയെന്ന് സ്നേഹയ്ക്കു തോന്നി. ആ തോന്നൽ തെറ്റിച്ചുകൊണ്ട് പെട്ടെന്ന് അവർ എഴുന്നേറ്റ് സ്നേഹയുടെ കൈ പിടിച്ചു.

“കുട്ടി ഡൽഹിയിൽ നിന്നാണ് അല്ലേ? മിത്ര പറഞ്ഞു. ഞങ്ങളുടെ പച്ചക്കറി കൃഷി കാണാൻ കുട്ടിയെ വിളിക്കണമെന്ന് ഞാൻ വിചാരിച്ചിരിക്കുകയായിരുന്നു. വന്നതു നന്നായി.”

നിറഞ്ഞ ചിരിയോടെ ടീച്ചർ പറഞ്ഞു.

"ടീച്ചറാണ് പച്ചക്കറിക്കൃഷിയുടെ മേൽനോട്ടം വഹിക്കുന്നത്. ഏത് സംശയവും ചോദിച്ചോളൂ."

സ്നേഹയോടൊപ്പം നടന്നുകൊണ്ട് ശാരദാമ്മ പറഞ്ഞു.

വൃത്തിയും വെടിപ്പുമുള്ള സ്ഥലം. മൂന്ന് ഏക്കർ സ്ഥലം മുഴുവനും പച്ചക്കറിയാണ്. ഓരോ വിഭാഗം പച്ചക്കറിയും ചെറിയ മുളവേലികൊണ്ട് വേർതിരിച്ച് ഉള്ളിൽ നെയിംബോർഡ് വച്ചിരിക്കുന്നു. എല്ലാ ചെടികളെയും കൈതൊടാൻ പാകത്തിൽ ഇരുവശത്തും ഇഷ്ടികകൊണ്ട് ഒറ്റയടിപ്പാതകൾ അങ്ങോളമിങ്ങോളം നിർമ്മിച്ചിരിക്കുന്നു. നിറയെ കായ്കൾ അണിഞ്ഞുനിൽക്കുന്ന ചെടികളെ നോക്കി സ്നേഹ ചോദിച്ചു.

"ഈ പച്ചക്കറികളെല്ലാം ഇവിടെത്തന്നെ ഉപയോഗിക്കുമോ?"

"അതെങ്ങനെയാണ് സ്നേഹ? ആഴ്ചയിലൊരിക്കൽ മൈത്രേയിക്കൊരു പച്ചക്കറി ചന്തയുണ്ട്." ടീച്ചർ ചിരിച്ചു.

"അന്ന് ഈ ചുറ്റുപാടുള്ളവരെല്ലാം ഇവിടെ പച്ചക്കറി വാങ്ങാനെത്തും. മിതമായ വിലയ്ക്കു നമ്മൾ വിൽക്കും. തീരെ പാവപ്പെട്ടവർക്കാണെങ്കിൽ വില വാങ്ങാതെ കൊടുക്കും."

ടീച്ചർ വിശദീകരിച്ചു.

"പക്ഷേ അതിന്റെ വില മിത്രത്തന്നെ സ്വന്തം കൈയിൽ നിന്നെടുത്ത് അക്കൗണ്ടിലിടും." ശാരദാമ്മ പറഞ്ഞു.

"എന്തിനാണത്?" സ്നേഹ സംശയം ചോദിച്ചു.

അതിനുത്തരം പറഞ്ഞത് ലീലാവതി ടീച്ചറാണ്.

"വരവുചിലവുകളൊക്കെ കൃത്യമാകണമെന്ന് മിത്രയ്ക്ക് നിർബന്ധമുണ്ട്. അതുതന്നെ കാര്യം. കണക്കുകളുടെ ചുമതല രാജേശ്വരിക്കാണ്."

പച്ചക്കറി തോട്ടത്തിലൂടെ ചുറ്റിനടന്ന് വീണ്ടും സ്നേഹ മൈത്രേയിയുടെ മുറ്റത്തെത്തി. മുറ്റം കടന്ന് ഇടതുഭാഗത്തുള്ള പടികൾ ഇറങ്ങിയാൽ പടർന്നു പന്തലിച്ചു നിൽക്കുന്ന വലിയൊരു പ്ലാവുണ്ട്. അതിനും അപ്പുറമാണ് മൈത്രേയിയുടെ ഹോസ്പിറ്റൽ.

സ്നേഹ ഹോസ്പിറ്റലിന്റെ മുൻപിലെത്തിയപ്പോൾ പൂന്തോട്ടത്തിൽ മിത്രയും രണ്ടു സ്ത്രീകളും കൂടി സംസാരിച്ചുനിൽക്കുന്നതു കണ്ടു. ആരും നോക്കിനിന്നുപോകുന്ന പൂന്തോട്ടം. കലാഭംഗിയോടെ ഒരുക്കിയിരിക്കുന്ന പുൽത്തകിടി. ചെത്തിയും മന്ദാരവും ചെമ്പരത്തിയും ഒരു ഭാഗത്ത് നിറയെ പൂവിട്ടുനിൽക്കുന്നു. പ്രധാന കവാടത്തിലേക്കുള്ള വഴിയുടെ ഇരുവശത്തും ചുവന്ന പൂക്കളുള്ള ആന്തൂറിയം നിരയൊപ്പിച്ച് വച്ചുപിടിപ്പിച്ചിട്ടുണ്ട്. ആന്തൂറിയത്തിന്റെ പൂക്കൾക്ക് ഇത്ര ചുവപ്പോ? സ്നേഹയ്ക്ക് അദ്ഭുതം തോന്നി.

മിത്രയോടൊപ്പം സ്നേഹ ഹോസ്പിറ്റൽ ചുറ്റിനടന്ന് കണ്ടു. പുറത്തു കാണുന്ന ഭംഗിയും വൃത്തിയും അകത്തും ഉണ്ട്. ഡോക്ടറുടെ മുറിയുടെ പുറത്ത് അഞ്ചാറു രോഗികൾ കാത്തുനിൽക്കുന്നുണ്ട്.

“ഇത് മൈത്രേയിയുടെ മാത്രം ആശുപത്രിയല്ല. ഈ ഗ്രാമത്തിന്റെ മുഴുവനുമാണ്.” മിത്ര പറഞ്ഞു.

“ഇവിടെ എല്ലാവിധ ട്രീറ്റ്മെന്റും ഉണ്ടോ?”സ്നേഹ തിരക്കി.

“ഇല്ല, അതിനുള്ള സൗകര്യങ്ങളില്ലല്ലോ. സാധാരണ അസുഖങ്ങളൊക്കെ നോക്കാൻ ജൂനിയർ ഡോക്ടർ എല്ലാ ദിവസവും ഉണ്ടാകും. സീനിയർ ഡോക്ടർ ആഴ്ചയിൽ രണ്ടുദിവസം വരാറുണ്ട്. സർജറിയും മറ്റും വേണ്ടിവരുന്ന അസുഖങ്ങൾക്ക് അദ്ദേഹം റഫർ ചെയ്ത് വലിയ ആശുപത്രികളിലേക്ക് അയയ്ക്കും.” മിത്ര പറഞ്ഞു.

ഹാളിന്റെ ഒരു ഭാഗത്ത് വലിയ ഒരു മേശയും മൂന്നാലുകസേരകളും ഇട്ടിട്ടുണ്ട്. മേശപ്പുറത്ത് വച്ചിരിക്കുന്ന ഫയലുകൾ നോക്കി എന്തോ എഴുതുന്ന സ്ത്രീയെ ചൂണ്ടിക്കാണിച്ചുകൊണ്ട് മിത്ര പറഞ്ഞു.

“അതാണ് ശ്രീദേവി. ഹോസ്പിറ്റലിന്റെ ചുമതല ശ്രീദേവിക്കാണ്. സൗകര്യംപോലെ സ്നേഹ പരിചയപ്പെട്ടോളൂ. നമുക്കിപ്പോൾ നഴ്സിങ് സ്കൂൾ കാണാം.”

ഹോസ്പിറ്റലിനോട് ചേർന്നുതന്നെയാണ് നഴ്സിങ്സ്കൂൾ. നാലഞ്ച് ക്ലാസ് റൂമുകളും വലിയ വരാന്തയും ലൈബ്രറിയുമൊക്കെയായി നീണ്ട ഒരു കെട്ടിടം. ടൗണിലെ വലിയ ഹോസ്പിറ്റലുകളുമായി നഴ്സിങ് സ്കൂളിന് ലിങ്കുണ്ട്. അവിടെയും ഇവിടെയുമായിട്ടാണ് ഡിപ്ലോമ കോഴ്സ് നടത്തുന്നത്.

ഹോസ്പിറ്റലിന്റെ മുകളിലുള്ള നിലയാണ് റസിഡൻസ് ബ്ലോക്ക്. വലിയൊരു നടുത്തളവും ചുറ്റുമുറികളും ഉള്ളതാണ് റസിഡൻസ് ബ്ലോക്ക്. ഇളം പച്ചനിറമുള്ള ചുമരുകൾക്ക് അനുയോജ്യമായി ഇൻഡോർ പ്ലാൻസ് വച്ചിരിക്കുന്നു.

വളരെ മൃദുവായ സ്വരത്തിൽ ഒരു പാട്ട് ആരോ പാടുന്നു.

നന്മനിറഞ്ഞ ദൈവമേ നിനക്ക് വന്ദനം

നന്മനിറഞ്ഞ ദൈവമേ നിനക്ക് കൂപ്പുകൈ!

മിത്ര ആദ്യത്തെ മുറിയുടെ വാതിലിൽ മെല്ലെ തട്ടി. പെട്ടെന്ന് പാട്ട് വാതിലോളം ഒഴുകിയെത്തി. നന്നായി വെളുത്തു മെലിഞ്ഞ ഒരു സ്ത്രീ വാതിൽ തുറന്ന് പുറത്തേക്കു വന്നു. വെള്ള സാരിയും വെള്ള ബ്ലൗസും. കുലീനമായ മുഖം.

“ഇത് ആലീസ് ആന്റണി. ആലീസിനാണ് നഴ്സിങ് സ്കൂളിന്റെ ചാർജ്”. മിത്ര പറഞ്ഞു.

സ്നേഹ സ്വയം പരിചയപ്പെടുത്തിയപ്പോൾ ആലീസ് ചിരിച്ചുകൊണ്ട് കൈ നീട്ടി. നടുത്തളത്തിലെ സെറ്റിയിൽ ആലീസിനും മിത്രയ്ക്കുമൊപ്പം സ്നേഹയും ഇരുന്നു.

"സ്കൂൾ വാർഷികം പ്രാക്ടിക്കൽ കഴിഞ്ഞു മതിയായിരുന്നു. ഇപ്പോൾ എല്ലാവരും റിഹേഴ്സലിന്റെ തിരക്കിലായി പോയി." ആലീസ് ഉത്കണ്ഠയോടെ പറഞ്ഞു.

"രണ്ടും ട്രെയിനിങ്ങ് തന്നെയാണ് ആലീസ്. ഉത്സാഹത്തോടെ ചെയ്യുന്ന കാര്യങ്ങളെ നമ്മൾ പ്രോത്സാഹിപ്പിക്കണം. വെറുതെ ടെൻഷൻ തോന്നാൻ പാടില്ല."

മിത്ര പറഞ്ഞതുകേട്ട് ആലീസ് തലകുലുക്കി. സ്നേഹ ആലീസിനോട് ചോദിച്ചു.

"ഇതിനു മുൻപ് എവിടെയാ വർക്ക് ചെയ്തിരുന്നത്?"

ആലീസ് മറുപടി പറഞ്ഞില്ല. മുഖം നിറഞ്ഞ ചിരിയോടെ മിത്രയെ നോക്കി. മിത്രയും ചിരിച്ചു. അവർ പരസ്പരം കൈ മാറിയ സന്ദേശം എന്താണെന്ന് സ്നേഹയ്ക്കു മനസ്സിലായില്ല.

എഴുന്നേറ്റു പുറത്തേക്കു നടന്നപ്പോൾ മിത്ര വളരെ ശബ്ദം താഴ്ത്തി ആലീസിനോട് പറഞ്ഞത് സ്നേഹ കേട്ടു.

"ആലീസ്, മരുന്ന് കഴിക്കാൻ മറക്കരുത്. എട്ടുമണിക്ക് ഞാൻ ഓർമ്മപ്പെടുത്താം."

ആലീസ് സമ്മതഭാവത്തിൽ മുഖം ചലിപ്പിച്ചു.

സംഗീതം പഠിപ്പിക്കുന്ന സാവിത്രിയേയും കുക്കറി ബുക്കെഴുതുന്ന സീതാലക്ഷ്മിയേയും കൂടി പരിചയപ്പെട്ടശേഷമാണ് സ്നേഹ മടങ്ങിയത്. രാത്രിയിൽ നോട്ട്പാഡ് എടുത്ത് സ്നേഹ എഴുതി.

മൈത്രേയി ഒരു കടംകഥ പോലെ മുൻപിൽ ഉയർന്നുനിൽക്കുന്നു. മനസ്സിലാക്കിയതിലും കൂടുതൽ കാര്യങ്ങൾ മനസ്സിലാക്കാനുള്ളതാണ്.

ആരോഗ്യമുള്ള മനസ്സിന്റെ ഉടമകളായി ഇവിടെ എല്ലാവരും ജീവിക്കുന്നു. വെറുതെ ജീവിക്കുകയല്ല. എന്നോ ചിന്തകളിൽ നിന്നു മറഞ്ഞുപോയ ചിത്രങ്ങളെ പൊടിതുടച്ചെടുത്ത് ഊർജ്ജവും സൗന്ദര്യവും നൽകിയിരിക്കുന്നു. ജീവിതത്തെ ഇവർ സ്നേഹിക്കുന്നു. ആ കണ്ണുകളിലെ പ്രകാശം പറയുന്നത് അതാണ്. അറിയേണ്ടതും അതുതന്നെയാണ്. നിർജ്ജീവങ്ങളെന്ന് ഒരു കാലത്ത് തോന്നിപ്പിച്ചിരുന്ന മിഴികളിൽ പ്രകാശരശ്മികൾ ജ്വലിപ്പിച്ചത് മിത്രയെന്ന അദ്ഭുതവിളക്കാണെന്ന് മനസ്സിലാകുന്നുണ്ട്. ഇനിയുള്ള ദിവസങ്ങളിലെ യാത്ര ആ വിളക്കിന്റെ മാന്ത്രികശക്തി തേടി ആയിരിക്കും!

ആറ്

അടുത്ത ദിവസങ്ങളിലെല്ലാം മിത്ര വളരെ തിരക്കിലായിരുന്നു. കോഴിക്കോട് നിന്നും മൈത്രേയി കാണാൻ മാനേജ്മെന്റ് വിദ്യാർത്ഥികൾ എത്തിയപ്പോൾ മിത്ര സ്നേഹയെ പ്രത്യേകം പരിചയപ്പെടുത്തി.

"ഇത് സ്നേഹ. ഡൽഹിയിൽ നിന്നുള്ള ജേർണലിസ്റ്റ്. ഒരു ഫീച്ചർ പിന്നെ ഡോക്യുമെന്ററി ഇതല്ലേ നിങ്ങൾ പ്ലാൻ ചെയ്യുന്നത്? ഒരു ജേർണലിസ്റ്റിന്റെ സപ്പോർട്ട് നന്നായിരിക്കും." മിത്ര പറഞ്ഞു.

വിദ്യാർത്ഥികൾ സന്തോഷത്തോടെയാണ് സ്നേഹയെ പരിചയപ്പെട്ടത്. അഞ്ച് ആൺകുട്ടികളും നാല് പെൺകുട്ടികളും അടങ്ങുന്ന സ്മാർട്ട് ടീം. ജീൻസും സ്ലീവ്‌ലസ് ബനിയനും ധരിച്ച ഉയരം കൂടിയ പയ്യനാണ് ടീം ലീഡർ. പേര് ആനന്ദ്.

"മൈത്രേയിയെ കുറിച്ച് ഒരു ഡോക്യുമെന്ററി തയ്യാറാക്കുകയാണ് ഉദ്ദേശ്യം. പക്ഷേ അത് അടുത്ത വിസിറ്റിലായിരിക്കും ചെയ്യുന്നത്. ആദ്യം കാര്യങ്ങൾ മനസ്സിലാക്കി ഒരു ഫീച്ചർ തയ്യാറാക്കണം."

ആനന്ദ് പ്ലാൻ വ്യക്തമാക്കി. കാണുമ്പോൾ തോന്നുന്ന പ്ലേബോയ് ലുക്ക് സംസാരത്തിലും പെരുമാറ്റത്തിലും തീരെ ഇല്ലെന്നു തോന്നി.

മാനേജ്മെന്റ് പഠനത്തിന്റെ ഭാഗമായി കുട്ടികൾ ഒരു ഫീച്ചറും ഡോക്യുമെന്ററിയും തയ്യാറാക്കുന്നു. പ്രശസ്ത കോർപ്പറേറ്റിന്റെ എച്ച് ആർ ഹെഡ് വിദ്യാർത്ഥികൾക്ക് വേണ്ട മാർഗ്ഗനിർദ്ദേശങ്ങൾ നൽകുന്നു. മൈത്രേയിയുടെ പ്രവർത്തനങ്ങൾ നേരിട്ട് കണ്ടു മനസ്സിലാക്കി ആദ്യം ഫീച്ചറും പിന്നെ ഡോക്യുമെന്ററിയും തയ്യാറാക്കുവാനുള്ള നിർദ്ദേശം അദ്ദേഹത്തിന്റേതാണ്. ഭാവിയിലെ മാനേജർമാർ ആസൂത്രണവും കാര്യനിർവഹണവും ഇവിടെ പരിശീലിക്കുന്നു. ഒപ്പം കൂട്ടായ പ്രവർത്തനത്തിന്റെ ബാലപാഠങ്ങളും ഹൃദിസ്ഥമാക്കുന്നു.

" ഫീച്ചർ എന്നു പറയുമ്പോൾ നിങ്ങളുദ്ദേശിക്കുന്നത് എന്തെല്ലാമാണ്?" സ്നേഹ അന്വേഷിച്ചു.

വ്യക്തിപരമായ കാര്യങ്ങൾ സംസാരിക്കുവാൻ മിത്ര താല്പര്യം കാണിക്കില്ലെന്ന് അറിയാം. ആദ്യംതന്നെ അത് മനസ്സിലാക്കിയാൽ ടീമിന്

നിരാശയുണ്ടാവില്ല. അതുകൊണ്ടുതന്നെയാണ് സ്നേഹ ഫീച്ചറിനെ കുറിച്ച് പ്രത്യേകം അന്വേഷിച്ചത്.

"മാഡം, ആദ്യം ഞങ്ങൾ എല്ലാം നന്നായി ഒന്നു കാണട്ടെ. എവിടെ തുടങ്ങണമെന്ന് അപ്പോഴേ തീരുമാനിക്കാൻ കഴിയൂ. മാഡത്തിന്റെ സഹായം ഞങ്ങൾക്ക് ഉണ്ടാവണം."

ടീമിലെ ഏറ്റവും സ്മാർട്ടായ പെൺകുട്ടി പറഞ്ഞു. നിലീന. അതാണ് ആ കുട്ടിയുടെ പേര്.

വിദ്യാർത്ഥികളുടെ കൂടെ മൈത്രേയിയുടെ ഹൃദയം നോക്കിക്കാണാൻ രാമകൃഷ്ണനും ലീലാവതി ടീച്ചർക്കും ഒപ്പം സ്നേഹയും തയ്യാറായി വന്നു.

"നിങ്ങൾ തുടങ്ങിക്കോളൂ. ഞാൻ എത്താം." മിത്ര പറഞ്ഞു.

"ആദ്യം പച്ചക്കറി കൃഷി കാണാം." ലീലാവതി ടീച്ചർ ടീമിനെ ക്ഷണിച്ചു.

ജൈവകൃഷിയെ കുറിച്ച് ടീച്ചർ കുട്ടികളോട് വിശദമായി സംസാരിച്ചു. രാസവളവും കീടനാശിനിയും അടുത്തുകൂടി പോകാത്ത വെണ്ടയുടെയും വഴുതനങ്ങയുടെയും പച്ചപ്പും വലിപ്പവും അവർ അദ്ഭുതത്തോടെ നോക്കി നിന്നു. പുകയിലയും വേപ്പെണ്ണയും വെളുത്തുള്ളിയും ചേർത്ത് ജൈവകീട നാശിനി തയ്യാറാക്കുന്ന വിധം രാമകൃഷ്ണൻ ഒരു ശാസ്ത്രജ്ഞന്റെ ഗൗരവ ത്തോടെ കുട്ടികൾക്ക് കാണിച്ചുകൊടുത്തു.

"ഇത്രയും പച്ചക്കറികൾ ഇവിടെ തന്നെ ഉപയോഗിക്കുമോ" വിദ്യാർത്ഥി കളുടെ സംശയത്തിന് മറുപടി പറയാൻ മിത്ര എത്തിയിരുന്നു.

"പച്ചക്കറിവിൽപ്പനയ്ക്ക് ആഴ്ചയിലൊരു ദിവസം ഒരു മാർക്കറ്റ് ഇവിടെ നടത്തുന്നു. ഏറ്റവും മിതമായ നിരക്കിൽ പച്ചക്കറി വിൽക്കുന്നു. ഈ ചുറ്റു പാടുള്ളവരെല്ലാം, ഒരു കണക്കിനു പറഞ്ഞാൽ ഈ ഗ്രാമത്തിലെ എല്ലാവരും തന്നെ പച്ചക്കറികൾ വാങ്ങുന്നതും വിൽക്കുന്നതും അന്നാണ്. ഗ്രാമത്തിന്റെ സ്വന്തം മാർക്കറ്റ്!"

"പിന്നെ മറ്റൊന്നുകൂടിയുണ്ട്. ഈ കാണുന്ന പച്ചക്കറിയെല്ലാം മൈത്രേയി യിലെ അംഗങ്ങൾ മാത്രം കൃഷിചെയ്യുന്നതല്ല."

"പിന്നെ?" സ്നേഹയാണത് ചോദിച്ചത്. അതറിയില്ലേ എന്ന മട്ടിൽ മിത്ര സ്നേഹയെ നോക്കി.

"ഗ്രൂപ്പ് ഫാമിങ്ങിന് മൈത്രേയിക്ക് ഒരു പുതിയ പദ്ധതിയുണ്ട്. താല് പര്യമുള്ളവർക്ക് പത്ത് സെന്റ് സ്ഥലം പച്ചക്കറി കൃഷിചെയ്യാൻ കൊടുക്കും. മൈത്രേയിയുടെ മേൽനോട്ടത്തിൽ അവർക്ക് കൃഷിചെയ്യാം. സ്വന്തം ആവശ്യ ത്തിന് ഉപയോഗിക്കാം. ആവശ്യം കഴിഞ്ഞുള്ളവ വിൽക്കാം.

സെൽഫ് ഹെൽപ് ഗ്രൂപ്പ് എന്നുപറയുന്നതുപോലെ ഞങ്ങളുടെ ഗ്രൂപ്പിന്റെ പേര് എസ് എം ജി എന്നാണ്; സെൽഫ് മോട്ടിവേറ്റഡ് ഗ്രൂപ്പ്!"

മിത്രയുടെ ഓരോ വാക്കിലും ഉത്സാഹം നിറഞ്ഞുനിന്നു.

"അപ്പോൾ കൃഷിപ്പണിയൊക്കെ ചെയ്യുന്നത്?" കുട്ടികളുടെ സംശയം തീർന്നില്ല.

"മൈത്രേയിയിലെ വീട്ടുകാരും എസ് എം ജി യിലെ അംഗങ്ങളും." മിത്ര പറഞ്ഞു.

നഴ്സിങ്സ്കൂളും ഹോസ്പിറ്റലും വിദ്യാർത്ഥികൾ ചുറ്റിനടന്നു കണ്ടു. ടെയിലറിങ് യൂണിറ്റിന്റെ പ്രവർത്തനരീതി ശാരദാമ്മ വിശദീകരിച്ചു.

"ഇവിടെ പരിശീലനത്തിന് സമയപരിധിയില്ല. നന്നായി തുന്നാൻ കഴിയുന്നതുവരെ, അതിനുള്ള ആത്മവിശ്വാസം കിട്ടുന്നതുവരെ ഇവിടെ പഠിക്കണം. അതാണ് കണ്ടീഷൻ. അങ്ങനെ പഠിച്ചുകഴിയുന്നവർക്ക് സ്വയം തൊഴിൽ ചെയ്യാൻ ഒരു തുന്നൽ മെഷീൻ സമ്മാനമായി നൽകും."

"സെൽഫ് എംപ്ലോയ്മെന്റിന്റെ പുതിയൊരു മുഖം!"ആനന്ദാണ് അതു പറഞ്ഞത്.

"യെസ്, വെരി ട്രൂ." സ്നേഹ പിന്താങ്ങി.

മൈത്രേയിയുടെ കറിമസാല പൗഡർ യൂണിറ്റ് കാണാൻ സ്നേഹയ്ക്ക് സമയം കിട്ടിയിരുന്നില്ല. രാജലക്ഷ്മിയാണ് യൂണിറ്റിന്റെ മേൽനോട്ടം വഹിക്കുന്നതെന്ന് ശാരദാമ്മ പറഞ്ഞിരുന്നു. കുട്ടികളോടൊപ്പം സ്നേഹയും യൂണിറ്റ് കാണാൻ പോയി.

തെങ്ങിൻതോപ്പിനകത്തുള്ള കെട്ടിടത്തിനകത്തു ചെന്നപ്പോൾ തന്നെ മസാലകളുടെ ഹൃദ്യമായ മണം മൂക്കിൽ പടർന്നുകയറി. നിരനിരയായി വേർതിരിച്ച വലിയ ക്യാബിനുകളുടെ മുൻപിൽ ബോർഡുകൾ തൂങ്ങുന്നു. സംഭരണം; സോർട്ടിങ്ങ്; പൗഡറിങ്ങ്; പായ്ക്കജിങ്ങ്; ഔട്ട്ലറ്റ്."

ഓരോ ബോർഡും വായിച്ച് ക്യാബിനുകളുടെയുള്ളിൽ കയറിയിറങ്ങിയ കുട്ടികൾ ചോദിച്ചു.

"അപ്പോൾ മാർക്കറ്റിങ്ങ്?"

"ഇവിടെ വില്പന മാത്രമേയുള്ളൂ. വിപണനതന്ത്രങ്ങളില്ലാതെ ഉയർന്ന വില്പന.

ഹൈ ഡിമാണ്ട് ആൻഡ് സെയിൽസ് വിത്തൗട്ട് മാർക്കറ്റിങ് സ്ട്രാറ്റജി."

മിത്ര ചിരിച്ചുകൊണ്ട് പറഞ്ഞു.

വിപണനത്തെക്കുറിച്ച് മിത്രയുടെ അഭിപ്രായം കുട്ടികൾ ശ്രദ്ധയോടെ കേട്ടു.

ഗുണനിലവാരമാണ് ഏറ്റവും വലിയ വിപണനതന്ത്രം. വളരെ നല്ലത് എന്നൊരു വിശ്വാസം നേടിയെടുക്കാൻ കഴിഞ്ഞാൽ പിന്നെ വിപണനം ഒരു വാക്കുമാത്രം.

അറിവിന്റെ പുതിയ ഒരു ലോകം മുന്നിൽ തുറന്നതുപോലെയാണ് വിദ്യാർത്ഥികൾക്കും സ്നേഹയ്ക്കും തോന്നിയത്. പുതിയ ആശയങ്ങൾ. പുതിയ

കണ്ടെത്തലുകൾ. പുസ്തകങ്ങളിലും ക്ലാസ്മുറികളിലും പഠിച്ചിട്ടില്ലാത്ത മാനേജ്മെന്റ് പാഠങ്ങൾ.

കുട്ടികൾ വളരെ സന്തോഷത്തിലാണെന്ന് അവരുടെ മുഖങ്ങൾ വിളിച്ചു പറഞ്ഞു.

"ഈ പ്ലാനിങ്ങ്, പുതിയ രീതികൾ, അടുക്കും ചിട്ടയും, എല്ലാവരുടെയും മുഖത്തുകാണുന്ന ഉത്സാഹം. റിയലി വണ്ടർഫുൾ മാഡം." ആനന്ദ് പറഞ്ഞു.

"മാഡം. ഒരു സംശയം കൂടി. എവിടെയാണ് മെന്റൽ റീഹാബിലിറ്റേഷൻ സെന്റർ? എവിടെയാണ് മാനസികാസ്വാസ്ഥ്യമുള്ളവർ താമസിക്കുന്നത്?"

ചോദ്യം നിലീനയുടേതാണ്.

മിത്ര ഇഷ്ടപ്പെടാൻ ഇടയില്ലാത്ത ഒരു ചോദ്യം. ആകാംക്ഷയോടെ സ്നേഹ ആ മുഖത്തേക്കു നോക്കി. ചിരിച്ചുകൊണ്ട് മിത്ര ഉത്തരം നൽകി.

"ഈ കാണുന്നതെല്ലാം മെന്റൽ റീഹാബിലിറ്റേഷൻ സെന്ററിന്റെ ഭാഗമാണ്. ഞങ്ങളെല്ലാവരും ഇവിടെയുള്ള മെന്റൽ പേഷ്യൻസും."

മിത്ര ചിരിച്ചുവെങ്കിലും മുഖത്ത് ഏതോ നിഴൽ വീണെന്ന് സ്നേഹയ്ക്ക് തോന്നി. തോന്നലാവാം. കുട്ടികൾക്ക് ഒരു വിശദീകരണം കൊടുക്കേണ്ടത് ഇപ്പോഴാവശ്യമാണ്.

സ്നേഹ പറഞ്ഞു.

"വരൂ. നമുക്ക് ആ മരത്തണലിലിരുന്ന് സംസാരിക്കാം."

പടർന്നുപന്തലിച്ച കൂറ്റൻ വാകമരത്തിന്റെ തണലിലിരുന്ന് ഒരു ക്യാൻവാസിലെ ചിത്രംപോലെ മനോഹരമായി മൈത്രേയിയെ വാക്കുകളിലൂടെ സ്നേഹ കുട്ടികൾക്ക് വരച്ചു കാണിച്ചുകൊടുത്തു.

"മെന്റൽ ഇൽനസ്സിന്റെ – ഒരുപക്ഷേ അങ്ങനെ പറയാനേ പാടില്ല. മാഡത്തിന്റെ വാക്കുകളിൽ പറഞ്ഞാൽ ഇടയ്ക്കെപ്പോഴോ കുറച്ചുസമയം മനസ്സ് കൈവിട്ടു പോയവർ വീണ്ടും സാധാരണ നിലയിലെത്തുന്നു. അത്രമാത്രം. അതിനുള്ള പശ്ചാത്തലമാണ് മൈത്രേയി ഒരുക്കുന്നത്. മെന്റൽ റിഹാബിലിറ്റേഷന്റെ ആരും കാണാത്ത ഒരു വശം. ആരും പരീക്ഷിച്ചിട്ടില്ലാത്ത ഒരു നൂതന ആശയം. നമുക്കങ്ങനെ മൈത്രേയിയെ വിശേഷിപ്പിക്കാം, മാഡം അനുവദിക്കുമെങ്കിൽ."

സ്നേഹ പറഞ്ഞവസാനിപ്പിച്ചത് അങ്ങനെയാണ്. കുട്ടികൾ എല്ലാം കുറിച്ചെടുക്കുന്നുണ്ടായിരുന്നു. പേഴ്സണൽ ഇന്റർവ്യൂന് കുട്ടികളുടെ സ്നേഹപൂർണമായ നിർബന്ധത്തിനു വഴങ്ങിയാണ് മിത്ര സമ്മതിച്ചത്.

"പക്ഷേ ഒരു നിബന്ധന തീർച്ചയായും പാലിച്ചിരിക്കണം."

വ്യക്തിപരമായ കാര്യങ്ങൾ ഒന്നും ചോദിക്കാൻ പാടില്ല. എഴുതാൻ പാടില്ല. ഡോക്യുമെന്ററിയിൽ ഉൾപ്പെടുത്തുകയും അരുത്. നിങ്ങൾ ഫീച്ചർ

ചെയ്യുന്നത് മൈത്രേയിയെക്കുറിച്ചാണ്. മിത്രയെക്കുറിച്ചല്ല. അംഗീകാരം ലഭിച്ചത് മൈത്രേയിക്കാണ്. ഞാൻ പ്രതിനിധിയായി പോയി വാങ്ങിയെന്നു മാത്രം."

മിത്ര പറഞ്ഞു.

മിത്രയുടെ ഗൗരവം നിറഞ്ഞ വാക്കുകളുടെ വ്യാപ്തി ഉൾക്കൊണ്ടു തന്നെയാണ് കുട്ടികൾ ഇന്റർവ്യു തുടങ്ങിയതും അവസാനിപ്പിച്ചതും. ആവർത്തനവിരസതയില്ലാത്ത ചോദ്യങ്ങൾ. ഉത്തരം പറയാൻ ഇഷ്ടപ്പെടുന്ന രീതിയിൽ വിദഗ്ധമായി അവ തയ്യാറാക്കുവാൻ ആരോ അവരെ സഹായിച്ചിട്ടുണ്ടാവണം. വളരെ കരുതലോടെയാണ് ഓരോ ചോദ്യങ്ങളും അവർ ചോദിച്ചത്. ഉത്തരങ്ങൾ ശ്രദ്ധാപൂർവ്വം കുറിച്ചെടുക്കുകയും ചെയ്തു.

ചോദ്യങ്ങളുടെ അവസാനം മിത്ര ചോദിച്ചു.

"ഫീച്ചറിനും ഡോക്യുമെന്ററിക്കും മൈത്രേയി തിരഞ്ഞെടുക്കുവാൻ കാരണം?"

"ഡോ. ഹരിഭാസ്കർ!" ആനന്ദ് പെട്ടെന്ന് ഉത്തരം നൽകി.

"അദ്ദേഹമാണ് ഞങ്ങളുടെ ഇൻസ്റ്റിറ്റ്യൂട്ടുമായി ബന്ധപ്പെട്ട എച്ച്. ആർ. ഹെഡ്. ഞങ്ങളുടെ ഗുരുവും മെന്ററും ഗൈഡും എല്ലാം അദ്ദേഹമാണ്."

"അദ്ദേഹം മൈത്രേയിയെക്കുറിച്ച്...?"

മിത്ര ചോദ്യം മുഴുവനാക്കുന്നതിനു മുൻപുതന്നെ ഉത്തരം എത്തി.

"യെസ് മാഡം. അദ്ദേഹമാണ് മൈത്രേയി സജസ്റ്റ് ചെയ്തത്. അദ്ദേഹത്തിന്റെ ഒരു സുഹൃത്ത് ഡൽഹിയിൽ ഏതോ ഫങ്ഷനിൽ വച്ച് മാഡത്തിനെ പരിചയപ്പെട്ടിരുന്നു. സുഹൃത്ത് വഴിയാണ് മൈത്രേയിയെക്കുറിച്ച് അറിഞ്ഞതെന്ന് അദ്ദേഹം പറയുകയുണ്ടായി. അദ്ദേഹത്തിന്റെ വീട് ഡൽഹിയിലാണ്."

ആനന്ദ് ഉത്സാഹത്തോടെ പറഞ്ഞു. ഡോ. ഹരിഭാസ്കറിനോടുള്ള ആദരവും മതിപ്പും അവരുടെ വാക്കുകളിൽ നിന്നും മിത്ര ചികഞ്ഞെടുത്തു.

യാത്ര പറഞ്ഞുപോകുമ്പോൾ വലിയ ഒരു ഡയറിയുടെ ആദ്യതാളിൽ മിത്രയുടെ കൈയൊപ്പ് വാങ്ങിയിട്ട് ആനന്ദും കൂട്ടരും പറഞ്ഞു.

"വളരെ നന്ദി മാഡം. ഞങ്ങൾ മാഡത്തിനെ മനസ്സിലാക്കുന്നു. ഫീച്ചറിന്റെ ഡ്രാഫ്റ്റ് ഞങ്ങൾ അയച്ചുതരും. മാഡത്തിന്റെ അപ്രൂവൽ കിട്ടിയ ശേഷം മാത്രമേ ഡോക്യുമെന്ററിയുടെ തയ്യാറെടുപ്പ് നടത്തുകയുള്ളൂ. പുതിയൊരു ലോകമാണ് ഞങ്ങളുടെ മുൻപിൽ തുറന്നുകാട്ടിയത്. അടുത്തുതന്നെ വീണ്ടും ഞങ്ങൾ വരും."

"വെൽകം ആനന്ദ്." മിത്ര ആനന്ദിന്റെ തോളിൽ സ്നേഹപൂർവം തട്ടി. ഡോ. ഹരിഭാസ്കറിന് അഡ്രസ്സ് ചെയ്ത ഒരു കവർ ആനന്ദിന് കൊടുത്തുകൊണ്ട് മിത്ര പറഞ്ഞു.

"ആനന്ദ്. ഇത് ഞാനെഴുതിയ പുസ്തകമാണ്. നിങ്ങളുടെ എച്ച്. ആർ. ഹെഡിന് കൊടുക്കണം. അദ്ദേഹത്തിന് പുസ്തകം ഇഷ്ടപ്പെടും."

"യു റൈറ്റ്. ബുക്ക്സ് മാഡം? യു ആർ ആൻ ഓതർ ആൾസോ?"

കുട്ടികളുടെ ചോദ്യം സ്നേഹയുടേതു കൂടിയായിരുന്നു.

"ഞാനെഴുതാറുണ്ട്. 'കഥയില്ലാത്തവരുടെ കഥ' എന്നാണീ പുസ്തകത്തിന്റെ പേര്. ഒരു കുടുംബത്തിലെ നാലംഗങ്ങൾക്ക് ചില മാനസിക പ്രശ്നങ്ങളുണ്ടാകുന്നതാണ് അതിലെ പ്രധാന വിഷയം. ഒരു സൈക്കോളജിസ്റ്റ് നൽകിയ ആത്മവിശ്വാസത്തിന്റെ തണലിൽ അവരതിനെ തരണം ചെയ്ത് സാധാരണ നിലയിലാകുന്നു." മിത്ര പറഞ്ഞു.

ഇത്രയും ദിവസം ഒപ്പം നടന്നിട്ടും ഇങ്ങനെയൊരു കാര്യം മനസ്സിലാക്കിയില്ലല്ലോ എന്ന് സ്നേഹയ്ക്ക് തോന്നി. പുസ്തകങ്ങളെ വളരെ സ്നേഹിക്കുന്ന ആളാണെന്ന് തോന്നിയിട്ടുണ്ട്. മൈത്രേയിയിലെ പുസ്തകശേഖരം അതു വിളിച്ചറിയിക്കും. വലിയ ഒരു മുറിതന്നെ പുസ്തകങ്ങൾക്കായി മാറ്റിവച്ചിട്ടുണ്ട്. അതുകൂടാതെ എല്ലാമുറികളിലും ചുവരോടു ചേർന്ന് മൂന്ന് തട്ടുകളോട് കൂടിയ ഷെൽഫ് ഉറപ്പിച്ചിട്ടുണ്ട്. ഷെൽഫുകളിലെല്ലാം ഭംഗിയായി പുസ്തകങ്ങൾ അടുക്കിവച്ചിരിക്കുന്നു. ഇത്രയധികം പുസ്തകങ്ങൾ ഇവിടെ ആരെങ്കിലും വായിക്കുന്നുണ്ടാകുമോ എന്നു തോന്നുകയും ചെയ്തിട്ടുണ്ട്.

കുട്ടികൾ പോയതിനു ശേഷം മിത്ര വീണ്ടും തിരക്കിലായി. അത്യാവശ്യം യാത്രകളും മൈത്രേയിയുടെ ഒഴിച്ചുകൂടാനാകാത്ത തിരക്കുകളും കഴിയുമ്പോൾ എല്ലാ ദിവസവും വളരെ വൈകുന്നു.

ഈ ദിവസങ്ങളിലത്രയും സ്നേഹ ധാരാളം എഴുതി. എഴുതിയത് വെട്ടിത്തിരുത്തി വീണ്ടും എഴുതി. എഴുതിയാൽ തീരാത്ത കാര്യങ്ങളാണ് മുൻപിലുള്ളത്. ചിലത് കേട്ടറിഞ്ഞവ. നേരിട്ടു കണ്ടു മനസ്സിലാക്കിയവയാണ് കൂടുതലും.

ഇവിടെ ആരും ആരുടെയും കാര്യങ്ങളിൽ ഇടപെടുന്നില്ല. രാവിലെ മുതൽ സമയനിഷ്ഠയോടെ എല്ലാവരും ഓരോ ജോലിയിൽ മുഴുകിയിരിക്കും. ഭക്ഷണം ഇഷ്ടമുള്ള സമയങ്ങളിൽ കഴിക്കാം. എല്ലാവരും ഒന്നിച്ചിരിക്കുന്നത് പ്രാർത്ഥനാമുറിയിലാണ്. പിന്നെ മെയിൻ ഹാളിൽ ടി.വി. കാണുമ്പോഴും.

സ്നേഹ ഇടയ്ക്കിടെ ശാരദാമ്മയോടൊപ്പം തുന്നൽക്ലാസിലും ലീലാവതിടീച്ചറുടെ കൂടെ പച്ചക്കറിത്തോട്ടത്തിലും പോയി. നഴ്സിങ് സ്കൂളിൽ ആലീസ് ആന്റണിയെ ഓഫീസ് ജോലിയിൽ അല്പം സഹായിക്കുവാനും സമയം കിട്ടി. നഴ്സിങ് വിദ്യാർത്ഥികൾക്ക് നല്ല പെരുമാറ്റരീതികളെക്കുറിച്ച് രണ്ട് ക്ലാസുകൾ എടുത്തു. ക്ലാസുകൾ വളരെ നന്നായിരുന്നു എന്നു വിദ്യാർത്ഥികളും ആലീസും പറഞ്ഞപ്പോൾ സ്നേഹയ്ക്ക് സന്തോഷമായി. വിദ്യാർത്ഥികൾക്കൊപ്പം ഹോസ്പിറ്റൽ സ്റ്റാഫും ക്ലാസിൽ ഉണ്ടായിരുന്നു. സൗഹൃദ സംഭാഷണങ്ങൾക്കിടയിൽ മനഃപൂർവം സൃഷ്ടിച്ചെടുക്കുന്ന സന്ദർഭങ്ങളിലെ വർത്തമാനശകലങ്ങളിൽ നിന്ന് സ്നേഹ ഒരു കാര്യം മനസ്സിലാക്കി.

മിത്ര രണ്ടുവർഷത്തോളം ഒരു മെന്റൽ ഹോസ്പിറ്റലിൽ ചികിത്സയിലായിരുന്നു!

ആദ്യം പരിചയപ്പെട്ട നിമിഷങ്ങളിലെപ്പോഴോ ഒരു സൂചന തന്നിരുന്നു. പക്ഷേ അവിശ്വസനീയമായിട്ടാണ് തോന്നിയത്.

സ്വന്തം വിചാരങ്ങളും വ്യക്തിത്വവും സ്വപ്നങ്ങളും നഷ്ടപ്പെട്ട് മാസങ്ങളോളം മറ്റേതോ ലോകത്തിൽ ആ മനസ്സ് മുങ്ങിത്തപ്പിയിട്ടുണ്ടെന്നോ? എപ്പോഴും ശാന്തമായി മാത്രം കാണാറുള്ള ആ മനസ്സിനു താളം തെറ്റിയിട്ടുണ്ടെന്നോ? ആലോചിക്കുന്തോറും സ്നേഹയ്ക്ക് ഉറക്കം നഷ്ടപ്പെട്ടു.

വൈകി ഉറങ്ങിയ ഒരു ദിവസം വളരെ നേരത്തേ കതകിൽ ആരോ തട്ടുന്നത് കേട്ടുകൊണ്ടാണ് സ്നേഹ ഉണർന്നത്. കതകു തുറന്നപ്പോൾ മുൻപിൽ ചിരിക്കുന്ന മുഖവുമായി മിത്ര.

"ഗുഡ്മോണിങ് സ്നേഹ. ഒന്നു നടന്നാലോ?" മിത്ര ചോദിച്ചു.

"യെസ് മാം. ഗുഡ്മോണിങ്. ഞാനിതാ എത്തി."

സ്നേഹ പെട്ടെന്ന് തയ്യാറായി. ഒന്നിച്ചൊരു പ്രഭാതസവാരി ആഗ്രഹിച്ചിരിക്കുകയായിരുന്നു. മനസ്സ് തുറന്നു സംസാരിക്കാൻ കഴിയുന്നത് ഇത്തരം വീണുകിട്ടുന്ന അസുലഭസന്ദർഭങ്ങളിലാണ്.

മൈത്രേയിയുടെ മുൻപിൽ കാണുന്ന ചെറിയ കുന്നിൻ ചെരുവിലൂടെ മരങ്ങൾക്കിടയിൽ വീണുകിടക്കുന്ന തണുത്ത കരിയിലകൾ ചവുട്ടി മിത്രയും സ്നേഹയും നടന്നു. ഇടയ്ക്ക് വലിയൊരു മരത്തിന്റെ ചുവട്ടിൽ നിന്നുകൊണ്ടു മിത്ര ചോദിച്ചു.

"സ്നേഹ, ഈ മരം ഏതാണെന്ന് മനസ്സിലായോ ? ഇതാണ് ആഞ്ഞിലി."

മിത്ര തന്നെ ഉത്തരവും പറഞ്ഞു. മരത്തിനു താഴെ വീണുകിടക്കുന്ന ഒരു പഴം എടുത്ത് മിത്ര സ്നേഹയ്ക്ക് കാണിച്ചുകൊടുത്തു.

"ഇതാ നോക്കൂ. ഇതാണ് ഈ മരത്തിന്റെ പഴം. ആഞ്ഞിലിച്ചക്ക എന്നു പറയും. ഇതിന്റെ ചുളകൾക്ക് എത്ര സ്വാദാണെന്നോ!"

ഒരു കൊച്ചുകുട്ടിയുടെ ഉത്സാഹത്തോടെ മിത്ര ആഞ്ഞിലിചക്കയുടെ ചുളകൾ പറിച്ചെടുത്തു. ചുവന്നു തുടുത്ത ചെറിയ ചുളകൾ!

"വർഷങ്ങൾക്ക് മുൻപ്, എന്റെ ചെറിയമ്മാവന്റെ കൈകളിൽ തൂങ്ങി ഞാനീ മരത്തിന്റെ കീഴിൽ വന്നു നിൽക്കുമായിരുന്നു. അന്ന് ഈ ആഞ്ഞിലിക്ക് ഇത്രയും ഉയരമില്ല. പക്ഷേ അന്നും ഉണ്ടായിരുന്നു നിറയെ ചക്കകൾ. ചെറിയമ്മാവൻ ചക്കകൾ എറിഞ്ഞുവീഴ്ത്തും. ഞങ്ങൾ ഇവിടെ തന്നെ ഇരുന്നതു കഴിക്കും."മിത്ര പറഞ്ഞു.

"ചെറിയമ്മാവനിപ്പോൾ?" സ്നേഹ വെറുതെ ചോദിച്ചു.

"പൂനായിലാണ്. അവിടെ സ്ഥിരതാമസമാക്കി. ആളിപ്പോൾ വയസ്സനായി. മുത്തച്ഛനായി .

എന്നാലും ഇടയ്ക്കിടെ ഇവിടെ എത്തും. ഈ കാറ്റിന്റെ മണവും കുളിരുമൊന്നും പൂനായിൽ കിട്ടില്ലെന്നാണ് പറയുക."മിത്ര ചിരിച്ചു.

എന്തോ ഓർത്തിട്ട് മിത്ര വീണ്ടും പറഞ്ഞു.

"അതുപിന്നെ ശരിയല്ലേ. ഈ നാട്ടുവഴിയുടെ തണുപ്പും ഈ വഴിയിലൂടെയുള്ള നടപ്പിന്റെ സുഖവും വേറെ എവിടെ കിട്ടും."

കുറച്ചുകൂടി നടന്ന് ഒരു വലിയ പ്ലാവിന്റെ ചുവട്ടിൽ മിത്ര വീണ്ടും നിന്നു. വലതുഭാഗത്ത് നിറയെ വാഴകളാണ്. മിക്ക വാഴകളും വലുതും ചെറുതുമായ കുലകൾ മാറത്തടുക്കിപ്പിടിച്ചിരിക്കുന്നു. അവയ്ക്കിടയിലൂടെ നടന്നുകൊണ്ട് മിത്ര പറഞ്ഞു.

"ഇവിടെ പണ്ടൊരു കുടുംബം താമസിച്ചിരുന്നു. ഓണം അടുക്കുമ്പോൾ അവർ അരിയുണ്ട ഉണ്ടാക്കിക്കൊണ്ട് അമ്മമ്മയെ കാണാൻ വരും. അരിയും ശർക്കരയും എള്ളും തേങ്ങയും പിന്നെ എന്തെല്ലാമോ ചേർത്ത് ചെറിയ ബോൾ വലിപ്പത്തിൽ ഉരുട്ടിയെടുക്കുന്ന അരിയുണ്ടകൾ. അന്ന് എനിക്കു മുൻഭാഗത്തെ രണ്ടു മൂന്നു പല്ലുകൾ ഉണ്ടായിരുന്നില്ല. ആദ്യ പല്ലുകൾ പറിഞ്ഞുപോയതിനുശേഷം വീണ്ടും പല്ലുകൾ മുളയ്ക്കാൻ കുറച്ചുസമയം വേണ്ടിവന്നു. ചെറിയമ്മാവൻ അന്നെനിയ്ക്കാരു പേരിട്ടു. 'മടചാടി'."

മിത്ര ഓർത്ത് പൊട്ടിച്ചിരിച്ചു.

"മടചാടി മീൻസ്?" സ്നേഹയ്ക്ക് ആ വാക്കിന്റെ അർത്ഥം മനസ്സിലായില്ല.

"അതുപറയാം. മട എന്നാൽ ബണ്ട്. ബ്രിഡ്ജ്. ചാടി എന്നാൽ കൊലാപ്സ്ഡ്. ബണ്ട് പൊട്ടി; വെള്ളം ചാടുന്നു."

അർത്ഥം മനസ്സിലാക്കിയപ്പോൾ സ്നേഹയ്ക്കും ചിരിവന്നു. ഓർമ്മകളിൽ മുഴുകി മിത്ര വീണ്ടും പറഞ്ഞു.

"പക്ഷേ ആ പേര് വിളിക്കുമ്പോൾ ഞാൻ കരയുമായിരുന്നു. പല്ലുവരാൻ താമസിക്കുന്നതിൽ അല്പം സങ്കടമുണ്ടായിരുന്നുതാനും. കരയുന്നതു കാണുമ്പോൾ ചെറിയമ്മാവന് വിഷമം തോന്നും. അരിയുണ്ട അമ്മിക്കല്ലിൽ പൊടിച്ച് തേങ്ങാചിരകിയതും ചേർത്ത് ചെറിയമ്മാവൻ തന്നെ പ്ലേയിറ്റിൽ നിരത്തി തരും."

മിത്രയുടെ വലതുകരം ഗ്രഹിച്ചുകൊണ്ട് ആത്മഗതം പോലെ സ്നേഹ പറഞ്ഞു.

"മാഡത്തിന്റെ ബാല്യം എത്ര സുന്ദരമായിരുന്നു. സത്യത്തിൽ എനിക്കസൂയ തോന്നുന്നു. ഞങ്ങളൊക്കെ ഫ്ളാറ്റിന്റെ ചുമരുകൾക്കുള്ളിൽ സ്കൂളും ട്യൂഷനും ഒക്കെ ആയി തിരക്കുപിടിച്ച് കഴിച്ചുകൂട്ടിയ ഒരു കാലം. അതിനു ബാല്യമെന്ന് പേരിടാമെന്ന് മാത്രം."

സ്നേഹയുടെ വാക്കുകളിൽ നേരിയ നഷ്ടബോധം നിറഞ്ഞുനിന്നു. സ്നേഹയെ ചേർത്തു പിടിച്ചുകൊണ്ട് മിത്ര പറഞ്ഞു.

"ശരിയാണ്. എന്റെ ബാല്യത്തിന്റെ ഓർമ്മകൾ കെട്ടുപിണഞ്ഞു കിടക്കുന്നത് അമ്മമ്മയുടെ വീട്ടിലാണ്. അമ്മമ്മ, വല്യമ്മാവൻ, ചെറിയമ്മാവൻ, ശാന്തച്ചിറ്റ. ആ ഓർമ്മകൾക്കുപോലും തേനിന്റെ മധുരമുണ്ട്."

മിത്രയുടെ കണ്ണുകൾ രണ്ടു നക്ഷത്രങ്ങളായി. സ്നേഹയ്ക്ക് ചോദിക്കണമെന്ന് തോന്നി.

"പിന്നെ എങ്ങനെ എവിടെവച്ചാണ് ഓർമ്മകളുടെ ഒഴുക്ക് നഷ്ടമായത്?"

പക്ഷേ ചോദിച്ചില്ല. ചോദിക്കാനൊരു ഭയം. പിന്നെയൊരിക്കലാവാം.

നാട്ടുവഴിയുടെ ഇരുവശത്തും നിൽക്കുന്ന മരങ്ങളിൽനിന്ന് കിളികൾ ചിലച്ചുകൊണ്ട് പറന്നകലുന്നത് കൗതുകത്തോടെ സ്നേഹ നോക്കിനിന്നു. എവിടെ നിന്നോ എത്തിയ ഒരു തണുത്ത കാറ്റ് ഇലകളെ തഴുകിയുണർത്തി വിട്ടുമാറാൻ മടിച്ചുനിന്നു.

"സ്നേഹ ഇപ്പോഴെന്താണ് ആലോചിക്കുന്നതെന്ന് എനിക്കറിയാം." മിത്രയുടെ ചോദ്യം കേട്ട് സ്നേഹ അറിയാതെ ഒന്നു ഞെട്ടി.

"പുറംലോകത്തിന് അത്രയൊന്നും അറിവില്ലാത്ത എന്റെ പഴയൊരുകാലം എങ്ങനെ ചികഞ്ഞെടുക്കും എന്നല്ലേ?"

ചിരിച്ചുകൊണ്ടാണ് മിത്ര പറഞ്ഞതെങ്കിലും സ്നേഹ ശരിക്കും വിഷമിച്ചുപോയി.

"ഞാൻ സമ്മതിക്കുന്നു. മാഡത്തിന് സിക്സ്ത്ത് സെൻസ് ഉണ്ട്." നേരിയ ചമ്മലോടെ സ്നേഹ പറഞ്ഞു.

"സ്നേഹയ്ക്ക് രണ്ടുമൂന്നു യാത്രകൾ ചെയ്യാൻ താല്പര്യമുണ്ടോ?" പെട്ടെന്നാണ് മിത്ര ചോദിച്ചത്.

"തീർച്ചയായും. യാത്രകൾ എനിക്കിഷ്ടമാണ്."

"എന്നാൽ തയ്യാറായിക്കോളൂ. നാളെത്തന്നെ ആകട്ടെ ആദ്യത്തെ യാത്ര. രാമകൃഷ്ണനെ ഒപ്പം അയയ്ക്കാം."

"എവിടെയാണ് മാഡം? ഞാൻ ആരെയാണ് അവിടെ കാണേണ്ടത്?"

സ്നേഹയ്ക്ക് ആകാംക്ഷ അടക്കാനായില്ല. മിത്ര മൗനം അവലംബിച്ചതേയുള്ളൂ. കൂടുതൽ സംസാരിക്കാൻ താല്പര്യമില്ലെന്നാണ് ആ മൗനത്തിന്റെ അർത്ഥമെന്ന് സ്നേഹയ്ക്ക് മനസ്സിലായി.

ഇടവഴികളിലൂടെ നടന്ന് മൈത്രേയിയിൽ എത്തുന്നതുവരെ രണ്ടുപേരും രണ്ടു ലോകത്തായിരുന്നു. ഓർമ്മകളുടെ വാതിൽപ്പടിയിൽ മൗനത്തിന്റെ മൂടുപടമണിഞ്ഞ് നിസ്സംഗതയോടെ നിർവികാരതയോടെ മിത്ര നിന്നു. അതേ വാതിൽപ്പടിക്കടുത്ത് എന്തോ അറിയാനുള്ള വെമ്പലോടെ നിന്നു സ്നേഹയും. രണ്ടുപേരുടെയും ഇടയിൽ മൗനം തളംകെട്ടിനിന്നു.

ഏഴ്

രാവിലെ പതിവിലും വളരെ വൈകിയാണ് ഉണർന്നത്. രാത്രിയിൽ ഉറക്കവും സുഖമായിരുന്നില്ല. അതു പതിവില്ലാത്തതാണ്. ഉണർന്നിട്ടും സീലിങ്ങിൽ കറങ്ങുന്ന ഫാനിലേക്കു നോക്കി വെറുതെ കിടന്നു. ഫാനിന്റെ മൂന്ന് ലീഫുകളും ഒരേ സ്പീഡിൽ ഒരേ ദിശയിലേക്കു കറങ്ങുമ്പോഴാണ് അത് പ്രവർത്തിക്കുന്നത്. ഏതെങ്കിലും ഒരു ലീഫ് പിന്നോട്ടായാൽ ഫാനിന്റെ പ്രവർത്തനം അപ്പാടെ തകിടം മറിയും. ജീവിതം പോലെ. എല്ലാ ചിന്തകളും സന്തോഷം തരുന്നവയാവണം. ഏതെങ്കിലും ഒന്ന് നേരിയ അസന്തുഷ്ടി സൃഷ്ടിക്കുമ്പോഴാണ് അറിയാതെ അസ്വസ്ഥത ഉണ്ടാകുന്നത്.

മനസ്സിലെവിടെയോ ഏതോ അസുഖകരമായ ഒരു ചിന്ത ഭാരംപോലെ വലുതായി ഉൾക്കൊള്ളാൻ ബുദ്ധിമുട്ടിച്ചുകൊണ്ടു നിൽക്കുന്നുണ്ട്. ഭാരമാണോ ഭാരമില്ലായ്മയാണോ? വേർതിരിക്കാനാവുന്നില്ല. രണ്ടും തരുന്നത് അസ്വസ്ഥതയാണ്. സ്നേഹയുടെ ഇന്നലത്തെ യാത്രയാവാം മനസ്സിൽ അകാരണമായി ആകുലതകൾ ഉണ്ടാക്കുന്നത്.

സംഭവിച്ചുപോയ കാര്യങ്ങൾ ആലോചിച്ച് അസ്വസ്ഥയാകുന്ന പതിവില്ല. ജീവിതാനുഭവങ്ങൾ എന്തൊക്കെയോ നേടിത്തന്നതായിട്ടാണ് മനസ്സിലെന്നും തോന്നിയിട്ടുള്ളത്. മനസ്സിന് അങ്ങനെയൊരു പരിശീലനം സ്വയം കൊടുത്തിട്ടുണ്ട്. എന്നിട്ടും നിറയെ ചോദ്യങ്ങളെ അടക്കിപ്പിടിച്ച സ്നേഹയുടെ വളഞ്ഞ പുരികങ്ങളും കണ്ണുകളും മനസ്സിൽ മായാതെ നിൽക്കുന്നു. അവയെ കണ്ടില്ലെന്നു നടിക്കാം. ഗൗരവം എന്ന മൂടുപടം അണിഞ്ഞു മിണ്ടാതിരിക്കാം. സംസാരിക്കാൻ താല്പര്യമില്ലെന്ന് പറയാം. പക്ഷേ സത്യത്തിന്റെ മുഖം മൂടിവയ്ക്കാനാവില്ല.

കിടന്നുകൊണ്ടുതന്നെ ജനാല തുറന്നിട്ടു. പ്രഭാതത്തിൽ കിളികൾ മരച്ചില്ലകളിലിരുന്നു ചിലയ്ക്കുന്നത് കേൾക്കാൻ ഇഷ്ടമാണ്. ജനാലയോടു ചേർന്നുനിൽക്കുന്ന സപ്പോട്ടമരത്തിൽ രണ്ടു നീലക്കിളികൾ കുറച്ചു ദിവസമായി ചേക്കേറിയിട്ടുണ്ട്. അടുത്തുചെന്ന് നിന്നാലും പറന്നുപോകാതെ അവ രണ്ടും അവിടെത്തന്നെ കൊക്കുരുമ്മി ഇരിക്കും. മനുഷ്യരുടെ കണ്ണുകളിലെ സ്നേഹവും വിദ്വേഷവും തിരിച്ചറിയാൻ അവയ്ക്കു കഴിയുന്നുണ്ടാവും. കണ്ണുകൾക്ക് കരയാൻ മാത്രമല്ല ചിരിക്കാനും അറിയാം. സ്നേഹിക്കാനും

അറിയാം. പരിഹസിക്കാനും വെറുപ്പ് പ്രകടിപ്പിക്കാനുമറിയാം. ഇന്നലെ യാത്ര പോയി മടങ്ങി എത്തിയ സ്നേഹയുടെ കണ്ണുകളിൽ നിറയെ ചോദ്യങ്ങൾ ഉണ്ടായിരുന്നു.

വാതിലിൽ ആരോ ശക്തിയായി മുട്ടുന്നുണ്ട്. മിത്ര എഴുന്നേറ്റ് വസ്ത്രം നേരെയാക്കി മുടി മാടിഒതുക്കി വാതിൽ തുറന്നു.

വല്യമ്മാവൻ! മുഖത്ത് പരിഭ്രമം.

"എന്താ കുഞ്ഞേ എഴുന്നേൽക്കാൻ വൈകിയത്? ഞാൻ പേടിച്ചു പോയി!" വല്യമ്മാവന്റെ ശബ്ദത്തിന് നേരിയ വിറയൽ ഉണ്ടായിരുന്നു.

"എനിക്ക് ഹാർട്ട് അറ്റാക്ക് ഉണ്ടായി എന്നു വിചാരിച്ചോ വല്യമ്മാവാ." മിത്ര ചിരിച്ചുകൊണ്ട് ചോദിച്ചു.

"വേണ്ടാത്തതൊന്നും പറയരുത് നീയ്. ആർക്ക് എപ്പോഴെന്താ വരാൻ പാടില്ലാത്തത്."

വല്യമ്മാവൻ സ്നേഹപൂർവം ശാസിച്ചു.

"വല്യമ്മാവൻ ഇരിക്കൂ. നമുക്കൊരുമിച്ച് കാപ്പി കുടിക്കാം. ഞാനിപ്പോൾ വരാം. ഒരഞ്ചുമിനിറ്റ്." മിത്ര പറഞ്ഞു.

മുഖം കഴുകി ഡ്രസ് മാറി മിത്ര എത്തിയപ്പോൾ വല്യമ്മാവൻ മുറ്റത്തു നിന്ന് രാമകൃഷ്ണന്റെ പുതിയ സൈക്കിൾ പരിശോധിക്കുന്നു.

"ഒന്നു കയറി നോക്കിയാലോ?" വല്യമ്മാവൻ മിത്രയോട് അനുവാദം ചോദിച്ചു. ഹാർട്ടിന്റെ പ്രശ്നം അറിഞ്ഞതിൽ പിന്നെ സൈക്കിൾ കയറുന്നത് കർശനമായി വിലക്കിയിട്ടുണ്ട്. വിലക്കുകൾ പലതുണ്ടെങ്കിലും വല്യമ്മാവൻ അവയൊന്നും പാലിക്കാറില്ലെന്ന് അറിയാം. ആ കാര്യംപറഞ്ഞ് പലപ്പോഴും മിത്ര പരിഭവിക്കാറുണ്ട്.

"എപ്പോഴോ ഒരു നെഞ്ചുവേദന വന്നെന്നും പറഞ്ഞ് വീട്ടിനുള്ളിൽ അടച്ചിരിക്കാൻ എന്നെ കിട്ടുമെന്നു നീ മോഹിക്കേണ്ട." വല്യമ്മാവനും ദേഷ്യം ഭാവിക്കും.

വല്യമ്മാവന്റെ സൈക്കിൾസവാരി മോഹം കണ്ടിട്ട് മിത്ര പറഞ്ഞു.

"സൂക്ഷിച്ച് കുറച്ചുസമയം കയറിക്കോളൂ വല്യമ്മാവാ. വീണ് കൈയോ കാലോ ഒടിഞ്ഞാൽ ശുശ്രൂഷിക്കാൻ എനിക്കു തീരെ സമയമില്ല. ധാരാളം ജോലിയുണ്ട്."

"രാവിലെ നീ കരുതിക്കൂട്ടി ഓരോന്ന് പറയാൻ തുടങ്ങിയോ?"

വെറുതെ പരിഭവം കാണിച്ചുവെങ്കിലും വല്യമ്മാവൻ ഉഷാറായി. മുറ്റത്തിനുചുറ്റും സൈക്കിളിൽ വല്യമ്മാവൻ കറങ്ങുന്നത് മിത്ര നോക്കിയിരുന്നു.

പണ്ട് ചെറുപ്പത്തിൽ വല്യമ്മാവൻ സൈക്കിൾ ഓടിക്കാൻ പഠിക്കുന്ന കാലത്ത് എതിരെ വരുന്നവരാരെങ്കിലും എന്തെങ്കിലും ചോദിച്ചാൽ ഉത്തരം

പറയുന്നതിനിടയിൽ ബാലൻസ് തെറ്റി താഴെ വീഴുമായിരുന്നു. അതൊരു ചിരിക്കുന്ന കഥയായിരുന്നു ആ കാലത്ത്. മിത്ര അറിയാതെ ചിരിച്ചുപോയി.

"നീ എന്താ എന്റെ സൈക്കിൾസവാരി കണ്ട് ചിരിക്കുന്നത്" കറക്കത്തിനിടയിൽ വല്യമ്മാവൻ അന്വേഷിച്ചു. പഴയ സൈക്കിൾ കഥ ഓർമ്മിപ്പിച്ചപ്പോൾ വല്യമ്മാവനും ചിരിച്ചു. പക്ഷേ കഥ ശരിയാണെന്ന് സമ്മതിച്ചുകൊടുക്കാൻ തയ്യാറായില്ല.

"അതൊക്കെ എന്നെ കളിയാക്കാൻ ഉണ്ടാക്കിയ കഥയല്ലേ " കപട ഗൗരവത്തിൽ പറഞ്ഞുകൊണ്ട് സൈക്കിൾ സവാരി മതിയാക്കി വല്യമ്മാവൻ മാതൃഭൂമി ദിനപത്രം കൈയിലെടുത്ത് മിത്രയുടെ അരികിൽ വന്നിരുന്നു. ഷർട്ടിന്റെ പോക്കറ്റിൽ നിന്ന് കണ്ണാടിക്കൂടെടുത്ത് തുറന്ന് മുണ്ടിന്റെ അറ്റം കൊണ്ട് ഗ്ലാസ് തുടച്ചിട്ട് ആരോടെന്നില്ലാതെ പറഞ്ഞു.

".....ചില്ല് മാറ്റാറായെന്ന് തോന്നുന്നു. ഒക്കേം വരേം വെട്ടും."

കണ്ണാടി മൂക്കിൽ ഇറക്കി താഴ്ത്തിവച്ച് വല്യമ്മാവൻ പത്രം വായിക്കുന്നത് മിത്ര നോക്കിയിരുന്നു. കാലം ആ മുഖത്തും ശരീരത്തിലും ക്ഷീണം വീഴ്ത്തിയിരിക്കുന്നു. വെള്ള ഷർട്ടും മുണ്ടും ധരിച്ച് നെറ്റിയിൽ ചന്ദനക്കുറിയും തൊട്ട് കല്ല്യാണ ചെറുക്കനായി വല്യമ്മാവൻ നടക്കുന്നത് ഇപ്പോഴും ഓർമ്മയുണ്ട്. അന്ന് പഠിച്ചിരുന്നത് ആറിലോ ഏഴിലോ ആയിരുന്നു. ഓണാവധിക്കാലത്തായിരുന്നു കല്യാണം.

ആ കല്യാണത്തിന്റെ പിന്നിലും ഒരു ചെറിയ കഥയുണ്ട്. വല്യമ്മാവന് അന്നു വയസ്സ് ഇരുപത്തിയെട്ട്. കല്യാണം കഴിക്കണമെന്നു മോഹം തോന്നിയിട്ട് കുറച്ചു കാലമായി. അവിടെയും ഇവിടെയും തൊടാതെ വീട്ടിൽ പല പ്രാവശ്യം വിഷയം അവതരിപ്പിക്കുകയും ചെയ്തതാണ്. ബന്ധുക്കളിൽ അടുപ്പക്കൂടുതലുള്ളവരെക്കൊണ്ട് വീട്ടിൽ പറയിപ്പിക്കുകയും ചെയ്തു. "ഓ നോക്കാം" എന്നൊരു ഒഴുക്കൻ മറുപടിയാണ് കിട്ടിയത്. കാത്തിരുന്നിട്ട് പ്രയോജനമില്ലെന്ന് കണ്ടപ്പോൾ സ്വയം മുന്നോട്ടിറങ്ങാൻ തീരുമാനിച്ചു.

അങ്ങനെയാണ് അകന്ന ബന്ധത്തിലുള്ള സുലോചനയെപ്പറ്റി സ്വർണ്ണപ്പണിക്കാരൻ കേശവൻ തട്ടാൻ പറഞ്ഞത്. കേശവൻ അടുത്തിടെ ആ വീട്ടിൽ പോയപ്പോൾ സുലോചനയെ കണ്ടിരുന്നു. എല്ലാംകൊണ്ടും ചേർച്ചയുണ്ടെന്നാണ് കേശവന്റെ അഭിപ്രായം. പിന്നെ പറ്റാത്ത ബന്ധമൊന്നുമല്ലല്ലോ. ബന്ധം പറയുകയാണെങ്കിൽ സുലോചനയുടെ അച്ഛന് വകയിലൊരു അമ്മാവന്റെ സ്ഥാനമുണ്ട്.

കുടുംബക്ഷേത്രത്തിലെ ഉത്സവത്തിന് സുലോചനയെ കാണിച്ചുതന്നതും കേശവനാണ്. ഇരുനിറമാണെങ്കിലും നല്ല ഭംഗിയുള്ള മുഖം. ധാരാളം മുടി. ഇഷ്ടപ്പെട്ടുവെന്നു മാത്രമല്ല ഇതുതന്നെ മതിയെന്നു തീരുമാനിക്കുകയും ചെയ്തു. പക്ഷേ അവിടംകൊണ്ട് കാര്യങ്ങൾ അവസാനിക്കുന്നില്ലല്ലൊ. വീട്ടിൽ ഈ കാര്യം എങ്ങനെ അവതരിപ്പിക്കുമെന്ന വൈതരണി തരണം ചെയ്യാൻ വല്ല്യമ്മാവൻ തന്നെ പുതിയൊരു പദ്ധതി കണ്ടുപിടിച്ചു. എല്ലാ

വിവരങ്ങളും വിശദമായി എഴുതി അമ്മമ്മയ്ക്ക് നേരിട്ട് ഒരു കത്ത് കൊടുക്കുക!

കത്ത് കൊടുത്തതിനുശേഷം പത്ത് ദിവസങ്ങൾ കഴിഞ്ഞിട്ടും പ്രതികരണമൊന്നും ഇല്ലാതിരുന്നതാണ് വല്യമ്മാവനെ പ്രതിസന്ധിയിലാക്കിയത്. നേരിട്ട് വിവരം അന്വേഷിക്കാൻ തന്നെ തീരുമാനിച്ചു. രാവിലെ പതിനൊന്നു മണി കഴിഞ്ഞാണ് അമ്മമ്മയെ തരത്തിനൊന്നു കാണാൻ കിട്ടിയത്. അടുക്കളയുടെ പിൻഭാഗത്തുള്ള വരാന്തയിൽ പുല്ലുപായിൽ കാല് നീട്ടിവച്ച് ഇരുന്ന് അമ്മമ്മ പത്രം വായിക്കുന്നു. അടുത്ത് ഇരുന്നുകൊണ്ട് ഗൗരവത്തിൽ ചോദിച്ചു.

"അമ്മയ്ക്ക് ഞാനൊരു എഴുത്ത് തന്നല്ലോ. ആ കാര്യം എന്തു തീരുമാനിച്ചു?"

അമ്മമ്മ കേട്ടില്ലെന്നു തോന്നി. പത്രവായനയിലാണ് ശ്രദ്ധ മുഴുവനും.

"ഞാൻ ചോദിച്ചത് അമ്മ കേട്ടില്ലെന്നുണ്ടോ?"

" നീ തൊട്ടടുത്തിരുന്നല്ലേ ചോദിക്കുന്നത്. പിന്നെ കേൾക്കാതിരിക്കുന്നതെങ്ങനെ?"

അമ്മമ്മ ചിരിച്ചുകൊണ്ടാണ് മറുചോദ്യം ചോദിച്ചത്. വല്യമ്മാവനും ചിരിച്ചുപോയി.

"ജാതകം വാങ്ങി നോക്കി. നല്ല ചേർച്ചയുണ്ട്. അടുത്ത വ്യാഴാഴ്ച അച്ഛനും നിന്റെ അമ്മാവനും കൂടി അങ്ങോട്ടുപോയി നിശ്ചയത്തിന്റെ ദിവസം കുറിക്കും."

അമ്മമ്മ വിവരങ്ങൾ പറഞ്ഞു. ഇത്രയൊക്കെ കാര്യങ്ങൾ പുരോഗമിച്ചിട്ടും താൻ അറിഞ്ഞില്ലല്ലോ എന്ന ജാള്യതയിലായിരുന്നു വല്യമ്മാവൻ.

കല്യാണത്തിനു നടന്നാണ് പോയത്. അത്രയേ ദൂരമുണ്ടായിരുന്നുള്ളൂ. കൂടുതലും പുരുഷന്മാർ. സ്ത്രീകളും പുരുഷന്മാരും കൂടി വരന്റെ വീട്ടുകാരായിട്ട് ഏകദേശം നൂറുപേരുണ്ട്. വല്യമ്മാവൻ കതിർമണ്ഡപത്തിലിരുന്ന് എല്ലാവരേയും നോക്കി ചിരിക്കുന്നുണ്ടായിരുന്നു. അഞ്ചാറ് മിനിറ്റുകൾ കഴിഞ്ഞാണ് കുറച്ച് സ്ത്രീകളുടെ അകമ്പടിയോടെ കല്യാണപ്പെണ്ണ് പന്തലിലേക്ക് വന്നത്. പച്ചപ്പട്ടുസാരിയും മഞ്ഞ കസവു ബ്ലൗസും ധരിച്ച് സുന്ദരിയായ വധു. ആദ്യമായി അമ്മായിയെ കാണുകയാണ്. കണ്ടപ്പോൾ തന്നെ ഇഷ്ടപ്പെടുകയും ചെയ്തു. ആ ഇഷ്ടം ഇപ്പോഴുമുണ്ട്.

ആദ്യമായി സാരി ഉടുത്തത് വല്യമ്മാവൻ വാങ്ങിത്തന്നിട്ടായിരുന്നു. നേരത്തെ അങ്ങനെ ഒരു ആഗ്രഹം പറഞ്ഞിരുന്നു. " നീ ആദ്യം സാരി ഉടുക്കുന്നത് ഞാൻ വാങ്ങിയതാവണം. " ആ പ്രാവശ്യം ഓണത്തിന് രണ്ടു ദിവസം മുൻപ് വല്യമ്മാവൻ വീട്ടിൽ വന്നപ്പോൾ കൈയിൽ ഒരു സാരിയുണ്ടായിരുന്നു. റോസ് നിറത്തിൽ നിറയെ ഇലകളും പൂക്കളും ഉള്ള സിൽക്ക് സാരി. സാരി ഇഷ്ടമായോ എന്നു പലകുറി ചോദിച്ചു. ഇഷ്ടമായി എന്ന് എത്ര

പ്രാവശ്യം പറഞ്ഞിട്ടും വല്യമ്മാവന് തൃപ്തിയായില്ല. അവസാനം സാരി ഉടുത്ത് നോക്കി വളരെ ഇഷ്ടപ്പെട്ടു എന്നു തറപ്പിച്ചു പറയേണ്ടിവന്നു.

മിത്ര ഓർമ്മകളിൽ നിന്ന് ഉണർന്നപ്പോഴും വല്യമ്മാവൻ കണ്ണട താഴ്ത്തി വച്ച് പത്രം വായിച്ചുകൊണ്ടിരിക്കുകയായിരുന്നു. ബ്രേക്ക് ഫാസ്റ്റ് കഴിച്ചതിനു ശേഷമാണ് വല്യമ്മാവനെ പോകുവാൻ അനുവദിച്ചത്. കാപ്പിക്കൊപ്പം പുട്ടും കടലക്കറിയും കഴിക്കുമ്പോൾ വല്യമ്മാവൻ പറഞ്ഞു.

"ഞാനുമൊരു മൊബൈൽ ഫോൺ വാങ്ങിയാലോന്ന് ആലോചിക്കുന്നു. ഇപ്പൊത്തന്നെ നിന്നോടൊപ്പം പ്രാതൽ കഴിക്കുന്ന കാര്യം അറിയാതെ അമ്മായി എല്ലാം ഉണ്ടാക്കി വച്ചിട്ടുണ്ടാകും. ഞാനതും കഴിക്കേണ്ടി വരും."

പോകുന്നതിനു മുൻപ് ശബ്ദം താഴ്ത്തി വല്യമ്മാവൻ പറഞ്ഞു.

"നീ ആ കുട്ടിയെ................ എന്താ പേര്? ഞാൻ മറന്നു. ഡൽഹീന്ന് വന്ന കുട്ടിയെ ചേച്ചിയെ കാണാൻ അയച്ചോ?"

എങ്ങനെ അറിഞ്ഞുവെന്ന മട്ടിൽ മിത്ര നോക്കി. വല്യമ്മാവൻ ഗൗരവത്തിൽ നോക്കിനിൽക്കുന്നു.

"അയച്ചു" ഒഴുക്കൻ മട്ടിൽ മിത്ര മറുപടി പറഞ്ഞു.

"എന്തിനായിരുന്നു അത്? വേണ്ടിയിരുന്നില്ല. ഇത്രേം ആൾക്കാരെ സംരക്ഷിക്കുന്ന നിനക്ക് സ്വന്തം അമ്മയെ സംരക്ഷിക്കാൻ കഴിയാത്തത് എന്തെന്ന് ആ കുട്ടിക്ക് തോന്നില്ലേ ? പോരാത്തതിന് പത്രക്കാരീം!"

വല്യമ്മാവന്റെ സ്വരത്തിൽ ഉൽകണ്ഠ ഉണ്ടായിരുന്നു.

"അതിനെന്താ? ആരും അറിയാത്ത രഹസ്യമൊന്നുമല്ലല്ലൊ?" മിത്രയുടെ ശബ്ദവും താഴ്ന്നിരുന്നു.

"എന്നാലും വേണ്ടിയിരുന്നില്ല" തിരിഞ്ഞുനടക്കുന്നതിനിടയിൽ വല്യമ്മാവൻ വീണ്ടും പറഞ്ഞു.

"നിന്നെക്കുറിച്ച് എഴുതാൻ വരുന്ന ആളിനെ വേണ്ടതുമാത്രം അറിയിച്ചാൽ മതി. അതാണ് അതിന്റെ ശരി".

കൂടുതലൊന്നും പറയാതെ വല്യമ്മാവൻ നടന്നകന്നു.

വേണ്ടിയിരുന്നില്ല. മനസ്സ് വീണ്ടും അസ്വസ്ഥമാകുകയാണ്. അമ്മയെ ഒപ്പം താമസിപ്പിക്കാത്തത് ഒരു തെറ്റായിട്ട് ഒരിക്കലും തോന്നിയിട്ടില്ല. മനസ്സിൽ തെറ്റെന്ന് തോന്നാത്തത് തെറ്റാകുന്നില്ല. അങ്ങനെ ആലോചിക്കാനാണ് ഇഷ്ടപ്പെടുന്നത് .

രാവിലെ ഡൈനിങ് ഹാളിൽ വച്ച് സ്നേഹയെ കണ്ടപ്പോൾ മിത്ര തലേ ദിവസത്തെ യാത്രയെക്കുറിച്ച് ഒന്നും ചോദിച്ചില്ല. ചോദിച്ചറിയാൻ നിറയെ കാര്യങ്ങളുണ്ടെന്നു വിളിച്ചറിയിക്കുന്ന സ്നേഹയുടെ മുഖം കണ്ടില്ലെന്നു നടിച്ചുകൊണ്ട് മിത്ര പറഞ്ഞു.

"സ്നേഹാ, ഇന്നെന്താണ് പ്രോഗ്രാം? സമയം ഉണ്ടെങ്കിൽ നഴ്സിങ് സ്കൂളിൽ കുറച്ച് സമയം ചിലവഴിക്കൂ. ആലീസ് സ്നേഹയെ അന്വേഷിച്ചിരുന്നു."

"നഴ്സിങ് സ്കൂളിൽ ഇന്നുതന്നെ പോകാം. പക്ഷേ എനിക്കു മാഡത്തിന്റെ കുറച്ച് സമയം ദയവായി അനുവദിച്ചുതരണം. എപ്പോഴാണ് അതിനു കഴിയുക?"

ചോദ്യത്തിൽ വേണ്ടതിലധികം ലാഘവത്വവും നർമ്മവും കലർത്താൻ സ്നേഹ ശ്രദ്ധിച്ചു. അതാസ്വദിച്ചുകൊണ്ടുതന്നെ മിത്ര മറുപടിയും നൽകി.

"ഇന്നു ഞാൻ ബിസിയാണ് സ്നേഹ. ധാരാളം കറസ്പോണ്ടൻസ് പെൻഡിങ്ങാണ്. സമയം കിട്ടിയാൽ നമുക്കു വൈകുന്നേരം ഏഴുമണി കഴിഞ്ഞു കാണാം."

ഓഫീസിൽ തിരക്കുണ്ടെന്നുള്ളത് സത്യമാണെങ്കിലും സ്നേഹയുടെ ചോദ്യങ്ങൾക്കു മറുപടി പറയാൻ തയ്യാറെടുപ്പ് ആവശ്യമാണ്. ഈ വിഷയം സംസാരിക്കാൻ താല്പര്യമില്ലെന്നു പറഞ്ഞാൽ പിന്നെ സ്നേഹയ്ക്ക് നിർബന്ധിക്കാനാവില്ല. പക്ഷേ എന്തിന് പറയാതിരിക്കണം.

ഓഫീസിൽ ജോലിത്തിരക്കുകൾക്കിടയിൽ ഇരിക്കുമ്പോഴും മനസ്സ് പതിവില്ലാതെ അസ്വസ്ഥമായിരുന്നു. ഭൂമിയിലെ ഏറ്റവും നിഷ്കളങ്കവും ത്യാഗോജ്ജ്വലവും എന്നു വിശേഷിപ്പിക്കുന്ന ഒരു ബന്ധത്തിന്റെ അസാധാരണത്വത്തെക്കുറിച്ചാണ് സംസാരിക്കാനുള്ളത്. പരിചയപ്പെട്ടിട്ട് അധികം കാലം ആയിട്ടില്ലാത്ത ഒരു ജേർണലിസ്റ്റിന്റെ ആകാംക്ഷയ്ക്ക് അറുതിവരുത്തുക എന്ന ജോലി സാധാരണ ഗതിയിൽ ഏറ്റെടുക്കേണ്ട ആവശ്യമില്ല. പക്ഷെ ഇത്! അവിടെയും ഇവിടെയും നിന്ന് വരുന്ന ചോദിക്കാതെ ചോദിക്കുന്ന ചില ചോദ്യങ്ങൾക്ക് ഉത്തരം നൽകേണ്ടതാണെന്ന് പലപ്പോഴും തോന്നിയിട്ടുണ്ട്. എല്ലാം അറിഞ്ഞുകൊണ്ടുള്ള ചോദ്യങ്ങൾ വിമർശനത്തിനു വേണ്ടി മാത്രമാണെന്നറിയായ്കയല്ല. അതുകൊണ്ടുതന്നെ അവയെ മനസ്സിനു പുറത്ത് നിർത്തുകയാണ് ചെയ്യുന്നത്. വല്യമ്മാവൻ സൂചിപ്പിച്ച ആ ചോദ്യം തന്നെയാണ് ഉത്തരം കിട്ടാതെ പലരുടെയും മനസ്സിലുള്ളതെന്ന് അറിയാം. എല്ലാവരോടും കരുണയും സ്നേഹവും മാത്രമുള്ള ഒരാൾക്ക് സ്വന്തം അമ്മയോടു മാത്രം അടുപ്പമില്ലാത്തതെന്തേ?

അമ്മയും കുഞ്ഞും തമ്മിലുള്ള ബന്ധത്തിന്റെ സുശക്തമായ അടിത്തറയെക്കുറിച്ച് ഡോ.ഗോവിന്ദ പറഞ്ഞത് ഓർമ്മയിലുണ്ട്. നിബന്ധനകളുടെ ചട്ടക്കൂടില്ലാതെ പ്രത്യുപകാരത്തിന്റെ വേരുകൾ തേടാതെ ഈ ലോകത്തിൽ ഒരാൾക്ക് ലഭിക്കുന്ന ഒരേയൊരു സ്നേഹം അമ്മയുടേതാണ്. അത് നിഷേധിക്കുമ്പോൾ ഉണ്ടാകുന്ന മുറിവ് ഉണങ്ങാതെ വളരെ വലിയ വ്രണമായി ജീവിതം മുഴുവനും വേദനിപ്പിച്ചുകൊണ്ടിരിക്കും. ഓരോ ധമനിയിലും നിറഞ്ഞുനിൽക്കുന്ന വേദനയാണത്. ജീവിതവുമായി കെട്ടുപിണഞ്ഞു കിടക്കുന്ന നഷ്ടബോധത്തിന്റെ നൂലിഴകൾ അബോധമണ്ഡലത്തിൽ

എങ്ങനെയാണ് പ്രവർത്തിക്കുന്നതെന്ന് ഒരു ശാസ്ത്രത്തിനും പ്രവചിക്കാനാവുന്നില്ല. അമ്മയുടെ സ്നേഹം നിഷേധിക്കപ്പെടുന്ന ഓരോ കുഞ്ഞും സ്ത്രീയോ പുരുഷനും ആകുന്നത് ആകുലതയോടെയായിരിക്കുമെന്ന് ഡോ.ഗോവിന്ദ പറയുമായിരുന്നു.

ആകുലതയുടെ നാമ്പുകൾ മനസ്സിൽ മുളച്ചത് എപ്പോഴൊക്കെയാണ്?

കളിക്കോപ്പുകൾ താഴെ വീണുടയുമ്പോൾ കൈകാലുകളിലും ശരീരത്തിലും പതിക്കുന്ന പ്രഹരത്തിന്റെ വേദനയിൽ കുഞ്ഞിക്കണ്ണുകൾ നിറഞ്ഞ് ഒഴുകുമ്പോഴായിരുന്നോ അത്?

കൂട്ടുകാരികളുടെ മുൻപിൽവച്ചുള്ള ശകാരങ്ങളിൽ മനസ്സ് പിച്ചിക്കീറുമ്പോഴായിരുന്നോ?

എപ്പോഴാണെന്നു തീർച്ചയില്ല. ഒന്നുമാത്രം അറിയാം. "എന്റെ മിടുക്കിന്റെ ഒരംശമെങ്കിലും ഇവൾക്ക് കിട്ടിയില്ലല്ലോ" എന്ന സ്ഥിരം പരിഹാസത്തിൽ വ്യക്തിത്വം ചുരുണ്ടുകൂടിയിരുന്നു.

നിയന്ത്രിക്കാനാകാത്ത ദേഷ്യത്തിന്റെ രൂപമായിരുന്നു മനസ്സിൽ അമ്മയെന്ന സത്യത്തിനുണ്ടായിരുന്നത്. അബോധ മനസ്സു വരച്ച കറുത്ത നീണ്ട കോലങ്ങൾ അരൂപികളായും ചിലപ്പോൾ വികൃതമായ കൈകാലുകളോടു കൂടിയും രാപകൽ പേടിപ്പെടുത്തിക്കൊണ്ടിരുന്നു.

ഭയത്തോടെ അല്ലാതെ അമ്മയെ ഓർക്കാനായിട്ടില്ല. കൈയിൽ തൊടാൻ ഭയം. മടിയിലിരിക്കാൻ ഭയം. കെട്ടിപ്പിടിക്കാൻ ഭയം. ഭയം ഞണ്ടുകളായി കൈയും കാലും വിടർത്തി ചുറ്റും ഓടിനടന്നിരുന്ന കൗമാരം ഒറ്റപ്പെടലിന്റേതായിരുന്നു.

അമ്മമ്മയും വല്യമ്മാവനും ശാന്തച്ചിറ്റയുമെല്ലാം കണ്ണെത്താത്ത അകലങ്ങളിൽ ജീവിച്ചപ്പോൾ ഭയവും ആകുലതയും കൈകോർത്തുപിടിച്ച് സന്തത സഹചാരികളായി. അവ തന്നത് മൂകത. ആത്മവിശ്വാസമില്ലായ്മ. ഇരുപ്പും നടപ്പും സംസാരവും ശരിയാകുന്നില്ലെന്നൊരു തോന്നൽ. അജ്ഞാതമായ ഏതോ ഭയം ഞരമ്പുകളിൽ ഞോണലുറുമ്പുകൾ പോലെ എപ്പോഴും അരിച്ചു നടന്നു. അബോധമനസ്സ് ജീവിതാവസാനം വരെ ഞോണലുറുമ്പുകൾക്ക് ആതിഥ്യം നൽകുമെന്ന് മനഃശാസ്ത്രജ്ഞന്മാർ പറയുന്നു. അമ്മയെ കാണുമ്പോൾ അടുത്തിരിക്കാൻ തോന്നാത്തത് വളർന്നു വലുതായിട്ടും ചെറുപ്പത്തിലെ ഭയം ഒപ്പമുള്ളതുകൊണ്ടാണെന്ന് ഡോ.ഗോവിന്ദയും പറഞ്ഞിരുന്നു.

അമ്മയെ മൈത്രേയിയിൽ താമസിപ്പിക്കണമെന്നുണ്ട്. ഒന്നിച്ചിരുന്നു വർത്തമാനം പറഞ്ഞ് ഊണു കഴിക്കണമെന്നുണ്ട്. അമ്മയെ കൂട്ടി ക്ഷേത്രങ്ങളിൽ പോകണമെന്നുണ്ട്. കൊതിതീരെ സ്നേഹിക്കണമെന്നുണ്ട്. പക്ഷേ ഒന്നിനും കഴിയാത്ത നിസ്സഹായവസ്ഥ. അടുത്തു കാണുമ്പോൾ കറുത്ത കോലങ്ങൾ വികൃതമായി ചുവടുകൾ വച്ചുകൊണ്ട് പേടിപ്പിക്കുന്നു. ഞണ്ടുകൾ കൈകാലുകൾ നീട്ടിവലിച്ച് ചുറ്റും ഓടിനടക്കുന്നു. അവയിൽ നിന്നു

രക്ഷപ്പെട്ട് ഓടണമെന്നുണ്ട്. മജ്ജയിൽ പടർന്നു പിടിച്ച രോഗാണുക്കൾ പോലെ വീണ്ടും വീണ്ടും പെരുകുന്നതല്ലാതെ അവ വിട്ടുപോകുന്നില്ല.

അമ്മയുടെ സ്നേഹം കിട്ടാത്ത കുട്ടികളുടെ മനസ്സ് തീവ്രമായ സ്നേഹം തേടി അലയുമെന്ന് കൗൺസിലിങ് തെറാപ്പിക്കിടയ്ക്ക് ഡോ.ഗോവിന്ദ ആവർത്തിച്ചു പറഞ്ഞിരുന്നു. അവർക്ക് വേണ്ടത് വാഗ്ദാനങ്ങളാണ്. സ്നേഹിക്കപ്പെടുന്നു എന്ന ഉറപ്പ് നൽകുന്ന വാഗ്ദാനങ്ങൾ. " പ്രഷ്യസ് " എന്ന വാക്ക് ഇംഗ്ലീഷ് ഭാഷയിൽ സൃഷ്ടിച്ചിരിക്കുന്നതുപോലും ഇവർക്കു വേണ്ടിയിട്ടാണ്.

കൗൺസിലിങ് തെറാപ്പിയുടെ വിവിധ ഘട്ടങ്ങളിൽ ബോധമണ്ഡലങ്ങളെ തഴുകി വീശിയ കാറ്റ് അതേറ്റു ചോദിച്ചിരുന്നു. "ആർ യൂ ലവബിൾ?" "ആർ യു വർത്തി ഓഫ് അഫക്ഷൻ?

ആർ യു---- ആർ യു---- "

അബോധ മനസ്സിലുണ്ടാകുന്ന അരക്ഷിതാവസ്ഥ തലച്ചോറിനുള്ളിൽ ഉണ്ടാകേണ്ട വൈകാരിക സർക്യൂട്ടുകളുടെ നിർമ്മാണത്തെ മന്ദീഭവിപ്പിക്കുന്നുവെന്ന് ശാസ്ത്രം.

സുരക്ഷിതത്വം ഇല്ലയെന്ന തോന്നൽ ഉണ്ടായിരുന്നോ എന്നറിയില്ല. പക്ഷേ ഒരു കാര്യം മാത്രം ഓർമ്മയുണ്ട്. പതിനെട്ടാമത്തെ വയസ്സിൽ പതിനേഴുവയസ്സ് പ്രായക്കൂടുതലുള്ള മാധവൻകുട്ടിയുടെ വധുവായി ഒരുങ്ങിനിന്നപ്പോൾ ഒരു രക്ഷപ്പെടലിന്റെ ആശ്വാസം മനസ്സിലുണ്ടായിരുന്നു. ഒന്നിൽ നിന്നും രക്ഷപ്പെടാനാവില്ലെന്ന് ജീവിതം പഠിപ്പിച്ചത് പിന്നെയാണ്.

ഓർമ്മകൾക്ക് ഇടവേള നൽകിക്കൊണ്ട് മിത്രയുടെ മൊബൈൽ വീണ്ടും വീണ്ടും ശബ്ദിച്ചു. പരിചയമില്ലാത്ത നമ്പറാണ്. പക്ഷേ ഇപ്പോൾ തന്നെ രണ്ടു പ്രാവശ്യം വിളിച്ചിരിക്കുന്നു. മൂന്നാമത്തെ കോൾ അറ്റൻഡ് ചെയ്തു.

" ഹലോ---"

"ഹലോ ഐ ആം ഡോ.ഹരിഭാസ്കർ."

ഡോ.ഹരിഭാസ്കർ. കോഴിക്കോട് നിന്നും മൈത്രേയി കാണാനെത്തിയ മാനേജ്മെന്റ് വിദ്യാർത്ഥികളുടെ പ്രോജക്ട് ഹെഡ്.

"ഹലോ. ഗുഡ് ആഫ്റ്റർനൂൺ."

"യെസ് ഗുഡ് ആഫ്റ്റർനൂൺ മാഡം. ഞാൻ വിളിച്ചത് പ്രത്യേകം നന്ദി പറയാനാണ്."

ഡോ. ഹരിഭാസ്കർ മലയാളിയാണ് ! മിത്രയ്ക്കത് പുതിയ അറിവായിരുന്നു. വിദ്യാർത്ഥികളിൽ നിന്നും മനസ്സിലാക്കിയത് അദ്ദേഹം ഡൽഹി സ്വദേശി ആണെന്നാണ്.

മിത്രയുടെ മറുപടിക്ക് കാത്തുനിൽക്കാതെ ഹരിഭാസ്കർ തുടർന്നു.

"ആദ്യത്തെ നന്ദി സ്റ്റുഡൻസിന് നൽകിയ വാം ഹോസ്പിറ്റാലിറ്റിക്കാണ്. പിന്നെ രണ്ടാമത്തേത് എനിക്ക് കൊടുത്തയച്ച പുസ്തകത്തിന്. വളരെ വളരെ താങ്ക്സ്."

"യു ആർ വെൽകം. പുസ്തകം എങ്ങനെയുണ്ട്?" മിത്ര ചോദിച്ചു.

"ഒന്നോടിച്ച് നോക്കിയതേയുള്ളൂ. 'കഥയില്ലാത്തവരുടെ കഥ' ടൈറ്റിൽ തന്നെ വളരെ നന്നായിരിക്കുന്നു. പുസ്തകം മുഴുവനും വായിച്ചതിനു ശേഷം ഞാൻ വിളിക്കാം. ബട്ട് ഐ ആം ഷുവർ, സിൻസ് യു ഹാവ് റിട്ടൺ ഇറ്റ്, ഇറ്റ് വുഡ് ബി വണ്ടർഫുൾ."

ഹരിഭാസ്കറിന്റെ വാക്കുകളിൽ അനൗപചാരികതയും അഭിനന്ദനവും ഉണ്ടായിരുന്നു.

സന്തോഷത്തോടെ മിത്ര പറഞ്ഞു.

"താങ്ക് യു വെരി മച്ച്. മുഴുവനും വായിച്ചതിനുശേഷം വിളിക്കണം."

"ഒ.കെ. ഞാൻ വിളിക്കാം. ബൈ!"

മിത്രയും കോൾ ക്ലോസ് ചെയ്തു.

കഥയില്ലാത്തവരുടെ കഥ എഴുതിയത് കുറെ ജീവിതങ്ങൾ നേരിട്ടു കണ്ടറിഞ്ഞതിനു ശേഷമാണ്. ജീവന്റെ ഗന്ധമുണ്ട് അതിലെ സംഭാഷണങ്ങൾക്കു പോലും. പുസ്തകമെഴുതിയ സമയങ്ങളിൽ കഥാപാത്രങ്ങൾക്ക് ജീവനുള്ളതായി പലപ്പോഴും തോന്നിയിട്ടുണ്ട്.

ഊണുകഴിക്കാൻ ഡൈനിംങ് ഹാളിലേക്കു നടക്കുമ്പോൾ മിത്ര സ്നേഹയുടെ മുറിയിലേക്കു പാളിനോക്കി. സ്നേഹ എന്തോ എഴുതിക്കൊണ്ടിരിക്കുന്നു. വൈകുന്നേരം സ്നേഹയുമായി സംസാരിക്കണം. പറയാനുള്ളത് കേൾക്കുകയും ചോദ്യങ്ങൾക്ക് ഉത്തരം നൽകുകയും ചെയ്യുമ്പോഴാണ് മനസ്സ് സ്വസ്ഥമാകുന്നത്. ഞാനും മനസ്സിനെ സ്വസ്ഥമാക്കട്ടെ!

എട്ട്

ഓഫീസിലെ തിരക്കുകൾക്കിടയിൽ മുഴുകുമ്പോഴും മനസ്സ് വീണ്ടും ഭൂതകാലത്തിലേക്കു മടങ്ങി. മനസ്സിന് അങ്ങനെയൊരു സ്വഭാവമുണ്ട്. ഓർമ്മകളുടെ ചെപ്പിൽ അറിഞ്ഞോ അറിയാതെയോ മൃദുവായി ഒന്നു തൊട്ടാൽ മതി ചെപ്പ് മലർക്കെ തുറക്കപ്പെടും. ആ പ്രവാഹത്തെ പിന്നെ തടഞ്ഞുനിർത്താനാവില്ല.

ജീവിതാനുഭവങ്ങൾ മനസ്സിൽ ഒരു സിഡി പോലെ എഴുതപ്പെടുന്നുവെന്ന് എവിടെയോ വായിച്ചത് ഓർമ്മ വരുന്നു. എഴുതപ്പെട്ടവ ഒന്നും മായ്ച്ചുകളയാനാകാത്ത ഒരു സിഡി. നല്ല അനുഭവങ്ങളാണ് കൂടുതലെങ്കിൽ സിഡി ഇടയ്ക്കിടെ പ്ലേ ചെയ്ത് കാണാം. മറിച്ചാണെങ്കിൽ പ്ലേ ചെയ്ത് കേൾക്കാൻ ആരും ആഗ്രഹിക്കാറില്ല. പക്ഷേ കാലത്തിന് മായ്ക്കാനാവാതെ പൊടികൾക്കും മാറാലകൾക്കും ഇടയിൽ ഉജ്ജ്വലമായി ജ്വലിച്ചുകൊണ്ട് തന്റെ ഊഴത്തിനായി സിഡി കാത്തിരിക്കും.

മിത്ര ഓർത്തു. ഇന്ന് തന്റെ സിഡിയുടെ ഊഴമാണ്. പ്ലേ ചെയ്ത് കാണുവാൻ ആഗ്രഹിച്ചിട്ടില്ലെങ്കിലും അതിനു നിർബന്ധിക്കുകയാണ് മനസ്സെന്ന കുറുഞ്ഞിപ്പൂച്ച.

പുതിയ ജീവിതത്തിലേക്ക് മാധവൻകുട്ടിയോടൊപ്പം യാത്ര തുടങ്ങിയപ്പോൾ അരുമയോടെ തലോടൽ പ്രതീക്ഷിച്ച് കുറിഞ്ഞിപ്പൂച്ചയുടെ നീല കണ്ണുകൾ തിളങ്ങിയിരുന്നു.

ഇതുവരെ നടന്ന വഴികൾ ഉപേക്ഷിക്കുകയാണ്. പുതിയ വഴിത്താരയിൽ ഇളംനാമ്പുകൾ കിളിർക്കും. അവയിൽ പതിക്കുന്ന സൂര്യരശ്മികളുടെ തിളക്കം കുറിഞ്ഞിയുടെ കണ്ണുകൾക്ക് വജ്രശോഭ നൽകും.

പക്ഷേ ജീവിതം കാണിച്ചുതന്നത് ഒരിക്കലും കാണാൻ ഇഷ്ടപ്പെടാത്ത കാഴ്ചകളായിരുന്നു. കേൾക്കാൻ ആഗ്രഹിക്കാത്ത നാദങ്ങളായിരുന്നു.

ആദ്യമായി കുറുഞ്ഞിപ്പൂച്ചയുടെ കുഞ്ഞിക്കണ്ണുകൾ പിടഞ്ഞതെന്നാണ്?

അതുവരെയുള്ള ബന്ധങ്ങളെ പിന്നിലാക്കി ഏതോ സുരക്ഷിതത്വത്തിന്റെ തീരം പ്രതീക്ഷിച്ച് മാധവൻകുട്ടിയെന്ന ഏറക്കുറെ അപരിചിതനായ

മനുഷ്യനോടൊപ്പം യാത്ര തുടങ്ങിയപ്പോൾ എന്തുകൊണ്ടോ മനസ്സിൽ വർണ്ണങ്ങളൊന്നും ചാലിച്ചിരുന്നില്ല. മനസ്സ് ഒരു രക്ഷപ്പെടലിന്റെ തുരുത്തിലായിരുന്നു. അതിന്റെ ആശ്വാസവും ആഹ്ലാദവും ഉണ്ടായിരുന്നുതാനും.

കല്യാണം കഴിഞ്ഞ് മൂന്നാമത്തെ ദിവസം ജോലിസ്ഥലത്തേക്കുള്ള യാത്രയിൽ കാറിന്റെ സ്റ്റിയറിങ്ങ്‌വീൽ പിടിച്ച് മാധവൻകുട്ടി. ഒപ്പം മുൻസീറ്റിൽ മൂത്തസഹോദരൻ. പിൻസീറ്റിൽ ഇളയസഹോദരൻ. പിന്നെ വിരസമായ മുഖമുള്ള ചെറുപ്പക്കാരനായ ഒരു ബന്ധു. ഇവർക്കൊപ്പം ഒന്നും സംസാരിക്കാനില്ലാതെ അപരിചിതത്വത്തിന്റെ തൊപ്പിയുമണിഞ്ഞ് താൻ. സന്തോഷകരമായിരുന്നില്ല ആ യാത്ര.

നീണ്ട യാത്രയിൽ സഹോദരങ്ങൾ വഴിയിലെവിടെയോ ഇറങ്ങി. പിന്നെ കാറിൽ വിരസമായ മുഖമുള്ള ബന്ധുവും മാധവൻകുട്ടിയും താനും മാത്രം. ബാംഗ്ലൂർ വരെ നീളുന്ന യാത്രയിൽ ഒന്നും സംസാരിക്കാനില്ലാതെ വെറുതെ റോഡിലേക്കു നോക്കിയിരുന്നപ്പോൾ ആദ്യമായി കുറിഞ്ഞി പിടഞ്ഞുവെന്നു തോന്നുന്നു.

അറിയില്ല. പക്ഷേ അസ്വാസ്ഥ്യം കാണിച്ചിരുന്നുവെന്നു സത്യം. പിന്നീടുള്ള ദിവസങ്ങളിലെല്ലാം കുറിഞ്ഞി അസ്വസ്ഥയായിരുന്നു. മൈലുകൾ താണ്ടിയുള്ള മടുപ്പിക്കുന്ന യാത്രയുടെ അവസാനത്തിൽ ബാംഗ്ലൂരിൽ എത്തുന്നത് വൈകുന്നേരം ഏഴുമണിക്ക്. വിശപ്പും ക്ഷീണവും കൊണ്ട് തളർന്നിരുന്നു. യാത്രാക്ഷീണം ഉണ്ടോ എന്ന് ചോദിക്കുകപോലും ചെയ്യാതെ മാധവൻകുട്ടി നേരെ കൂട്ടിക്കൊണ്ടുപോയത് സുഹൃത്തിനേയും കുടുംബത്തേയും കാണാനായിരുന്നു. ഏകദേശം അറുപതു വയസ്സിനുമേൽ പ്രായമുള്ള ഗൃഹനാഥനും അൻപതുവയസ്സിൽ ഒട്ടും കുറവില്ലാത്ത പ്രൗഢയായ ഗൃഹനാഥയും. യാത്രാക്ഷീണം ഇല്ലെങ്കിൽപോലും ആദ്യമായി കാണുന്ന ആ മദ്ധ്യവയസ്കരുടെ മുൻപിൽ സ്മാർട്ടായി പെരുമാറാനുള്ള പക്വതയോ ചൊടിയോ ആ നവവധുവിന് ഉണ്ടായിരുന്നില്ല. സന്ദർശനം കഴിഞ്ഞ് കാറിൽ മടങ്ങിവരുന്ന വഴിയിൽ മാധവൻഢുട്ടി വല്ലാതെ ക്ഷോഭിച്ചു.

“മര്യാദയ്ക്ക് പെരുമാറാൻ നിനക്കറിയില്ലേ? യു ഹാപ്പൻഡ് ടു ബി മൈ വൈഫ്!.....”

അന്നത് കേട്ടപ്പോൾ മനസ്സിൽ തോന്നിയ വികാരം ദേഷ്യമായിരുന്നോ സങ്കടമായിരുന്നോ എന്നോർമ്മയില്ല. പക്ഷേ ആ വാക്കുകൾ മനസ്സിൽ അസ്വസ്ഥതയുടെ വ്രണങ്ങൾ ഉണ്ടാക്കി. പിന്നീടുള്ള ദിവസങ്ങളിൽ വ്രണങ്ങൾ കൂടുതൽ ഉണ്ടാകുകയും ചുവന്നുപഴുത്ത് ഏതുസമയത്തും പൊട്ടുമെന്ന നിലയിലാകുകയും ചെയ്തു. അതുവരെ ഏറെ സ്നേഹിച്ചിരുന്ന സായംസന്ധ്യകളെ വെറുപ്പോടെ അതിലേറെ ഭയത്തോടെ കാത്തിരുന്നത് ആ സമയങ്ങളിലായിരുന്നു.

മാധവൻകുട്ടിയുടെ സന്ധ്യകളിൽ ഒന്നുപോലും ഭാര്യയ്ക്ക് അവകാശപ്പെടാനാകുമായിരുന്നില്ല. അവ സുഹൃത്തുക്കളോടൊപ്പം ചിലവഴിക്കാനുള്ളതായിരുന്നു. സ്വന്തം ഇഷ്ടങ്ങൾ നടപ്പിലാക്കുക എന്നതിൽ കവിഞ്ഞ് ഭാര്യയ്ക്ക്

ആഗ്രഹങ്ങളും അവകാശങ്ങളും ഉണ്ടാകാൻ പാടില്ലെന്ന് മാധവൻകുട്ടി വിശ്വസിച്ചിരുന്നോ? വിശ്വസിച്ചിരുന്നു. പലപ്പോഴും ഒട്ടൊരു അഭിമാനത്തോടെ പറഞ്ഞിരുന്നു.

"എനിക്ക് സഹോദരങ്ങളോടോ ബന്ധുക്കളോടോ 'നോ' പറയാൻ താല്പര്യമില്ല. സുഹൃത്തുക്കളോട് പറയുവാൻ കഴിയുകയും ഇല്ല."

ചെറിയമ്മാവൻ വിവാഹത്തിന് ഒരു സമ്മാനം തന്നിരുന്നു. ദാമ്പത്യം അതിമനോഹരമായ ഒരു കാവ്യമാണെന്ന അർത്ഥം വരുന്ന ഒരു ഗദ്യകവിത ഭംഗിയുള്ള ക്യാൻവാസിൽ ചായം കൊണ്ടെഴുതിയത് സ്വർണ്ണനിറമുള്ള ഫ്രെയിം. സ്നേഹത്തോടെ തന്ന സമ്മാനം. എല്ലാദിവസവും അത് വായിച്ചിരിക്കണമെന്നൊരു താക്കീതും ഒപ്പമുണ്ടായിരുന്നു. പരസ്പരം സ്നേഹവും ബഹുമാനവും അംഗീകാരവും കൈമാറി ഒരാൾ മറ്റൊരാളിൽ അലിഞ്ഞു ചേരുന്ന ദിവ്യമായൊരു ബന്ധം. ഒരു ഭാവഗീതം പോലെ ഈണം തോന്നിയ ആ കവിതയിൽ ആദ്യത്തെ കറുത്ത കുത്തുവീഴ്ത്തിയത് മാധവൻകുട്ടി തന്നെയായിരുന്നു. ഓഫീസിൽ നിന്നുവന്ന് ചായകുടിച്ചുകൊണ്ടിരുന്ന മാധവൻകുട്ടി മുഖവുരയൊന്നുമില്ലാതെ പറഞ്ഞു.

"ഭാര്യാഭർത്താക്കന്മാർ തമ്മിലുള്ള ബന്ധം അഭേദ്യമാണെന്നോ അതുല്യമാണെന്നോ ആരോ പറഞ്ഞുകേട്ടിട്ടുണ്ട്. എനിക്കെന്തോ അങ്ങനെയൊന്നും തോന്നുന്നില്ല."

അതുകേട്ട് പിടഞ്ഞത് ഇപ്പോഴും ഓർമ്മയുണ്ട്. അതുതന്നെയായിരുന്നു മാധവൻകുട്ടിയുടെ വർത്തമാനങ്ങളും രീതികളും. ഒരിക്കലും ഒന്നിലും തൃപ്തികാണാൻ കഴിയാത്ത സ്വഭാവം. പരാതികളുടെ ഭാണ്ഡക്കെട്ട്തുറക്കാൻ മാത്രമാണ് സംസാരം. എപ്പോഴും നീരസവും അസംതൃപ്തിയും നിറഞ്ഞ മുഖം.

കർക്കശക്കാരനായ ഒരു സ്കൂൾ മാസ്റ്റർ അനുസരണക്കേട് കാണിക്കുന്ന വിദ്യാർത്ഥിയോട് പെരുമാറുന്നതുപോലെയോ ക്രൂരനായ കുറ്റവാളിയോട് ദാക്ഷിണ്യം ലവലേശം കാണിക്കാത്ത പൊലീസുകാരനെ പോലെയോ ഒക്കെ തോന്നിച്ചിരുന്നു ആ പെരുമാറ്റവും മുഖഭാവവും. എല്ലാത്തിനും സാക്ഷിയായി വിരസമായ മുഖമുള്ള ബന്ധു ഒപ്പമുണ്ട്. രണ്ട് മുറികളും ഹാളും അടുക്കളയും മാത്രമുള്ള ചെറിയ വീട്ടിൽ അയാളുടെ കണ്ണുകൾ എപ്പോഴും പിന്നിലുണ്ടെന്ന തോന്നൽ അകാരണമായി ഭയം ഉണ്ടാക്കിയിരുന്നു. സുരക്ഷിതത്വത്തിന്റെ വൻമതിൽ ചുറ്റും ഉണ്ടെന്ന് വെറുതെ വിശ്വസിച്ചിരുന്ന കോട്ടക്കുള്ളിലേക്ക് ആദ്യത്തെ കല്ല് വീണത് മാധവൻകുട്ടിയുടെ ബോംബെ യാത്രയിലായിരുന്നു.

ബാംഗ്ലൂരിൽ സ്വന്തം സഹോദരി കുടുംബമായി താമസിച്ചിട്ടിരുന്നിട്ടുപോലും ഒപ്പം താമസിച്ചിരുന്ന മുഷിഞ്ഞ മുഖമുള്ള ചെറുപ്പക്കാരനായ ബന്ധുവിന്റെ കഴുകൻ കണ്ണുകൾക്ക് മുൻപിൽ തന്നെ ഏല്പിച്ച് മാധവൻകുട്ടി ബോംബെക്ക് പോയത് മനസ്സിനെ വളരെ മുറിപ്പെടുത്തി. വാസ്തവത്തിൽ

അതൊരു ഏല്പിക്കലൊന്നും ആയിരുന്നില്ല. മാധവൻകുട്ടി പോയി. ഒപ്പം താമസിച്ചിരുന്ന രണ്ട് മനുഷ്യർ ആ വീട്ടിൽ ജീവിതം തുടർന്നു. അത്ര മാത്രം.

പത്തു ദിവസങ്ങളായിരുന്നുവെങ്കിലും അവ പത്തുവർഷങ്ങളെപ്പോലെ ദൈർഘ്യമേറിയതായിരുന്നു. ബന്ധുവിനുവേണ്ടി ആഹാരം വച്ചു വിളമ്പി. അയാൾ ഭക്ഷണം കഴിച്ച പാത്രങ്ങൾ കഴുകി. പിന്നിടുള്ള സമയം ജീവിതത്തെ നോക്കി മുറിക്കുള്ളിൽ പകച്ചിരുന്നു. രാത്രികൾ ഉറക്കമില്ലായ്മയുടേതായിരുന്നു. കതകിൽ തട്ട് കേൾക്കുന്നുണ്ടോ? എവിടെയോ നിന്നു പാദചലനങ്ങൾ കതകിനടുത്തേക്കു വരുന്നുണ്ടോ? ഭയം മുള്ളാണികൾ പോലെ മനസ്സിനെ കുത്തിനോവിച്ചുകൊണ്ടിരുന്നപ്പോൾ കുറിഞ്ഞിപ്പൂച്ച ചോദിച്ചുകൊണ്ടേയിരുന്നു.

ഇതാണോ ആഗ്രഹിച്ചത്?

ഇതാണോ മോഹിച്ച സുരക്ഷിതത്വം?

ഇതാണോ ചെറിയമ്മാവൻ പറഞ്ഞ പരസ്പര സ്നേഹവും അംഗീകാരവും?

അല്ല. ഒരിക്കലും അല്ല. ഇതല്ല നീ അർഹിക്കുന്നത്. എവിടെയോ താളപ്പിഴകൾ ഉണ്ട്. കുറിഞ്ഞിയുടെ ശബ്ദം ദൃഢവും മുഴക്കമുള്ളതുമായിരുന്നു.

ബോംബെയിൽ നിന്ന് തിരിച്ചെത്തിയ മാധവൻകുട്ടി പത്തുദിവസങ്ങൾ തനിയെ കഴിച്ചുകൂട്ടിയതിനെക്കുറിച്ച് ഒരു വാക്കുപോലും ചോദിച്ചില്ല. ചോദിക്കുമെന്ന് വെറുതെ പ്രതീക്ഷിച്ചിരുന്നു.

പുതിയ ജീവിതം തുടങ്ങിയതിൽപിന്നെ ആദ്യം വന്നെത്തിയ പിറന്നാളിനെ കുറിച്ച് മടിയോടെയാണ് മാധവൻകുട്ടിയോട് പറഞ്ഞത്. അതിന് വ്യക്തമായ മറുപടി ഉണ്ടായിരുന്നു.

"എന്റെ വീട്ടിൽ പിറന്നാളും വിവാഹവാർഷികവും ഒന്നും ആഘോഷിക്കുക പതിവില്ല. അതിലൊന്നും വലിയ കാര്യമുണ്ടെന്ന് എനിക്കു തോന്നിയിട്ടുമില്ല."

അതുകൊണ്ട് ആദ്യത്തെ വിവാഹവാർഷികം എത്തിയപ്പോൾ പറഞ്ഞില്ല. മറന്നുപോയതോ അതോ മറന്നെന്നു ഭാവിച്ചതോ. അതൊരു പ്രത്യേക ദിവസമായിട്ട് മാധവൻകുട്ടിക്ക് തോന്നിയതുമില്ല. കുറിഞ്ഞി എപ്പോഴുമെപ്പോഴും പിടഞ്ഞുകൊണ്ട് ഓർമ്മിപ്പിച്ചു. പിറന്നാൾ സമ്മാനമോ ആഘോഷമോ ഒന്നുമല്ലല്ലോ ആഗ്രഹിച്ചത്. ഞാനെന്ന ഒരു മനുഷ്യജീവി എല്ലാ മോഹങ്ങളോടും വികാരങ്ങളോടും കൂടി ഒപ്പം ജീവിക്കുന്നു എന്ന് ഒരിക്കലെങ്കിലും വിചാരിക്കാത്തതെന്തേ?

മെന്റൽ റിഹാബിലിറ്റേഷൻ സെന്ററിലെ ഡോക്ടർ ഗോവിന്ദയ്ക്ക് അതിന് വ്യക്തമായ ഉത്തരമുണ്ടായിരുന്നു. മാധവൻകുട്ടിയുടെ കുട്ടിക്കാലവും വളർന്നുവന്ന ചുറ്റുപാടുകളും ചികഞ്ഞെടുത്തുകൊണ്ട് അദ്ദേഹം പറഞ്ഞത് വലിയ

ജീവിതസത്യങ്ങളായിരുന്നു. സാമ്പത്തികമായും സാമൂഹ്യമായും വ്യത്യസ്തമായ ചുറ്റുപാടുകളിൽ ജനിച്ചുവളർന്നവരുടെ ജീവിത വീക്ഷണവും സമീപനവും വ്യത്യസ്തമായിരിക്കും. ചെറുപ്പത്തിൽ അനുഭവിക്കാനിടയായ ബുദ്ധിമുട്ടുകൾ വലിയ ആഘാതങ്ങൾ ചിലരുടെ മനസ്സിൽ ഉണ്ടാക്കിയേക്കാം. അവരിൽ അവ സൃഷ്ടിക്കുന്നത് പരിധികളില്ലാത്ത അപകർഷതാബോധമാണ്. ചിലർ പിന്നീട് ജീവിതവിജയത്തിലെത്തുമ്പോൾ ആഘാതങ്ങളെ താലോലിച്ച് അവ നല്കിയ അനുഭവങ്ങളിലൂടെ നടന്നുവെന്ന് അഭിമാനപൂർവ്വം പറയും.

“ഇൻഫീരിയർ ഫീലിങ്ങ്” എന്ന് മനഃശാസ്ത്രജ്ഞന്മാർ എപ്പോഴും പറയാറുള്ള അപകർഷതയുടെ മുഖം എത്ര ബീഭത്സമാണെന്ന് മനസ്സിലായത് കൗൺസിലിങ്ങ് ക്ലാസുകളിലാണ്. സ്വയം സൃഷ്ടിക്കുന്ന സാങ്കല്പിക ലോകത്തിലിരുന്നുകൊണ്ട് അവർ മറ്റുള്ളവരെ വീക്ഷിക്കുന്നത് പ്രത്യേക രീതിയിലായിരിക്കും.

സ്വന്തം മഹത്വം പ്രകടിപ്പിക്കാനുള്ള ശ്രമത്തിനിടയിൽ ബന്ധങ്ങളെ നിഷ്പ്രയാസം വലിച്ചെറിയാനിവർക്ക് മടിയില്ല.

ഡോക്ടർ ഗോവിന്ദ നർമ്മത്തിൽ ചാലിച്ച് പറഞ്ഞ വാക്കുകൾ മറക്കാതെ ഉള്ളിലുണ്ട്. “ഔട്ട്സ്പോക്കൺ” എന്ന വാക്ക് ഇംഗ്ലീഷ് ഭാഷയിൽ എഴുതപ്പെട്ടിരിക്കുന്നത് ഇൻഫീരിയർ ഫീലിങ്ങ് ഉള്ളവർക്കുവേണ്ടിയാണ്. ഈ തൊപ്പി എടുത്തണിഞ്ഞുകൊണ്ടാണ് ഇവർ മറ്റുള്ളവരെ നിരന്തരമായി ആക്രമിക്കുന്നത്. എന്തിലും ഏതിലും തെറ്റും കുറ്റവും കണ്ടുപിടിക്കുമെങ്കിലും സ്വയം വിമർശിക്കുക എന്നത് ഇവർക്ക് മരണതുല്യമാണ്.

“ഐ ആം പെർഫെക്ട്” എന്നൊരു തൊപ്പി മാധവൻകുട്ടി എപ്പോഴും തലയിൽ വച്ചിരുന്നു. “ഐ ആം ആൾവെയ്സ് റോങ്ങ്” എന്നൊരു തൊപ്പി ഉണ്ടാക്കി അത് നിർബന്ധപൂർവ്വം തന്റെ തലയിൽ വച്ചു തരികയും ചെയ്തു.

ഓർമ്മയുണ്ട്. പണ്ട് ഡിഗ്രിക്കു പഠിക്കുമ്പോൾ സോഷ്യോളജി ക്ലാസിൽ വ്യക്തിത്വവികസനത്തോടനുബന്ധിച്ച് നടന്ന സെമിനാറിൽ വിവാഹജീവിതം എങ്ങനെ പ്രശ്നരഹിതമാക്കാം എന്നൊരു സെഷനുണ്ടായിരുന്നു. ആവേശത്തോടെ പ്രാസംഗികൻ സംസാരിച്ചത് മുഴുവനും പെൺകുട്ടികൾ അനുവർത്തിക്കേണ്ട കാര്യങ്ങളും കീഴ്വഴക്കങ്ങളുമായിരുന്നു. അന്നതിനെ എതിർത്ത് സംസാരിച്ചവരുടെ കൂട്ടത്തിൽ താനുമുണ്ടായിരുന്നു. പക്ഷേ സ്വന്തം ജീവിതത്തിനു മുൻപിൽ ഒന്നും എതിർക്കാനാവാതെ പകച്ചുനിൽക്കുകയാണുണ്ടായത്.

മാധവൻകുട്ടിയുടെ മടുപ്പ് തോന്നിപ്പിക്കുന്ന അധികാരസ്വഭാവം മനസ്സിൽ സൃഷ്ടിച്ചത് വേദനയും വെറുപ്പും അഭിമാനക്ഷതവും ഇതെല്ലാം കൂടിച്ചേർന്ന ഏതോ വികാരവുമായിരുന്നു.

പതിനെട്ടോ ഇരുപതോ വർഷങ്ങൾ സമൃദ്ധമായ പരിലാളനകൾ ഏറ്റു വളർന്നു വലുതായ ഒരു ചെടി ഒരു ദിവസം സ്വന്തം മണ്ണിൽ നിന്ന് വേരറുത്ത് മാറ്റപ്പെടുന്നു.

തായ്‌വേരുകൾ കുഴിയിൽ ബാക്കിവച്ചിട്ടാണ് ഓരോ ചെടിയും യാത്ര പറയുന്നത്. പിന്നെ പുതിയ മണ്ണിൽ നടുകയാണ്. അതുവരെ അനുഭവിച്ച പരിലാളനയുടെ സമൃദ്ധി അവിടെ ഉണ്ടാവില്ല. പകരം എപ്പോൾ പൂവിടണം എത്ര സൂര്യപ്രകാശം ആവരണം ചെയ്യണം വെയിലിലും മഴയിലും ഒരു പോലെ തളർച്ചയില്ലാതെ നിൽക്കണം എന്നിങ്ങനെ നിബന്ധനകളുടെ ഒരു വലിയ ലോകം ചെടിക്കുമുൻപിൽ തുറക്കുകയാണ്. തായ്‌വേര് മുറിച്ചുമാറ്റിയ ചെടിയുടെ വേദന ആരും കാണുന്നില്ല. പുതിയ മണ്ണിൽ വേരോടാനുള്ള സമയം അനുവദിച്ചുകിട്ടുന്നില്ല.

പരിലാളനകളില്ലാതെ ജലവും വെളിച്ചവും അത്യപൂർവ്വമായിമാത്രം ലഭിച്ച് തളർന്നു തുടങ്ങിയ ചെടിയുടെ പരിഭ്രമം മാധവൻകുട്ടി കണ്ടതായി ഭാവിച്ചില്ല. പുതുമണ്ണിൽ തഴച്ചുവളരുക എന്നത് ചെടിയുടെ കടമയാണെന്നു വിശ്വസിക്കുന്ന ഒരാൾക്ക് ആ പരിഭ്രമം എങ്ങനെ കാണാനാവും.

സദാ ചവുട്ടി താഴ്ത്തപ്പെടുന്നതിന്റെ വേദനയും നിരാശയും ധമനികളെ ചൂടുപിടിപ്പിച്ചുകൊണ്ടിരുന്നു. കുറിഞ്ഞിപ്പൂച്ച എപ്പോഴും ഓർമ്മിപ്പിച്ചു. വേണ്ടിയിരുന്നില്ല. സ്നേഹവും അംഗീകാരവും ലഭിക്കാത്ത ഈ മണ്ണിൽ വളരാനാവില്ല. വേരുകൾ നിർജീവമായാൽ ചെടിക്കു പിടിച്ചുനിൽക്കാൻ കഴിയാതെ വരും.

മാധവൻകുട്ടിയുടെ തോളിൽ ഒന്നു ചാരിനിൽക്കാനോ ഒരു കുസൃതി പറയാനോ കഴിഞ്ഞിട്ടില്ല. മോഹങ്ങൾക്ക് പകരം കുറിഞ്ഞിപ്പൂച്ചയുടെ നീലക്കണ്ണുകൾ ഭയവും നിരാശയും കൊണ്ട് പാതി അടഞ്ഞു. എന്തിനും ഏതിനും സംശയങ്ങൾ. മടുപ്പിക്കുന്ന പിണക്കങ്ങൾ. അരോചകമായി തോന്നുന്ന കുറ്റപ്പെടുത്തലുകൾ. അഭിമാനത്തിന് മുറിവേൽപ്പിക്കുന്ന അഭിപ്രായ പ്രകടനങ്ങൾ.

നിറവും മണവും ഇല്ലാതെ ജീവിതം മുന്നോട്ട് പോകുമ്പോഴും ഭീമാകാരങ്ങളായ തിരകളും ഓളങ്ങളും സൃഷ്ടിച്ച് വഞ്ചിയെ പിടിച്ചുകുലുക്കുന്നതിൽ മാധവൻകുട്ടി സന്തോഷം കണ്ടെത്തിയിരുന്നു. വിവാഹിതയായ സഹോദരി ഭർത്താവറിയാതെ പഴയ സതീർത്ഥ്യനുമായി അതിരുവിട്ട അടുപ്പം പുലർത്തുന്നുണ്ടെന്നറിഞ്ഞപ്പോൾ മാധവൻകുട്ടിയുടെ പ്രതികരണം അപ്രതീക്ഷിതമായിരുന്നു. തന്റെ കണ്ണുകളിലേക്കു നോക്കി തെല്ലു പരിഹാസത്തോടെ നിർദ്ദാക്ഷിണ്യം പറഞ്ഞത് ഡോക്ടർ ഗോവിന്ദയോട് പറയുമ്പോൾ കുറിഞ്ഞിപ്പൂച്ച പിടഞ്ഞിരുന്നു.

"അവളൊരിക്കലും അങ്ങനെയൊന്നും ചെയ്യില്ല. നീ ആണെങ്കിൽ ഒരു പക്ഷേ ചെയ്തുവെന്നു വരും."

അതൊരു ഹൃദയഭേദകമായ അപമാനമായിരുന്നു. കുറിഞ്ഞി പിടഞ്ഞുകൊണ്ട് നീലക്കണ്ണുകൾ തെരുതെരെ അടയ്ക്കുകയും തുറക്കുകയും

ചെയ്തു. ഇരയെ കൊല്ലുന്നതിനുമുൻപ് തട്ടി ഉരുട്ടി വേദനിപ്പിച്ച് പ്രാണ രക്ഷാർത്ഥം പിടയുന്നതു കാണുമ്പോഴുണ്ടാകുന്ന ക്രൂരമായ ആനന്ദം മാധവൻകുട്ടി അനുഭവിച്ചിരുന്നുവെന്നു തോന്നുന്നു. കാരണം, പറയുന്ന വാക്കുകളോർത്ത് ഒരിക്കലും പശ്ചാത്തപിച്ചിട്ടില്ലെന്നു മാത്രമല്ല താൻ പറഞ്ഞ തത്രയും വളരെ ശരിയാണെന്ന് തറപ്പിച്ചു പറയുകയും ചെയ്യും.

മനസ്സ് സദാ ചോദിച്ചുകൊണ്ടിരുന്നു. ഈ ഭൂമിയിൽ ജീവിക്കുന്ന എല്ലാ ജീവികൾക്കും സ്നേഹിക്കപ്പെടാനും അംഗീകരിക്കപ്പെടാനും അഭിപ്രായം പറയാനുമുള്ള അവകാശവും സ്വാതന്ത്ര്യവും ഉണ്ടെന്ന് എങ്ങനെയാണ് ഈ മനുഷ്യനെ പറഞ്ഞു മനസ്സിലാക്കുക? പരുഷമായ വാക്കുകളും നിന്ദിക്കുന്ന പെരുമാറ്റ രീതികളും ഒരിക്കലും ബഹുമാനം ഉണ്ടാക്കുന്നില്ല എന്ന് ആരാണ് ഈ മനുഷ്യനോടു പറഞ്ഞുകൊടുക്കുക?

സ്നേഹം ഒരു കൊടുക്കൽ വാങ്ങൽ മാത്രമാണ്. നൽകാത്തത് ഒരിക്കലും തിരിച്ച് ലഭിക്കുന്നില്ല. ദിവ്യമെന്നോ പരിശുദ്ധമെന്നോ പേരിടുന്നതൊക്കെ വെറും പ്രഹസനം മാത്രം. അഥവാ സ്നേഹിക്കപ്പെടുന്നു എന്ന തോന്നലു ണ്ടാകുമ്പോഴാണ് അത് ദിവ്യമെന്ന തലത്തിലേക്ക് ഉയരുന്നത്. അടിച്ചേല് പ്പിക്കപ്പെടുമ്പോൾ നഷ്ടപ്പെടുന്നത് സ്നേഹത്തിന്റെ സ്വർണ്ണനൂലുകളാണ്.

എപ്പോഴും ചെളിയും വെള്ളവും അമർത്തിത്തേക്കപ്പെടുന്ന ഒരു ചവിട്ടി യേയാണ് മാധവൻകുട്ടിയോടൊപ്പമുള്ള ജീവിതം ഓർമ്മപ്പെടുത്തുന്നത്. അധികാരത്തിന്റെയും ഉടമസ്ഥാവകാശത്തിന്റേയും മുൻപിൽ ഉണരാത്ത ശരീരം നോക്കി പുച്ഛത്തോടെ മാധവൻകുട്ടി പലപ്പോഴും ആക്രോശിച്ചു. "നിന ക്കെന്തോ കുഴപ്പമുണ്ട്. കഷ്ടം. എനിക്കു സഹതാപം തോന്നുന്നു."

അതു കേട്ടിരിക്കെ കുറിഞ്ഞിപ്പൂച്ച ഒരു ഞണ്ടിന്റെ രൂപത്തിലേക്കു സ്വയം മാറി. ഭയപ്പാടോടെ മണ്ണിൽ എങ്ങോട്ടെന്നറിയാതെ അലഞ്ഞുനടന്ന ഞണ്ട് മാധവൻകുട്ടിയുടെ മുൻപിൽനിന്ന് ഓടി മാളത്തിൽ ഒളിച്ചു. എന്നിട്ടും മാള ത്തിൽ നിന്നു പിടിച്ചിറക്കി മാധവൻകുട്ടി വെറുതെ ചവുട്ടി വേദനിപ്പിച്ചു. മണ്ണി ലേക്കു താഴ്ത്തപ്പെടുമ്പോൾ ഞണ്ട് സ്വയം പറഞ്ഞുകൊണ്ടിരുന്നു. എന്നെ ഉപദ്രവിക്കാതിരിക്കൂ; എനിക്കു ജീവിക്കണം; ഈ ലോകം എനിക്കും കൂടി അവകാശപ്പെട്ടതാണ്.

അത് കേൾക്കാൻ മാധവൻകുട്ടി തയ്യാറായിരുന്നില്ല.

അനിവാര്യമെന്ന തിരിച്ചറിവിനാലാകാം ഞണ്ട് സാവധാനം തന്റെ ആകൃ തിയും പ്രകൃതിയും മാറ്റുവാൻ തുടങ്ങി. നീണ്ട് കൂർത്ത കൈകാലുകൾ എതിരാളിയെ നേരിടുവാൻ പര്യാപ്തമല്ലെന്ന അകാരണമായ ഭയം സദാസ മയവും ഞണ്ടിനു ചുറ്റും കറുത്ത മേഘങ്ങൾ പോലെ പറന്നുനടന്നു. കൈ കാലുകൾ കഠിനമായ വേദന സഹിച്ച് സ്വയം വെട്ടിമാറ്റപ്പെട്ടു. ശരീരത്തിന്റെ ആകൃതി രൂപാന്തരപ്പെട്ടു. ശരീരം നേർത്ത് നീണ്ട രൂപത്തിലായി. ഒരു ദിവസം ഞണ്ടിനെ അദ്ഭുതപ്പെടുത്തിക്കൊണ്ട് തലയ്ക്കുമുകളിൽ ഒരു

ഫണം അലങ്കാരം പോലെ പ്രത്യക്ഷപ്പെട്ടു. സ്വയം വിടർന്നുനിന്നുകൊണ്ട് ഫണം സംസാരിച്ചുതുടങ്ങി.

"ഇനിയും ചവിട്ടേൽക്കുവാനും നിന്ദിക്കപ്പെടാനും നീ നിന്നുകൊടുക്കരുത്. നിനക്കും അഭിമാനമുണ്ടെന്നു പറയണം. ഈ ഭൂമിയിൽ സന്തോഷമായി ജീവിക്കാൻ നിനക്ക് അർഹതയുണ്ട്. വീണ്ടും വീണ്ടും കാലുയർത്തിയാൽ നിന്റെ ആയുധമായി ഞാനുണ്ടാവും."

കുന്നിൻചെരുവിലൂടെ വെളുത്ത ആകാശം നോക്കി നടന്നപ്പോൾ ഡോക്ടർ ഗോവിന്ദ ഓർമ്മിപ്പിച്ചതും അതുതന്നെയാണ്.

സെൽഫ് വർത്തിന്റെ കാര്യത്തിൽ ഒരു വിട്ടുവീഴ്ചയ്ക്കും തയ്യാറാകാൻ പാടില്ല. അപമാനിക്കപ്പെടുമ്പോൾ അഭിമാനത്തിന് മുറിവേൽക്കുകയാണ്. സ്വാഭിമാനം എപ്പോൾ നഷ്ടപ്പെടുന്നുവോ അപ്പോൾ മനസ്സിൽ അശാന്തി നിറയും.

എല്ലായ്പോഴും മനസ്സിൽ അശാന്തി നിറഞ്ഞുനിന്നിരുന്നു. ഏതെങ്കിലും കാര്യത്തിൽ അഭിപ്രായം പറയുന്നത് മാധവൻകുട്ടിക്ക് അസഹനീയമായിരുന്നു. തർക്കം എന്ന പേര് നൽകി സർവശക്തിയും എടുത്ത് ആഞ്ഞടിക്കുമ്പോൾ കുറിഞ്ഞി ഞണ്ടായും സർപ്പമായും മാളത്തിനുള്ളിലിരുന്നു പുളഞ്ഞു. ഫണം വിടർത്താൻ ഭയം അനുവദിച്ചിരുന്നില്ല.

അപമാനം മാത്രമല്ല മരണവും ചുറ്റും വട്ടമിട്ടുപറക്കുന്നുണ്ടെന്ന തോന്നലുണ്ടായത് ഒരു ദിവസം മദ്ധ്യാഹ്നത്തിലായിരുന്നു. ഒരു സുഹൃത്തിന്റെ വീട്ടിലേക്ക് ഉച്ചഭക്ഷണത്തിനു പോകുവാൻ മാധവൻകുട്ടി പെട്ടെന്നാണ് തയ്യാറായത്. ഒപ്പം താൻ പോകുകയും വേണം. മാധവൻകുട്ടിയുടെ പ്രോഗ്രാമുകളെല്ലാം അങ്ങനെ ആയിരുന്നു. സ്വയം തീരുമാനങ്ങളെടുക്കും. അസൗകര്യമോ അനിഷ്ടമോ അവിടെ ഉണ്ടാകാൻ പാടില്ല എന്നത് അനിഷേധ്യമായ നിയമമായിരുന്നു. മുൻകൂട്ടി പറയാതെ ഉച്ചഭക്ഷണത്തിന് അതിഥികളെത്തിയാൽ ധാരാളം അസൗകര്യം ഉണ്ടാകാനിടയുള്ള വീട്. പോകാറുള്ളപ്പോഴൊക്കെ പ്രകാശമുള്ള സ്വാഗതം ഗൃഹനാഥയുടെ മുഖത്ത് കണ്ടിട്ടില്ല. അനാരോഗ്യത്തിന്റെ ദൈന്യത അവരുടെ മുഖത്ത് എപ്പോഴുമുണ്ടായിരുന്നു താനും.

അഭിപ്രായം പറയരുതെന്ന നിയമം കർക്കശമായി നിലകൊള്ളുമ്പോൾ അത് പറഞ്ഞത് മാധവൻകുട്ടിയെ ക്ഷുഭിതനാക്കി. ഭ്രാന്തമായ ആവേശത്തോടെ അടുക്കളയിൽ വച്ചിരുന്ന മണ്ണെണ്ണ നിറച്ച ക്യാൻ എത്തിപ്പിടിച്ചത് നിമിഷങ്ങൾ കൊണ്ടാണ്. മണ്ണെണ്ണ പകുതിയോളം തന്റെ മേൽ ചൊരിഞ്ഞു. ബാക്കിയുള്ളത് സ്വന്തം ശരീരത്തിലും തലയിലും ഒഴിച്ചശേഷം മാധവൻകുട്ടി തീപ്പെട്ടി കൈയിലെടുത്തു. ഉച്ചത്തിൽ ശബ്ദം പോലും ഉണ്ടാക്കാനാകാതെ ഭയന്ന് വിറങ്ങലിച്ചുനിന്നുപോയ നിമിഷങ്ങൾ. തീജ്ജ്വാലകൾ ശരീരത്തിൽ ആളിപ്പടരാൻ താമസമില്ല. എല്ലാം ഇവിടെ അവസാനിക്കുകയാണ്. കാത്തിരിക്കുന്നത് മരണത്തെയാണ്.

പക്ഷേ ഒന്നും സംഭവിച്ചില്ല. എന്തുകൊണ്ടോ മാധവൻകുട്ടി തീപ്പെട്ടി വലിച്ചെറിഞ്ഞു.

കുളിച്ച് തയ്യാറാകുവാൻ ആജ്ഞാപിച്ച ശേഷം മാധവൻകുട്ടി പെട്ടെന്നു റെഡിയായി. സുഹൃത്തിന്റെ വീട്ടിലേക്ക് അരമണിക്കൂറിനുശേഷം മാധവൻകുട്ടിയോടൊപ്പം പോകുമ്പോൾ മനസ്സിലെന്തായിരുന്നുവെന്ന് ഇപ്പോഴോർമ്മയില്ല. ഒന്നുമാത്രമറിയാം. ഭയത്തിനേക്കാളുപരി ചവുട്ടി താഴ്ത്തപ്പെടുന്നതിന്റെ അപമാനം ഉറുമ്പുകളായി ശരീരത്തിലും മനസ്സിലും അരിച്ചുനടന്നിരുന്നു. ഇടയ്ക്കിടെ കടിച്ചുതൂങ്ങിയ അവ തന്നത് വേദനയായിരുന്നില്ല. അസഹ്യമായ മറ്റേതോ വികാരമായിരുന്നു.

രക്ഷപ്പെട്ട് എത്തിച്ചേരാവുന്ന ദ്വീപുകളെക്കുറിച്ച് അന്നാദ്യമായി ആലോചിച്ചു. മറുകരയിൽ യാത്രപറഞ്ഞുപോയ രാജകുമാരിയെ കാത്തിരിക്കുന്ന പവിഴദ്വീപുകളില്ല. രക്ഷപ്പെടലിന്റെ ആശ്വാസം തേടി ഓടി എത്തിയത് ജ്വലിക്കുന്ന കനലുകളിൽ ചവിട്ടി വീഴാനായിരുന്നു. ശരീരവും മനസ്സും കഠിനമായ ചൂടിൽ പൊള്ളുകയാണ്. താപം മനസ്സിന്റെ സമനില തെറ്റിക്കുമെന്ന തോന്നലുണ്ടായപ്പോൾ അന്നോളം അനുഭവിച്ച ദുഃഖങ്ങൾ വിവരിച്ച് അച്ഛന് എഴുതി. ആ കത്ത് മൂന്നുനാലു പേജുണ്ടായിരുന്നുവെന്ന് ഓർമ്മിക്കുന്നു. പോസ്റ്റ് ചെയ്യപ്പെടാതെ ദിവസങ്ങളോളം കത്ത് ഭദ്രമായി അലമാരയിൽ സൂക്ഷിച്ചുവച്ചിരുന്നു.

എന്തുകൊണ്ടാണ് ആ കത്ത് പോസ്റ്റ് ചെയ്യാതിരുന്നതെന്ന് ഇന്നും മനസ്സിലാകുന്നില്ല. രക്ഷപ്പെടണമെന്ന ആഗ്രഹത്തിന് തീവ്രത അത്രത്തോളം ഉണ്ടായിരുന്നില്ലേ?

ഒരിക്കലും രക്ഷപ്പെടാനാവാത്ത അഗാധമായ ഗർത്തത്തിലാണ് വീണുകിടക്കുന്നതെന്ന തോന്നലുണ്ടാകുമ്പോൾ അതുമായി താദാത്മ്യം പ്രാപിക്കാൻ ശ്രമിക്കുന്ന മനസ്സിന്റെ വികൃതിയാവാം തന്നെ പിടിച്ചുനിർത്തിയത്. ദിവസങ്ങളും മാസങ്ങളും നീണ്ടുനിൽക്കുന്ന പരിണാമപ്രക്രിയ അങ്ങനെ ഒരു തോന്നലുണ്ടാക്കിയേക്കാം. അതിന്റെ അവസാനം സർവ്വപരിത്യാഗത്തിലെത്തുന്ന നിസ്സംഗതയാവാം. അല്ലെങ്കിൽ ഒരു പൊട്ടിത്തെറിയാവാം. രണ്ടും അപകടകാരികളാണ്. തന്റെ കാര്യത്തിൽ സംഭവിച്ചത് രണ്ടാമത്തേതായിരുന്നു. തെളിഞ്ഞ ആ പ്രഭാതം ഓർമ്മയിൽ നിന്നു മാഞ്ഞുപോയിട്ടില്ല.

താമസിച്ചിരുന്ന റസിഡൻഷ്യൽ കോളനിയുടെ നവവത്സരാഘോഷത്തിന് അവതരിപ്പിക്കുവാൻ ഒരു ലഘുനാടകം എഴുതിക്കൊടുത്തത് മാധവൻകുട്ടിക്ക് ഇഷ്ടമായില്ല.

അണുകുടുംബത്തിന്റെ പ്രശ്നങ്ങളെ രസാവഹമായി ചിത്രീകരിക്കുന്ന നാടകമായിരുന്നു അത്. നാടകത്തിന്റെ സ്ക്രിപ്റ്റ് എല്ലാവരും അഭിനന്ദിച്ചപ്പോൾ നാളുകൾക്കുശേഷം മനസ്സിൽ സന്തോഷം നിറഞ്ഞു. അഭിനേതാക്കളെ തിരഞ്ഞെടുക്കുവാനും നാടകം പഠിപ്പിച്ചുകൊടുക്കുവാനും തയ്യാറായത് ആഹ്ലാദത്തോടെയാണ്.

അന്തരീക്ഷം കലുഷിതമായത് പെട്ടെന്നാണ്. മാധവൻകുട്ടിയുടെ പ്രതികരണം എല്ലാ പ്രതീക്ഷകൾക്കും അപ്പുറത്തായിരുന്നു.

" എന്റെ അനുവാദമില്ലാതെ നാടകമെഴുതാൻ നീ തയ്യാറായത് അങ്ങേയറ്റം തെറ്റാണ്. എന്നെ അപമാനിക്കലാണ് ". അതായിരുന്നു മാധവൻകുട്ടിയുടെ നിലപാട്.

കുറിഞ്ഞി ഞണ്ടിന്റെ രൂപമെടുക്കുന്നതും പിന്നെ ആകൃതി മാറി തലയിൽ ഫണം വിടരുന്നതും അറിയുന്നുണ്ടായിരുന്നു. അന്നാദ്യമായി മാധവൻകുട്ടിയോട് ഗൗരവത്തിൽ സംസാരിച്ചു.

"എന്തുകൊണ്ട് പാടില്ല ? ഞാനും ഒരു മനുഷ്യജീവിയല്ലേ?"

അതിന് മാധവൻകുട്ടിക്ക് വ്യക്തമായ മറുപടി ഉണ്ടായിരുന്നു.

"ഒരു സ്ത്രീ ഭർത്താവിന്റെ അനുവാദമില്ലാതെ ആരെയും കാണാൻ പാടില്ല. ഒരു ജോലിയും ഏറ്റെടുക്കാൻ പാടില്ല."

"എപ്പോഴും അതു പറ്റിയെന്നു വരില്ല. നാടകം എഴുതാൻ എനിക്കു കഴിയുമെന്ന് അവർക്ക് തോന്നിയതുകൊണ്ടാണ് എന്നെ ഏല്പിച്ചത്. ഞാനത് ഭംഗിയായി ചെയ്യുകയും ചെയ്തു. അത് ഒരു തെറ്റായിട്ട് എനിക്കു തോന്നുന്നില്ല." ചവുട്ടിത്താഴ്ത്തപ്പെടുന്നതിന്റെ വിങ്ങൽ അമർഷമായി പുറത്തേക്കു വന്നു.

ഫണം വിടർന്ന് ആടാൻ തുടങ്ങിയിരുന്നു. ശരീരത്തിൽ ഉടനീളം കഠിനമായ ചൂട് വ്യാപിക്കുന്നതായി തോന്നി. മാധവൻകുട്ടി നിഷ്പ്രയാസം സ്ഥിരമായി പ്രയോഗിക്കാറുള്ള ആയുധം പുറത്തെടുത്തു. അപമാനം കൊണ്ട് തേരട്ടയെ പോലെ താൻ ചുരുണ്ടുപോകാറുള്ള കഠിനമായ വാക്കുകളായിരുന്നു മാധവൻകുട്ടിയുടെ പ്രധാന ആയുധങ്ങൾ.

"ശരിയാണ് നിന്നെ ജോലി ഏല്പിച്ചു. അത് കഴിവ് കണ്ടിട്ടല്ല. ഭർത്താവിന്റെ അനുവാദമില്ലാതെ വിളിച്ചാൽ പെട്ടെന്നു കൈയിൽ കിട്ടുന്നത് നിന്നെ മാത്രമാണ്. മറ്റു സ്ത്രീകളെ നിന്നെപ്പോലെ 'ഈസി' ആയിട്ട് കിട്ടില്ല".

സഹിക്കാവുന്നതിനും അപ്പുറമായിരുന്നു ആ വാക്കുകൾ. ഫണം വിടർന്ന് ഹുങ്കാരശബ്ദത്തോടെ തിമിർത്താടി. അതുവരെ സഹിച്ച അപമാനവും കഠിനവാക്കുകളും ഇടിവെട്ടുന്ന ശബ്ദത്തിൽ എവിടെയോ മുഴങ്ങി.

"എന്തു പറഞ്ഞു നിങ്ങൾ? ഞൊടിച്ചാൽ കൈയിൽ കിട്ടുന്ന പെണ്ണാണ് ഞാനെന്നോ?"

വലിയൊരു ആക്രോശമായിരുന്നു അത്. ബുദ്ധിയും മനസ്സും നിശ്ചലമായതുപോലെ തോന്നി. കൺമുമ്പിൽ ഉയരം കൂടിയ കുന്ന്. കറുത്ത പാറക്കെട്ടുകൾ നിറഞ്ഞ കുന്നിൻ മുകളിൽ പത്ത് തലകളുമായി മാധവൻകുട്ടി ഇരിക്കുന്നു. കണ്ണുകളുടെ സ്ഥാനത്ത് വലിയ രണ്ട് അഗ്നിഗോളങ്ങൾ. നാവിൽ നിന്നും രക്തം ഒഴുകുന്നു. കൈകൾ നീട്ടി നാവ് നക്കി തുടച്ച് മാധവൻകുട്ടി തന്നോടടുക്കുന്നു.

മനസ്സ് കൈവിട്ടുപോയ നിമിഷം. വലിയ ശബ്ദത്തിൽ കരഞ്ഞുകൊണ്ട് റോഡിലേക്ക് ഇറങ്ങി ഓടുകയായിരുന്നു. സൈഡ് റോഡിൽ നിന്നും മെയിൻ റോഡിലേക്കു കയറിയിട്ടും ഓട്ടം നിർത്തിയില്ല. തിരിഞ്ഞുനോക്കാൻ ഭയമായിരുന്നു. പിന്നിൽ നാവ് നീട്ടി രക്തം ഒഴുക്കി മാധവൻകുട്ടിയുണ്ടെന്ന തോന്നലിൽ അതിവേഗത്തിൽ ഓടിയത് എത്ര നേരമാണെന്ന് അറിയില്ല. പിന്നിൽ നിന്നും മുന്നിൽ നിന്നും ആരൊക്കെയോ പിടിച്ചുനിർത്തിയതും ആരുടെയോ കൈകളിലേക്കു വീണതും മാത്രം ഓർമ്മയുണ്ട്. ബോധം തിരിച്ചുകിട്ടിയപ്പോൾ ഹോസ്പിറ്റലിലായിരുന്നു.

പിന്നീട് മെന്റൽ ഹോസ്പിറ്റലിലും കൗൺസിലിങ്ങ് സെന്ററിലുമായി ചിലവഴിച്ചത് രണ്ടരവർഷമാണ്. മാധവൻകുട്ടിയോടൊപ്പം കഴിഞ്ഞുകൂടിയ അതേ കാലയളവ്. ഒന്ന് വെളിച്ചത്തിൽ നിന്ന് ഇരുട്ടിലേക്കുള്ള വീഴ്ച ആയിരുന്നുവെങ്കിൽ മറ്റേത് തമസ്സിൽ നിന്നും ജ്യോതിസ്സ് കണ്ടെത്താനുള്ള പ്രയാണമായിരുന്നു.

കാട്ടുവള്ളികളിൽ കുടുങ്ങി ശ്വാസംമുട്ടി മൃതപ്രായയായ കുറിഞ്ഞിപ്പൂച്ചയെ തിരിച്ചുകിട്ടിയത് അവിടെ വച്ചാണ്. അവിടെ വച്ചുതന്നെയാണ് പരിചയപ്പെടുന്നത് ശാരദാമ്മയെ. രാജേശ്വരിയെ. ലീലാവതി ടീച്ചറിനെ. നിങ്ങളുടെ ജീവിതം നിങ്ങളുടെ സ്വന്തമാണ്. ഒരു പരിധിയിൽ കവിഞ്ഞ് അധികാരം സ്ഥാപിക്കുവാൻ ആരെയും അനുവദിക്കരുത് എന്ന് ആവർത്തിച്ച് പറഞ്ഞ് മനസ്സിൽ ആത്മവിശ്വാസത്തിന്റെ വെൺമുത്തുകൾ പാകിയ ഡോക്ടർ ഗോവിന്ദയെ.

രണ്ടരവർഷം മെന്റൽ ഹോസ്പിറ്റലിൽ കഴിഞ്ഞതിനു ശേഷം തിരിച്ചു നാട്ടിലെത്തിയപ്പോൾ തനിക്കൊരു ലേബലുണ്ടായിരുന്നു. മാനസികാസ്വാസ്ഥ്യമുള്ളവൾ. ഭ്രാന്തി!

ഒമ്പത്

അതൊരു നീണ്ട കഥ പറച്ചിലായിരുന്നു. ഒരു പ്രവാഹം പോലെ. ഒരാൾ അനുസ്യൂതമായ ഒഴുക്കിലൂടെ ഭൂതകാലത്തിന്റെ ആവരണം മാറ്റിയപ്പോൾ മറ്റെ ആൾ ശക്തിയായി മണ്ണിൽ പതിച്ച ജലകണങ്ങളെ മനസ്സിലും ചിന്തയിലും ഉൾക്കൊണ്ടു.

കഥ പറച്ചിലിന്റെ എതോ ഘട്ടത്തിൽ മുഖവുര ഒന്നുമില്ലാതെ മിത്ര ചോദിച്ചു.

"സ്നേഹ മുട്ടത്തോടിന്റെ മുകളിലൂടെ നടന്നിട്ടുണ്ടോ?"

പെട്ടെന്നുള്ള ചോദ്യത്തിനു മുൻപിൽ സ്നേഹ പകച്ചുപോയി.

"വാട്ട്?" അറിയാതൊരു ചോദ്യം നാവിൻ തുമ്പിൽ നിന്നും പുറത്തേക്കു ചാടി.

"യെസ് അതുതന്നെ മുട്ടത്തോട്! എഗ്ഗ് ഷെൽ" മിത്ര ചിരിച്ചുകൊണ്ട് പറഞ്ഞു.

മുട്ടത്തോടിനു മുകളിലൂടെ അതു പൊട്ടിക്കാതെ നടക്കുക.

അത് ചെറിയ കാര്യമല്ല. നമുക്ക് വല്ലാതെ സ്ട്രെസ്സ് തോന്നും. എന്നിട്ടും നടന്നു. അതൊരു പ്രത്യേക സിദ്ധിയാണ്. പരിശീലനത്തിലൂടെ ലഭിക്കുന്ന സിദ്ധി. അത് ലഭിച്ചത് ഡോ. ഗോവിന്ദയുടെ കൗൺസിലിങ്ങ് ക്ലാസ്സുകളിലൂടെയാണ്.

നാട്ടുവഴിയിൽ വീണുകിടക്കുന്ന തണുത്ത ഇലകളിൽ ചവുട്ടിക്കൊണ്ട് സ്നേഹയോടൊപ്പം നടക്കുമ്പോൾ മിത്ര പറഞ്ഞു.

'ഹോസ്പിറ്റലിൽ എത്തി ആറുമാസം കഴിഞ്ഞപ്പോൾത്തന്നെ എന്റെ മനസ്സും ബുദ്ധിയും സാധാരണ നിലയിൽ എത്തിയിരുന്നു. പക്ഷേ കഴിഞ്ഞ കാലം ഒരു വിങ്ങലായി ഉള്ളിലിരുന്ന് ഇടയ്ക്കിടെ വെറുതെ വേദനിപ്പിച്ചുകൊണ്ടിരുന്നു.

ഒരു ദിവസം കുറിഞ്ഞിപ്പൂച്ചയെ അരികിൽ വിളിച്ച് തലോടിക്കൊണ്ട് ഞാൻ പറഞ്ഞു.

നമുക്ക് സ്വപ്നങ്ങൾ വേണ്ട കുറിഞ്ഞി. അരുമയാർന്ന തൂവൽസ്പർശങ്ങൾ വേണ്ട. പൂവിന്റെ നിറവും മഴയുടെ സൗന്ദര്യവും നമുക്ക് കണ്ടില്ലെന്നു നടിക്കാം. മോഹങ്ങളും സങ്കടങ്ങളുമില്ലാതെ തെളിഞ്ഞ ആകാശം പോലെ വെണ്മയുള്ളതാക്കാം നമുക്കു ജീവിതത്തെ."

അതൊരു ഉറച്ച തീരുമാനമായിരുന്നു. ചിരിച്ചുകൊണ്ടാണ് മിത്ര സംസാരിച്ചതെങ്കിലും സ്നേഹയുടെ കണ്ണുകൾ സജലങ്ങളായി. മിത്രയുടെ കൈകളിൽ മുറുകെ പിടിച്ചുകൊണ്ട് സ്നേഹ പറഞ്ഞു.

"എത്ര ലാഘവത്തോടെയാണ് മാഡം ജീവിതത്തെ കുറിച്ചു പറയുന്നത്."

മിത്ര നിശ്ശബ്ദയായി സ്നേഹക്കൊപ്പം നടന്നു. ജീവിതത്തെ ലാഘവത്തോടെ കാണാനാവുമെന്ന് മനസ്സിലായ നാളുകളായിരുന്നു അവ. അല്ലെങ്കിൽത്തന്നെ എന്തിനു വെറുതെ സങ്കടപ്പെടണം. മോഹങ്ങളില്ലാത്തവർക്ക് മോഹഭംഗങ്ങളുണ്ടാവില്ലല്ലോ. സംഗീതം ആസ്വദിക്കാത്തവരെന്തിന് രാഗങ്ങളുടെ അർത്ഥം തിരയണം. കണ്ണുചിമ്മുന്ന നക്ഷത്രങ്ങളെ നോക്കി ചിരിക്കാത്തവർ എന്തിനു നീലാകാശത്തിന്റെ ഭംഗിയെ കുറിച്ചു ചിന്തിക്കണം. മനസ്സിന് പുതിയൊരു ഉണർവ് കൈവന്നു. കുറിഞ്ഞി പിടച്ചിൽ നിർത്തി. മനസ്സിന്റെ താളങ്ങളെ കുറിച്ച് കൂടുതൽ മനസ്സിലാക്കാൻ കഴിഞ്ഞത് താളം തെറ്റിയവരോടൊപ്പം ജീവിച്ചപ്പോഴാണ്.

നടപ്പു മതിയാക്കി മൈത്രേയിയിൽ എത്തിയപ്പോൾ ശാരദാമ്മ സ്വീകരണമുറിയിലെ ഇരിപ്പിടങ്ങൾക്കു പുതിയ വിരികൾ ഇടുകയായിരുന്നു. ചെയർ ബാക്കുകൾക്കും കുഷ്യനുകൾക്കും പുതിയ വർണ്ണങ്ങളും കാഴ്ചകളും. മിത്രയെ പുതിയ എംബ്രോയിഡറി തുന്നിയത് കാണിച്ചുകൊണ്ട് ശാരദാമ്മ പറഞ്ഞു.

"ഇക്കുറി നീലനിറമാണ് പ്രധാനമായി തിരഞ്ഞെടുത്തത്. പച്ചയും വയലറ്റും രണ്ടാമത്തേതും. മറ്റു കളറുകളൊന്നും ഉപയോഗിച്ചിട്ടില്ല. അതു നന്നായില്ലേ? നോക്കൂ."

ശാരദാമ്മയെ മനസ്സു നിറയെ അഭിനന്ദിക്കുവാൻ സ്നേഹയും ഒപ്പം ചേർന്നു. വർണ്ണക്കൂട്ടുകൾ കൊണ്ടു മനോഹരമായി പൂങ്കാവനം നെയ്തെടുക്കുന്ന ഇവരുടെ മനസ്സിന്റെ താളം ഒരിക്കൽ തെറ്റിയിരുന്നുവെന്ന് വിശ്വസിക്കാനാവുന്നില്ലല്ലോ എന്നു സ്നേഹയ്ക്ക് തോന്നി.

മിത്രയുടെ മനസ്സ് വീണ്ടും വർഷങ്ങളുടെ പുറകിലേക്കു പറന്നുപോയി. മെന്റൽ ഹോസ്പിറ്റലിൽ വച്ച് ശാരദാമ്മയെ കാണുമ്പോൾ കഠിനമായ വിഷാദരോഗത്തിനടിമപ്പെട്ട് ഏകാന്തതയെ ഇഷ്ടപ്പെട്ട് ഉൾവലിഞ്ഞുനിൽക്കുകയായിരുന്നു അവർ. ശാരദാമ്മയുടെ കഥ പറഞ്ഞത് ഡോക്ടർ ഗോവിന്ദയല്ല. അദ്ദേഹം ആരുടേയും കഥ പറയുവാൻ ഇഷ്ടപ്പെട്ടിരുന്നില്ല. ഒരു

ഡോക്ടറെന്ന നിലയിൽ ചികിത്സയുടെ ഭാഗമായി രോഗിയുടെ കഴിഞ്ഞകാലം മനസ്സിലാക്കുമെന്നതിൽ കവിഞ്ഞ് കൂടുതൽ വിശദീകരണങ്ങൾ അദ്ദേഹം തേടുമായിരുന്നില്ല.

ശാരദാമ്മയെ കാണുവാൻ വല്ലപ്പോഴും വരാറുണ്ടായിരുന്ന ബന്ധുവാണ് ആ വിഷാദത്തിന്റെ ഉള്ളറകൾ തുറന്നുകാണിച്ചത്. പിൽക്കാലത്ത് മൈത്രേയിയിൽ വെച്ച് ശാരദാമ്മയും കുട്ടിക്കാലം മുതൽക്കുണ്ടായിരുന്ന താളം തെറ്റലിന്റെ കഥ പറഞ്ഞിരുന്നു.

കോളേജിൽ പഠിച്ചുകൊണ്ടിരുന്ന കാലത്ത് ഒരു ദിവസം ക്ഷേത്രത്തിൽ പ്രദക്ഷിണം വെച്ചുകൊണ്ടിരുന്നപ്പോഴാണ് ആകസ്മികമായി മനസ്സും ചിന്തയും ചൂടുപിടിച്ചത്. ഏതോ ഉൾപ്രേരണയാൽ പരിസരം മറന്ന് ക്ഷേത്രത്തിനു ചുറ്റും അവർ പല പ്രാവശ്യം ഓടി. ഉയരത്തിൽ നിന്ന് താഴേക്കു നോക്കുമ്പോൾ ചാടാൻ തോന്നുന്ന പ്രവണതയും ഇടയ്ക്കിടെ അവർ കാണിച്ചിരുന്നു. പക്ഷേ ആരും അതത്ര ഗൗരവമാക്കിയില്ല. വിവാഹം കഴിഞ്ഞ് കുടുംബജീവിതത്തിലെത്തുമ്പോൾ ശരിയാകുമെന്ന ആരുടെയോ ഉപദേശമനുസരിച്ച് മൂത്ത സഹോദരൻ എല്ലാം മറച്ചുവെച്ച് വിവാഹം നടത്തി.

ചെന്നൈയിലും ബാംഗ്ലൂരിലുമായി ചിലവഴിച്ച ഒരു വർഷത്തിനുള്ളിൽ "മൈൽഡ് ഡിപ്രഷനും" വല്ലപ്പോഴും തോന്നിയിരുന്ന "ഹാലുസിനേഷനും" കടുത്ത ഡിപ്രഷനിലേക്കു മാറിയപ്പോൾ ഭർത്താവ് വീട്ടിൽ കൊണ്ടുപോയി വിട്ടു. അല്ലെങ്കിൽ തന്നെ ഒരു വർഷം കൊണ്ട് ഒരു മനുഷ്യശരീരത്തിനോട് മറ്റൊരു മനുഷ്യശരീരത്തിനു തോന്നുന്ന സ്വാഭാവിക ആകർഷണത്തിൽ കവിഞ്ഞ് മറ്റൊന്നും ആ ബന്ധത്തിൽ എടുത്തു പറയാനില്ലായിരുന്നു. മനസ്സിന്റെ അതിരുകൾ അളന്നു തിട്ടപ്പെടുത്താൻ രണ്ടു പേർക്കും കഴിഞ്ഞില്ല. മനസ്സുണ്ടെന്ന് പറഞ്ഞുകൊടുക്കാൻ ശാരദാമ്മയ്ക്കും സാധിച്ചില്ല. വിഷാദരോഗം അതിന്റെ പാരമ്യതയിലെത്തിയപ്പോഴാണ് സഹോദരൻ അവരെ മാനസികാശുപത്രിയിൽ എത്തിച്ചത്.

വിഷാദരോഗത്തിന്റെ അപകടകരമായ വശങ്ങളെക്കുറിച്ച് ഡോക്ടർ ഗോവിന്ദ പറഞ്ഞിരുന്നു.

"ഉറക്കമില്ലായ്മ, വിശപ്പില്ലായ്മ എന്നൊക്കെ പറഞ്ഞ് ഈ രോഗത്തിനെ നിസ്സാരമായി കാണരുത്. സ്വയം സൃഷ്ടിക്കുന്ന അകാരണമായ കുറ്റബോധം ഇവരെ വേട്ടയാടിക്കൊണ്ടിരിക്കും. ഒരു പരിധി കഴിഞ്ഞാൽ ആത്മഹത്യാപ്രവണതയും സ്വയം അപകടപ്പെടുത്താനുള്ള സാദ്ധ്യതയും ഉണ്ടാകും. എനിക്കോ നിങ്ങൾക്കോ ആർക്കും വിഷാദരോഗമുണ്ടാകാം. കുടുംബപ്രശ്നങ്ങളോ ജീവിതഗതിയെ മാറ്റി മറിച്ച എന്തെങ്കിലും സംഭവമോ ഇതിനു കാരണമാവാം. മരുന്നുകൾക്ക് ഈ രോഗത്തെ പൂർണ്ണമായി മാറ്റാൻ കഴിഞ്ഞെന്നുവരില്ല.

മനസ്സിന്റെ അസ്വസ്ഥതയാണ് രോഗമെങ്കിൽ മരുന്നു കഴിച്ചത് കൊണ്ടു മാത്രം സ്വസ്ഥതയുണ്ടാകുമെന്നു പ്രതീക്ഷിക്കുന്നതെങ്ങനെ? മാനസികാ സ്വാസ്ഥ്യമുള്ളവരുടെ മനസ്സറിയണം. അവരുടെ പെരുമാറ്റം എന്തിനേറെ കണ്ണിന്റെ ഇമകൾ ചലിക്കുന്നതു വരെ മനസ്സിലാക്കണം."

ഡോക്ടർ ഗോവിന്ദയിൽ നിന്നു കിട്ടിയ ഏറ്റവും വലിയ ഉപദേശം അതായിരുന്നു. ഒരിക്കൽ അച്ഛൻ കാണാൻ വന്നപ്പോൾ ഭംഗിയുള്ള രണ്ടു കുഷ്യനുകൾ തനിക്കു സമ്മാനിച്ചു. കുഷ്യൻ കവറുകളിൽ തുന്നിയിരുന്ന എംബ്രോയിഡറി കണ്ടപ്പോൾ ശാരദാമ്മയുടെ കണ്ണുകൾ തിളങ്ങിയത് ഓർമ്മയുണ്ട്. പിറ്റേ ദിവസം രാവിലെ എംബ്രോയിഡറി തുന്നാനാവശ്യമായ തുണിയും സൂചിയും ഫ്രെയ്മും ഒരു പെട്ടി കളർനൂലുകളുമായിട്ടാണ് ശാരദാമ്മയെ കാണാൻ പോയത്. എപ്പോഴും നിർവികാരതയോടെ മാത്രം കാണപ്പെട്ടിരുന്ന ആ മുഖം ഒരു പൂവ് പോലെ വിടരുന്നത് കണ്ടു. ഇഷ്ടപ്പെട്ട കളിപ്പാട്ടം കിട്ടിയ കുട്ടിയുടെ സന്തോഷത്തോടെ അവർ നൂലുകൾ ഓരോന്നായി എടുത്ത് സസൂക്ഷ്മം നോക്കി.

സൈക്കോതെറാപ്പിയേക്കാൾ കൂടുതൽ ബിഹേവിയർ തെറാപ്പിയാണ് മാനസികാസ്വാസ്ഥ്യമുള്ളവർക്ക് ആവശ്യമെന്ന് ഡോക്ടർ പറയാറുള്ളത് ആദ്യമായി ഉൾക്കൊണ്ടത് അന്നാണ്. ഏറ്റവും ഇഷ്ടമുള്ള ഒരു ജോലി ചെയ്യാൻ അവസരം കൊടുക്കുക. അതു കണ്ടുപിടിക്കാൻ എളുപ്പമല്ല. പക്ഷേ അതു തിരിച്ചറിയാൻ കണ്ണുകളിലെ നേരിയ ഒരു മിന്നൽ അല്ലെങ്കിൽ മുഖത്ത് ക്ഷണനേരം വന്നു ഉദിച്ചു മറഞ്ഞുപോകുന്ന ഒരു തെളിച്ചം ഇവയൊക്കെ സശ്രദ്ധം നിരീക്ഷിച്ചാൽ മതിയാകും.

ശാരദാമ്മയുടെ നിർവികാരത മാറിത്തുടങ്ങിയത് പ്രതീക്ഷിച്ചതിലും വേഗത്തിലായിരുന്നു. അവർ തുണിയിൽ പൂക്കൾ തുന്നാനും നിറങ്ങളുടെ ചേർച്ചയെ പറ്റി സംസാരിക്കുവാനും തുടങ്ങിയപ്പോൾ ഏറെ സന്തോഷിച്ചത് താനായിരുന്നു. ഡോക്ടർ ഗോവിന്ദ അഭിനന്ദനപൂർവം പറയുകയും ചെയ്തു.

"നിങ്ങൾ ഒരു നല്ല സൈക്കോളജിസ്റ്റായി മാറിയതിൽ എനിക്ക് അഭിമാനമുണ്ട് മിത്രാ."

അഭിമാനവും അംഗീകാരവും പ്രതീക്ഷിക്കുന്നില്ലെങ്കിൽ മെന്റൽ ഹോസ്പിറ്റലിൽ രോഗമില്ലാത്തവർക്കും രോഗം മാറിയവർക്കും ധാരാളം കാര്യങ്ങൾ ചെയ്യാനുണ്ടാവും. എന്തെങ്കിലുമൊക്കെ ചെയ്യാൻ കഴിയുമെന്നു തോന്നലുണ്ടായപ്പോൾ മനസ്സ് അപ്പൂപ്പൻ താടിപോലെ പാറിപ്പറക്കാൻ തുടങ്ങി.

ഒരിക്കൽ മനസ്സിന്റെ സ്ഥിരത നഷ്ടപ്പെട്ട തനിക്കു വീണ്ടും പഴയതു പോലെ ആകാമെങ്കിൽ എന്തുകൊണ്ട് ശാരദാമ്മയ്ക്ക് കഴിയില്ല? മറ്റു പലർക്കും സാധിക്കില്ല? അതൊരു ആത്മവിശ്വാസമായിരുന്നു. ഡോക്ടർ ഗോവിന്ദ എന്ന വൻമരം തന്ന തണൽ.

മെന്റൽ ഹോസ്പിറ്റലിന്റേയും അതിന്റെ ഭാഗമായ കൗൺസിലിങ്ങ് യൂണിറ്റുകളുടേയും ചുറ്റും കണ്ണെത്താത്ത ദൂരത്തോളം വൃക്ഷങ്ങൾ നിറഞ്ഞ സ്ഥലമുണ്ടായിരുന്നു. അതിനപ്പുറം എപ്പോഴും പച്ചപ്പും കുളിരും തരുന്ന കാപ്പിത്തോട്ടവും.

ഒരിക്കൽ കാപ്പിത്തോട്ടത്തിലൂടെ അദ്ദേഹത്തോടൊപ്പം നടന്നപ്പോൾ അതിരുകൾ അളന്ന് തിട്ടപ്പെടുത്താതെ ഇത്രയും സ്ഥലം ഒരു ഹോസ്പിറ്റലിന് എങ്ങനെ ലഭിച്ചുവെന്നു ചോദിച്ചിരുന്നു. മനസ്സുകളുടെ അതിരുകൾ അളന്നു തിട്ടപ്പെടുത്തി ചിന്തകളെ പുനർജ്ജീവിപ്പിക്കുന്ന തിരക്കിട്ട ജോലിക്കിടയിൽ ഹോസ്പിറ്റലിന്റെ അതിരുകൾ അളക്കാൻ സമയം കിട്ടിയില്ലെന്നായിരുന്നു അദ്ദേഹത്തിന്റെ മറുപടി.

മെന്റൽ ഹോസ്പിറ്റലിലെ രണ്ടരവർഷത്തെ താമസം കഴിഞ്ഞ് മൈത്രേയിയിൽ എത്തിയപ്പോൾ ശാന്തച്ചിറ്റയാണ് ആദ്യം കാണാനെത്തിയത്.

"മോളേ രണ്ടുവർഷം നിന്നെയൊന്നു കാണാൻ വരാൻ ആരും എന്നെ അനുവദിച്ചില്ല. രണ്ടുമൂന്നു കത്തയച്ചിട്ട് നീ മറുപടീം അയച്ചില്ല." ചിറ്റ കരയുകയായിരുന്നു.

ഹോസ്പിറ്റലിൽ ബന്ധുക്കൾ വരാൻ അച്ഛൻ അനുവദിച്ചിരുന്നില്ല. അതൊരു രഹസ്യമായിട്ടിരിക്കാനാണ് അച്ഛൻ ആഗ്രഹിച്ചത്. എല്ലാവരും അറിഞ്ഞിരുന്നുവെങ്കിലും ആരും അറിഞ്ഞിട്ടില്ലെന്ന് മരണം വരെ അച്ഛൻ വെറുതെ വിശ്വസിക്കുകയും ചെയ്തിരുന്നു.

ശാന്തച്ചിറ്റ അന്ന് വെറുതെ തന്നെ നോക്കിക്കൊണ്ടിരുന്നപ്പോൾ ഒരു തമാശ പറഞ്ഞത് ചിറ്റയെ വേദനിപ്പിച്ചത് ഓർക്കുന്നുണ്ട്.

"ഞാൻ വയലന്റ് ആകുകയും മറ്റും ഇല്ല ചിറ്റേ. പേടിക്കേണ്ട."

ഒന്നും ആലോചിക്കാതെ പെട്ടെന്നു പറഞ്ഞതാണ്. ചിറ്റ പക്ഷേ കരഞ്ഞുകയും വളരെ സമയം ദുഃഖിച്ചിരിക്കുകയും ചെയ്തു.

"സഹതാപത്തിനും സ്നേഹത്തിനും ഇടയിൽ വീർപ്പുമുട്ടുമ്പോഴും മനസ്സ് കഥയില്ലാത്തവരുടെ അടുത്തേക്കു പോകാൻ വെമ്പൽ കൊണ്ടിരുന്നു സ്നേഹാ."

മിത്ര അതുപറഞ്ഞപ്പോൾ സ്നേഹ കൂട്ടിച്ചേർത്തു.

"കഥയില്ലാത്തവരുടെ കഥ അറിയാൻ അല്ലേ?"

"ആവോ! ഞാൻ പക്ഷേ കഥയില്ലാത്തവരുടെ കഥയെഴുതാൻ തുടങ്ങിയത് അങ്ങനെയാണ്."

ഇതിനോടകം കഥയില്ലാത്തവരുടെ കഥ സ്നേഹ വായിച്ചിരുന്നു. ഹൃദയത്തിൽ സ്പർശിച്ചെഴുതിയ കഥ. മൈത്രേയിയിലെ ഓരോ അംഗങ്ങളുമാണ് ആ പുസ്തകത്തിലെ കഥാപാത്രങ്ങളെന്നു വായിച്ചപ്പോൾ തോന്നുകയും

ചെയ്തു. മിത്രയോട് അതു പറയാനൊരു അവസരം സ്നേഹ കാത്തിരിക്കുകയായിരുന്നു.

"ഞാൻ ആ പുസ്തകം വായിച്ചു മാഡം. അത് മൈത്രേയിയുടെ കഥയാണെന്ന് എനിക്കു തോന്നി. ശക്തിയും ജീവനുമുള്ള കഥാപാത്രങ്ങൾ. അഭിനന്ദനങ്ങൾ മാഡം". സ്നേഹ പറഞ്ഞു.

"ജീവനുള്ളവ?" മിത്ര പെട്ടെന്ന് ചോദിച്ചു.

"ഏത് കഥാപാത്രങ്ങൾക്കാണ് ജീവിതത്തിൽ നിന്നും മാറിനിൽക്കാനാവുന്നത്? ഓരോ കഥാപാത്രങ്ങൾക്കും ജീവനും വികാരങ്ങളും നൽകി എത്രയോ നാൾ മനസ്സിൽ ചേർത്തുകൊണ്ടുനടന്നതിനു ശേഷമാണ് അവയെ അക്ഷരങ്ങളിലൂടെ വെളിച്ചത്തിലെത്തിക്കുന്നത്. പുസ്തകത്തിലെ അക്ഷരങ്ങളിൽ നിറഞ്ഞു നിൽക്കുന്നത് അവരുടെ ജീവൻ തന്നെയാണ്."

മിത്ര പെട്ടെന്ന് ഡോ.ഹരിഭാസ്കറിനെ ഓർത്തു. അപ്രതീക്ഷിതമായി ഇന്നലെ അദ്ദേഹം വിളിച്ചിരുന്നു. പുസ്തകം കൊടുത്തയച്ചതിന് നന്ദി വീണ്ടും പറഞ്ഞുകൊണ്ട് അദ്ദേഹം പറഞ്ഞു.

"കഥയില്ലാത്തവരുടെ കഥയെ എങ്ങനെയാണ് അഭിനന്ദിക്കേണ്ടതെന്ന് അറിയുന്നില്ല. ഇറ്റ് ഈസ് സോ ടച്ചിങ്ങ്! ഐ ഹേഡ് യു ആർ ഗ്രയിറ്റ്. പക്ഷേ ഇത്രയും ഹൃദയസ്പർശിയായി എഴുതാൻ കഴിയുമെന്ന് കരുതിയില്ല."

അഭിനന്ദനങ്ങളെ അംഗീകരിച്ചുകൊണ്ട് പറഞ്ഞു.

"ഓരോ കഥാപാത്രവും സത്യത്തിൽ ഞാൻ നേരിട്ടറിഞ്ഞവരാണ്. അനുഭവങ്ങളെ എല്ലാംകൂടി ക്രോഡീകരിച്ചു. അത്രമാത്രം."

"എന്തോ അങ്ങനെ നിസ്സാരമായി കാണാൻ എനിക്കാവുന്നില്ല. ഓരോ കഥാപാത്രവും അക്ഷരങ്ങളിൽ ജീവിക്കുകയാണ്. കഥയില്ലാത്ത അവരുടെ കഥകളിലെ ആർദ്രത! ദാറ്റ് ഈസ് ടച്ചിങ്ങ്. സ്റ്റുഡൻസ് വിശദമായി എല്ലാം പറഞ്ഞു. പുതിയ മാനേജ്മെന്റ് പാഠങ്ങൾ അവരെ ത്രിൽഡ് ആക്കിയിട്ടുണ്ട്. ഡോക്യുമെന്ററിയുടെ സമയത്ത് ഞാനും അവരോടൊപ്പം ഒരുപക്ഷേ വന്നേക്കും. മൈ വിഷസ്! ഞാൻ വിളിക്കാം."

സന്തോഷം തോന്നിയ വാക്കുകൾ. അഭിനന്ദനവും അംഗീകാരവും ഇവിടെ ജീവിക്കുന്നവരുടെ മുഖങ്ങളിലെ പ്രകാശവുമാണ് മൈത്രേയിയുടെ ആർദ്രത. മനസ്സിന്റെ സ്വസ്ഥതയ്ക്ക് ചാഞ്ചല്യം സംഭവിച്ചവരുടെ ചൂടുപിടിച്ച മനസ്സിനും സമചിത്തത നഷ്ടപ്പെട്ട മസ്തിഷ്കത്തിനും മരുന്നിനോടൊപ്പം ഒട്ടും കുറവല്ലാത്ത ആവശ്യം ഈ ആർദ്രതയാണ്. മൈത്രേയിയിൽ ആദ്യ സന്ദർശനത്തിനെത്തിയപ്പോൾ ആർദ്രത നഷ്ടപ്പെടാതെ മുന്നോട്ട് യാത്ര ചെയ്യാനാണ് ഡോ.ഗോവിന്ദ പ്രത്യേകം ഓർമ്മിപ്പിച്ചതും.

മാനസികാസ്വാസ്ഥ്യം ഉണ്ടായിരുന്നവരും ഉള്ളവരും നമ്മളെപ്പോലെ ജീവിക്കണം എന്നുപറയുമ്പോൾ നമ്മളെപ്പോലെ നടക്കുകയും ആഹാരം

കഴിക്കുകയും ഉറങ്ങുകയും ചെയ്യുക എന്നു മാത്രമല്ല ഉദ്ദേശിക്കുന്നത്. സാധാരണക്കാരെപ്പോലെ അവർക്ക് ചിന്തിക്കുവാനും ജോലി ചെയ്യുവാനും ഉത്തരവാദിത്വം ഏറ്റെടുക്കുവാനും സാധിക്കണം. പ്രതീക്ഷയും അംഗീകാരവും അഭിനന്ദനവും കൊണ്ട് അവരുടെ കണ്ണുകൾ തിളങ്ങണം. അപ്പോൾ മാത്രമാണ് അവരുടെ പുനരധിവാസത്തിന് മാനുഷികത കൈവരുന്നത്. മറ്റെല്ലാം യാന്ത്രികതയിൽ ഉൾപ്പെടുത്താം. അനുഭവത്തിലൂടെ പഠിച്ച പാഠം അതാണ്.

മൈത്രേയിയിൽ ആദ്യം കൂട്ടിനെത്തിയത് ശാരദാമ്മയാണ്. സ്വയം തീരുമാനമെടുത്ത് ശാരദാമ്മ വരികയായിരുന്നു. തങ്ങൾ രണ്ടുപേരുംകൂടി ലീലാവതി ടീച്ചറിനെ കണ്ട് മൈത്രേയിയിലേക്കു ക്ഷണിച്ചപ്പോൾ പ്രായം മറന്നു ഒരു കുട്ടിയെപ്പോലെ ആഹ്ലാദത്തോടെ തുള്ളിച്ചാടി അവർ ഒപ്പം വന്നു.

ലീലാവതി ടീച്ചറിനെ മെന്റൽ ഹോസ്പിറ്റലിൽ വച്ച് ആദ്യം കാണുമ്പോൾ വിഭ്രാന്തിയുടെ അതിർവരമ്പുകൾ കടന്ന അവസ്ഥയിലായിരുന്നു.

സ്കിസോഫ്രീനിയ എന്നറിയപ്പെടുന്ന മാനസികരോഗത്തിന്റെ പിടിയിലമർന്ന് സ്വയം മറ്റൊരാളായി ജീവിക്കുകയായിരുന്നു ടീച്ചർ. മുഖം നിറയെ കാണപ്പെട്ട ചുവന്ന തടിപ്പുകളും മയക്കം വിടാത്ത കണ്ണുകളും താനൊരു രോഗിയാണെന്ന് വിളിച്ചറിയിച്ചിരുന്നു. ഡോക്ടർ ഗോവിന്ദയുടെ വളരെ നാളത്തെ ചികിത്സയും തീവ്രപരിചരണവും കൊണ്ടാണ് ടീച്ചർ സാധാരണ നിലയിലെത്തിയത്.

മൈത്രേയിയിൽ ടീച്ചർക്കുവേണ്ടി പച്ചക്കറി കൃഷിയുടെ ഒരു വലിയ പ്രൊജക്ട് തയ്യാറാക്കിയിരുന്നു. പിന്നെ തിരിഞ്ഞുനോക്കേണ്ടി വന്നിട്ടില്ല. തിരക്കിട്ട ജോലിയും ഉത്തരവാദിത്വവും മൈത്രേയിയിലെ സൗഹൃദങ്ങളും ടീച്ചറെ പുതിയൊരാളാക്കി മാറ്റി.

"കഥയില്ലാതിരുന്ന ലീലാവതി ടീച്ചർ ഇപ്പോൾ കഥയും ഉത്തരവാദിത്വവുമുള്ള ഗൗരവക്കാരിയായി മാറി." ലീലാവതി ടീച്ചറിനെക്കുറിച്ച് അങ്ങനെ പറഞ്ഞാണ് മിത്ര അവസാനിപ്പിച്ചത്.

സ്നേഹ വാസ്തവത്തിൽ വളരെ സന്തോഷത്തിലായിരുന്നു.

മൈത്രേയിയുടെ വാതിൽ തന്റെ മുൻപിൽ ഇത്ര സ്നേഹപൂർവ്വം തുറക്കപ്പെടുമെന്ന് കരുതിയതല്ല. മിത്രമാഡം ഇങ്ങനെ മനസ്സുതുറന്ന് സംസാരിക്കുമെന്നും പ്രതീക്ഷിച്ചതല്ല. ആദ്യദിവസങ്ങളിൽ മുഖത്ത് ഉണ്ടായിരുന്ന ഗൗരവഭാവം അടുത്തറിയുന്തോറും അലിഞ്ഞലിഞ്ഞ് ഇല്ലാതാവുകയാണ്. അനുഭവങ്ങൾ മനുഷ്യരെ വൈഢൂര്യങ്ങളാക്കുമെന്നു പറയുന്നത് വെറുതെയല്ല. സാധാരണ മനുഷ്യർക്ക് സ്വന്തം ജീവിതം ക്യാൻവാസിലെ ചിത്രം പോലെ ഇത്ര തെളിമയോടെ വരച്ചു കാണിക്കാനാവില്ല.

രാത്രിയിൽ വളരെ സമയം സ്നേഹ എഴുതി. മനസ്സിൽ വിരിഞ്ഞു വരുന്ന ചിന്തകളൊക്കെ എഴുതുകയാണ് പതിവ്. വെട്ടലും തിരുത്തലും പിന്നീടാണ്. അച്ഛൻ കളിയാക്കി പലപ്പോഴും ചോദിക്കാറുണ്ട്.

"ഒരു റിപ്പോർട്ട് തയ്യാറാക്കണമെങ്കിൽ ഈ ജേർണലിസ്റ്റിന് എത്ര കിലോ പേപ്പർ വേണ്ടിവരും?"

ഒരാഴ്ചയായി അച്ഛനുമായുള്ള ടെലിഫോൺ സംഭാഷണം ഒന്നുരണ്ടു വാക്കുകളിൽ ഒതുങ്ങിപ്പോകുകയാണല്ലോ എന്നു സ്നേഹ ഓർമ്മിച്ചു. രാത്രിയിലാണ് അച്ഛനുമായി സംസാരിക്കാൻ സൗകര്യം. പകൽസമയം ഓഫീസും മീറ്റിങ്ങുകളുമായി അച്ഛനെപ്പോഴും തിരക്കിലായിരിക്കും. തന്റെ രാത്രികൾ ഈയിടെയായി അക്ഷരങ്ങളിൽ കുടുങ്ങിനിൽക്കുകയുമാണ്. പകൽ സമയങ്ങൾ മൈത്രേയിയിലെ കഥയില്ലാത്തവരുടെയൊപ്പവും.

അടുത്ത ദിവസം രാവിലെ പ്രഭാതഭക്ഷണത്തിന് ഡൈനിങ്ഹാളിൽ ശാരദാമ്മയെ കണ്ടില്ല. സ്നേഹ അന്വേഷിച്ച് മുറിയിൽ ചെന്നപ്പോൾ ക്യാൻവാസിൽ വരച്ചെടുത്ത് വർണ്ണങ്ങൾ ചാലിച്ചു വരച്ച ഗന്ധർവന് അവസാന മിനുക്കുപണി ചെയ്യുകയായിരുന്നു അവർ. കാപ്പിപ്പൊടിയും തിളങ്ങുന്ന കല്ലുകളും ഉപയോഗിച്ച് അസ്തമനസൂര്യന്റെ പശ്ചാത്തലത്തിൽ ചെയ്ത ഗാംഭീര്യമാർന്ന ദേവൻ. ജീവൻ തുടിക്കുന്ന കണ്ണുകളും ചുണ്ടും നോക്കിക്കൊണ്ട് സ്നേഹ ഒരു കുസൃതിച്ചോദ്യം ചോദിച്ചു.

"ശാരദാമ്മ ഗന്ധർവനെ നേരിട്ടു കണ്ടിട്ടുണ്ടോ?"

"ഉണ്ട്." അവർ ചിരിച്ചു.

"നേരിട്ടുകാണാതെ ഒരാൾക്ക് ഇത്ര ഭംഗിയായി വരയ്ക്കാൻ എങ്ങനെ കഴിയും? ഇപ്പോൾ മനസ്സിലായി". സ്നേഹയും ചിരിച്ചു.

പൂർത്തീകരിച്ചു മാറ്റിവച്ചിരിക്കുന്ന മറ്റൊരു ക്യാൻവാസിലെ കിളികളെ നോക്കി സ്നേഹ പറഞ്ഞു.

"ഈ കിളികളെ ഞാനും കണ്ടിട്ടുണ്ട്. ബ്രൗൺ നിറം. ഇങ്ങനെ നിറങ്ങൾ കടുപ്പിച്ചും നേർത്തും എങ്ങനെയാണ് കൊടുക്കുന്നത്? എനിക്കും ഇതു പഠിക്കണമെന്നുണ്ട്."

"ബാംഗ്ലൂരിൽ ഞാൻ താമസിച്ചിരുന്ന വീടിന്റെ ടെറസ്സിൽ ഇതുപോലെയുള്ള കിളികൾ കൂടുകെട്ടിയിരുന്നു. കൊത്തിപ്പെറുക്കാൻ അരിയും മലരും ഞാൻ വിതറുമായിരുന്നു." ശാരദാമ്മ പറഞ്ഞു.

ആദ്യമായിട്ടാണ് സ്വന്തം മനസ്സിന്റെ വാതിൽ അവർ അല്പം തുറന്നിടാൻ ശ്രമിച്ചത്. മിത്ര ഇവരുടെ കഥ പറഞ്ഞില്ലായിരുന്നെങ്കിൽ ഒരുപക്ഷേ ആ വാതിലിലൂടെ അകത്തേക്കു കയറുവാൻ താൻ ശ്രമിക്കുമായിരുന്നു.

"എനിക്കു പണ്ടേ വരയ്ക്കാനും നിറം കൊടുക്കാനും ഇഷ്ടമാണ്." എന്തോ ഓർത്തുകൊണ്ട് ശാരദാമ്മ വീണ്ടും പറഞ്ഞു.

"മനോഹരമായി തുന്നാനും." സ്നേഹ കൂട്ടിച്ചേർത്തു.

ശാരദാമ്മ വാത്സല്യത്തോടെ സ്നേഹയെ ചുറ്റിപ്പിടിച്ചു. ആ കൈകളുടെ ഇളംചൂടിൽ അമർന്നുനിന്നപ്പോൾ പെട്ടെന്ന് അമ്മയെ ഓർത്തു. അമ്മ വല്ലപ്പോഴും ഇങ്ങനെ ചുറ്റിപ്പിടിക്കാറുണ്ട്. വളരെ അപൂർവമായിട്ടുമാത്രം. പൊതുവേ ആരോടും അമിതമായി അമ്മ അടുപ്പം കാണിക്കാറില്ല. ജോലിക്കും വീടിനുമപ്പുറം മറ്റൊരു ലോകം അമ്മയുടെ ചിന്തകളിൽ പോലും ഉണ്ടെന്നു തോന്നിയിട്ടില്ല. അതുകൊണ്ടാവാം അച്ഛനോട് കൂടുതൽ അടുപ്പം തോന്നുന്നത്.

"കുട്ടി എന്താ ആലോചിക്കുന്നത്?"

ശാരദാമ്മയുടെ ചോദ്യം സ്നേഹയെ ചിന്തകളിൽ നിന്നുണർത്തി. അവരോട് ഒന്നുകൂടി ചേർന്നുനിന്നു കൊണ്ട് സ്നേഹ പറഞ്ഞു.

"ഇങ്ങനെ നിന്നപ്പോൾ എന്റെ അമ്മയെ ഓർത്തുപോയി."

സ്നേഹയെ ചേർത്തു നിർത്തി ശാരദാമ്മ പറഞ്ഞു.

"ഞാൻ അമ്മയാണെന്നുതന്നെ കരുതിക്കോളൂ. ഞാൻ മാത്രമല്ല, ഇവിടെ താമസിക്കുന്നവരെല്ലാം അമ്മമാരാണ്. ഓരോ ദുഃഖക്കയങ്ങളിൽ മുങ്ങിപ്പോയിട്ട് നീന്തിക്കയറി വന്നവർ."

അവർ വാത്സല്യത്തോടെ സ്നേഹയുടെ നെറ്റിയിൽ ഒരുമ്മ കൊടുത്തു.

കഥയില്ലാത്തവരോടൊപ്പം ചിരിച്ചും സംസാരിച്ചും നടന്ന സ്നേഹയോട് ഏറ്റവും കൂടുതൽ കഥ പറഞ്ഞത് ആലീസ് ആന്റണിയാണ്. ആലീസിനൊപ്പം പ്രാർത്ഥന പാടാൻ സ്നേഹ പഠിച്ചു. പൂക്കൾ മനോഹരമായി അടുക്കി വച്ച് ബൊക്കെ ഉണ്ടാക്കുവാനും ഇലച്ചെടികളെ അകത്തളങ്ങളിൽ അലങ്കരിക്കുവാനും ആലീസ് സ്നേഹയെ പഠിപ്പിച്ചു. ഇടയ്ക്കിടെ ഏതോ ഓർമ്മകളിൽ മുങ്ങിത്താണ് പരിസരം മറന്ന് ഇരുന്നുപോകുന്ന ആലീസിനെ തട്ടിയുണർത്തി സ്നേഹ ഷട്ടിലും ബാറ്റ്മിന്റനും കളിപ്പിച്ചു.

ആലീസിന്റെ കഥ കേട്ട ദിവസം സ്നേഹ വളരെ വൈകിയാണ് ഉറങ്ങിയത്.

കല്യാണം കഴിഞ്ഞ് വരനും വധുവും സഞ്ചരിച്ച കാർ അപകടത്തിൽ പെട്ടപ്പോൾ കല്യാണദിവസം തന്നെ ആലീസ് വിധവയായി. ധാരാളം പഴികളും സഹതാപവും കിട്ടിയെങ്കിലും എല്ലാവരുടേയും നിർബന്ധത്തിനുവഴങ്ങി വീണ്ടും വിവാഹിതയായി.

ആദ്യ ഭാര്യ മരിച്ചുപോയ ഒരു അദ്ധ്യാപകനായിരുന്നു അയാൾ. അയാൾക്കു വേണ്ടിയിരുന്നത് മൂന്നുവയസ്സുള്ള കുട്ടിക്ക് ഒരമ്മയേയും പിന്നെ വീട് അടുക്കി ചിട്ടയ്ക്ക് വയ്ക്കാനൊരു സഹായിയേയും ആയിരുന്നു. അയാൾ എപ്പോഴും ആദ്യ ഭാര്യയെക്കുറിച്ച് മാത്രം സംസാരിച്ചു. ആലീസിനെ ആ സ്ത്രീയുടെ പേര് വിളിച്ചു. അവരുടെ വസ്ത്രങ്ങൾ ധരിപ്പിച്ചു. അവരെ

പ്പോലെ മുടി ചീകുവാനും സംസാരിക്കുവാനും നിർബന്ധിച്ചു. ഒരുതരം മാനസിക പീഢനമായിരുന്നുവെങ്കിലും ആലീസിന് മരിച്ചുപോയ ആ സ്ത്രീയോട് അസൂയയായിരുന്നു. അവസാനം സ്വയം മറ്റൊരാളാകാൻ നിർബന്ധിതയായപ്പോൾ വിഹ്വലമായ മനസ്സോടെ ആലീസ് സ്വന്തം വീട്ടിലേക്കു മടങ്ങി.

നീണ്ട ആറുവർഷങ്ങൾ. അതിനിടയിൽ നഴ്സിങ്ങ് പഠിച്ചു. പള്ളിയിലെ ക്വയറിൽ ചേർന്ന് പാട്ട് പാടി. പള്ളിയിൽ പൂന്തോട്ടം ഉണ്ടാക്കുകയും പൂക്കൾ അലങ്കരിക്കുകയും ചെയ്തു. ക്വയറിൽ വച്ചാണ് പഴയ സഹപാഠിയെ കണ്ടുമുട്ടുന്നത്. പള്ളിയിൽ ഒന്നിച്ചുപാടിയ പാട്ടുകൾ ജീവിതത്തിലും പാടാൻ അവർ ആഗ്രഹിച്ചു. വീട്ടുകാരുടെ എതിർപ്പോടെയാണ് സഹപാഠികൾ ഒന്നിച്ചു ജീവിതം തുടങ്ങിയത്.

ബൈക്ക് ആക്സിഡന്റിന്റെ രൂപത്തിലാണ് ' ഭർത്താവ് വാഴാത്തവൾ ' എന്ന പേര് ഇപ്രാവശ്യം ആലീസിനെ തേടിയെത്തിയത്.

അതുവരെ പിടിച്ചുനിന്ന മനസ്സിന്റെ അതിരുകൾ കൈവിട്ടുപോയത് അന്നാണ്. സമനില തെറ്റി പലതും പുലമ്പിക്കൊണ്ട് കൈയിൽ കിട്ടിയതൊക്കെ എറിഞ്ഞുടച്ച് ആലീസ് ഓടിനടന്നു. അവസാനം മെന്റൽ ഹോസ്പിറ്റലിലെത്തി കഥയില്ലാത്തവരിൽ ഒരാളായി ജീവിച്ചു.

"കുറച്ച് മരുന്നും കുറേയേറെ സാന്ത്വനവും ഉണ്ടെങ്കിൽ ജീവിതം മുന്നോട്ട് നീക്കാൻ കഴിയുമായിരുന്നവരെയാണ് ഭ്രാന്തർ എന്ന് മുദ്രകുത്തി മനോരോഗാശുപത്രിയിൽ എത്തിക്കുന്നത്. എല്ലാം തരണം ചെയ്ത് ഇവിടെ എത്തിയത് പുണ്യം. "

ആലീസ് ഒന്നുനിർത്തിയിട്ട് വീണ്ടും തുടർന്നു.

" വെറും പുണ്യമല്ല. മിത്രയെന്ന പുണ്യം. സ്വന്തം അനുഭവങ്ങളിലൂടെ കടന്നുവന്ന് തീക്കനൽപോലെ ജ്വലിച്ച് നല്ലതുമാത്രം ചിന്തിച്ച് എല്ലാവരേയും കൈപിടിച്ച് പുതിയൊരു ജീവിതം കൊടുത്ത പുണ്യജന്മമാണ് മിത്രയുടേത്. എത്ര ആളുകൾക്ക് അത് കഴിയും ?".

ഒരു ഉത്തരത്തിന് കാത്തുനിൽക്കാതെ ആലീസ് ഓർമ്മകളിൽ മുഴുകിയിരുന്നു. സ്നേഹ ആലോചിച്ചതും മിത്രയെക്കുറിച്ചായിരുന്നു. മനസ്സിന്റെ താളം തെറ്റിയിട്ടും വർണ്ണങ്ങൾ കാത്തുസൂക്ഷിക്കാൻ കഴിയുന്നത് വളരെ കുറച്ചു വ്യക്തികൾക്കു മാത്രമാണ്. നിറങ്ങൾ ചാലിച്ചു മനസ്സിന്റെ കുളിർമ്മ മറ്റുള്ളവരിലേക്കു പകരാനാകുന്നതോ അപൂർവ്വം ആളുകൾക്കും.

രാത്രിയിൽ സ്നേഹ അച്ഛനു ഫോൺ ചെയ്തു. രണ്ടുപ്രാവശ്യം വിളിച്ചപ്പോഴാണ് അച്ഛൻ ഫോണെടുക്കുന്നത്. മൈത്രേയിയിലെ താമസവും അച്ഛന്റെ ഓഫീസിലെ തിരക്കും വിഷയങ്ങളായി സമയം മുന്നോട്ട് പോയിട്ടും ഉദ്ദേശിച്ച കാര്യം പറയാൻ സ്നേഹ വാക്കുകൾക്ക് പരതി. അവസാനം ചെറിയ മുഖവുരയോടെ പറഞ്ഞു.

"അച്ഛാ ഒരു വലിയ രഹസ്യം ഉണ്ട്. കേൾക്കുമ്പോൾ ഞെട്ടരുത്."

"പറയൂ."

സ്നേഹ ശബ്ദം താഴ്ത്തി സംസാരിച്ചു.

"മിത്ര മാഡം ഒരുകാലത്ത് മെന്റൽ പേഷ്യന്റ് ആയിരുന്നു. വിശ്വസിക്കാൻ കഴിയുമോ?"

"എനിക്കറിയാം. അവർ രണ്ട് രണ്ടര വർഷങ്ങൾ മെന്റൽ ഹോസ്പിറ്റലിൽ ചികിത്സയിലായിരുന്നു."

അച്ഛന്റെ മറുപടി സ്നേഹയെ ഞെട്ടിച്ചുകളഞ്ഞു. ആ രഹസ്യം അച്ഛനറിയാം. വിശ്വസിക്കാനാവുന്നില്ല. സ്നേഹയ്ക്ക് ദേഷ്യവും സങ്കടവും തോന്നി.

"അറിയാമെന്നോ? അച്ഛാ ഡോണ്ട് ജോക്ക് പ്ലീസ്. ഇതുവരെ ഈ കാര്യം എന്നോട് പറഞ്ഞില്ലല്ലൊ."

"നീ ജേർണലിസ്റ്റ് അല്ലേ! ഇൻക്വിസിറ്റീവ് മൈൻഡ് ഒരു പത്രപ്രവർത്തകയ്ക്ക് അത്യാവശ്യമാണ്. നീ കണ്ടുപിടിക്കട്ടെ എന്ന് ഞാൻ കരുതി." അച്ഛന്റെ വാക്കുകൾ പൊട്ടിച്ചിരിയിൽ ചിതറി.

അച്ഛനെ പലപ്പോഴും മനസ്സിലാക്കാൻ കഴിയുന്നില്ലല്ലോ എന്നു സ്നേഹയ്ക്കു തോന്നി. മിത്ര മാധവുമായി ഒരു ഇന്റർവ്യൂവിന് ശ്രമിച്ചുകൂടെ എന്ന് ആദ്യം ചോദിച്ചത് അച്ഛനാണ്. മൈത്രേയിയെ കുറിച്ചുള്ള വിവരങ്ങളും പേപ്പർ കട്ടിങ്സും അടങ്ങിയ ഫയൽ തന്നുകൊണ്ട് അന്ന് അച്ഛൻ പറഞ്ഞു.

"ഇന്റർവ്യൂവിന് ശ്രമിക്കുന്നതും അവർ സമ്മതിച്ചാൽ നടത്തുന്നതും നിന്റെ സ്വന്തം ഉത്തരവാദിത്വത്തിലായിരിക്കണം. എന്നെ ഒന്നിനും പ്രതീക്ഷിക്കേണ്ട. എനിക്കു കുറച്ചധികം തിരക്കുണ്ട്."

അങ്ങനെ പറഞ്ഞെങ്കിലും ഡോക്ടർ ശ്രീകലയുമായി അച്ഛൻ സംസാരിച്ചിരുന്നുവെന്ന് തോന്നി. ഇന്റർവ്യൂവും ഫോട്ടോ സെഷനുകളും ഇഷ്ടപ്പെടാത്ത ആളാണ് മിത്ര മാധമെന്നും വ്യക്തിപരമായ കാര്യങ്ങൾ പറയുകയോ ചോദിക്കുകയോ ചെയ്യരുതെന്നും ഡോ.ശ്രീകല കർക്കശമായി തന്നോടു പറയുകയും ചെയ്തിരുന്നു.

കുറച്ചധികം തിരക്കുണ്ടെന്നു പറഞ്ഞ അച്ഛൻ അവാർഡുദാന ചടങ്ങിന് എത്തിയിരുന്നു. മിത്ര മാധവുമായി സംസാരിച്ചതിനുശേഷം ഹാളിൽ നിന്നു ധൃതിയിൽ പുറത്തേക്കു വന്നപ്പോൾ ഏറ്റവും പിൻനിരയിൽ അച്ഛൻ ആരോടോ സംസാരിച്ചുകൊണ്ടിരിക്കുന്നത് കണ്ടു. മാഡം ഇന്റർവ്യൂവിന് സമ്മതിച്ച സന്തോഷത്തിലായിരുന്നു താൻ. അടുത്തുപോയി പറഞ്ഞു.

"അച്ഛൻ വരൂ. ഞാൻ മാഡത്തിനെ പരിചയപ്പെടുത്തിത്തരാം. എല്ലാവരും പറയുന്നതുപോലെ അത്ര ഗൗരവക്കാരിയൊന്നുമല്ല. ഷി ഈസ് സ്വീറ്റ്."

അച്ഛൻ ചിരിച്ചു. പിന്നെ ഗൗരവത്തിൽ പറഞ്ഞു.

“അവാർഡ് കിട്ടുന്നവരെയൊക്കെ പരിചയപ്പെടാൻ പോയാൽ എനിക്കതിനേ സമയം ഉണ്ടാകൂ. ഇത് ഡൽഹിയാണ്.”

പക്ഷേ മൈത്രേയിയിലേക്ക് മിത്ര മാഡത്തിനൊപ്പം പോകണമെന്ന് തീരുമാനിച്ചപ്പോൾ അച്ഛൻ സന്തോഷത്തോടെ സമ്മതിച്ചു.

അതാണ് അച്ഛൻ. ആർക്കും മനസ്സിലാക്കാൻ കഴിയാത്ത പ്രഹേളിക. അച്ഛനെക്കുറിച്ച് ആലോചിച്ചാണ് സ്നേഹ അന്നുറങ്ങിയത്.

പത്ത്

മൈത്രേയിയെക്കുറിച്ചെഴുതിയ ഫീച്ചറിന്റെ ഡ്രാഫ്റ്റ് വായിച്ചപ്പോൾ വളരെ സന്തോഷം തോന്നി. മനശ്ശാസ്ത്രവും പ്രൊഫഷണലിസവും വിദഗ്ധമായി കൈകാര്യം ചെയ്തിരിക്കുന്ന ഫീച്ചറിന് വൈകാരികതയുടെ ആർദ്രത ഒട്ടും നഷ്ടപ്പെട്ടിട്ടില്ല. ഫീച്ചർ കൈയിൽ കിട്ടിയത് രണ്ടുദിവസങ്ങൾക്കു മുൻപാണ്. ഇക്കുറി ഹോസ്പിറ്റലിന്റെയും നഴ്സിങ്സ്കൂളിന്റെയും വാർഷികം ഒരേ ദിവസം ആഘോഷിച്ചതുകൊണ്ട് കുറച്ചധികം തിരക്കുണ്ടായിരുന്നു. ഓടിച്ചുനോക്കിയിരുന്നതേയുള്ളൂ. നന്നായിട്ട് വായിക്കാൻ കഴിഞ്ഞത് ഇപ്പോഴാണ്. ഇന്നലെ ഹരിഭാസ്കറിന്റെ ഫോണും ഉണ്ടായിരുന്നു. ഫീച്ചറിനെക്കുറിച്ച് സംസാരിക്കുന്നതിനിടയിൽ അദ്ദേഹം ചോദിച്ചു.

"കഥയില്ലാത്തവരുടെ കഥയിലെ കാരിക്കേച്ചർ ആരാണ് വരച്ചത്?"

കാരിക്കേച്ചർ വരയ്ക്കുന്നത് തന്റെ പ്രിയപ്പെട്ട വിനോദമാണെന്നോർത്തുകൊണ്ട് മിത്ര പറഞ്ഞു.

"വരച്ചത് ഞാൻ തന്നെയാണ്. നന്നായിട്ടുണ്ടോ?"

"യെസ്. വണ്ടർഫുൾ. ആളൊരു ആൾറൗണ്ടർ ആണല്ലോ." ഹരിഭാസ്കറിന്റെ കമന്റിന് മറുപടി പറയുന്നതിനുമുൻപ് വീണ്ടും വന്നു അടുത്ത കമന്റ്.

"ജീവിതത്തിൽ വിജയിച്ചവരെല്ലാം ആൾ റൗണ്ടേഴ്സ് ആണ്."

കേട്ടപ്പോൾ ചിരി വന്നു. പറയണമെന്നു തോന്നി. ഊതി കാച്ചിയ പൊന്നുപോലെ കനലിൽ ചുട്ടെടുത്തിട്ടും ജ്വാലാമുഖികളായി ജീവിക്കുന്നു ഞങ്ങൾ. ഞങ്ങളാരും പിൻതിരിഞ്ഞുനോക്കാറില്ല. ഇന്നുകളും നാളെകളും മാത്രമാണ് ഞങ്ങളുടെ ജീവിതത്തെ നയിക്കുന്നത്. അതുതന്നെയാണ് ഞങ്ങളുടെ വിജയവും. പക്ഷേ പറഞ്ഞതു മറ്റൊന്നാണ്.

"ഫീച്ചർ നന്നായിരിക്കുന്നു. അതിന്റെ അവതരണരീതി എനിക്കിഷ്ടപ്പെട്ടു."

"യെസ്. ഫീച്ചർ അപ്രൂവ് ചെയ്താൽ ഉടനെതന്നെ ഡോക്യുമെന്ററിയുടെ ജോലി ആരംഭിക്കും. ആനന്ദ് വിളിക്കും. ഷൂട്ടിങ്ങ് മൂന്നുദിവസത്തിനുള്ളിൽ തീർക്കാം. ഒരു ദിവസം ഞാനും ഉണ്ടാകും. ഐ ലൈക് ടു മീറ്റ് യു."

ഹരിഭാസ്കർ അങ്ങനെ പറഞ്ഞുവെങ്കിലും അദ്ദേഹത്തെപ്പോലെ തിരക്കുള്ള ഒരാൾ വിദ്യാർത്ഥികൾക്കൊപ്പം ഡോക്യുമെന്ററിയുടെ ചിത്രീകരണത്തിനു വരുമെന്നു തീരെ പ്രതീക്ഷിച്ചില്ല.

ആനന്ദും കൂട്ടരും ഷൂട്ടിങ്ങിന്റെ തലേദിവസം തന്നെ എത്തി. ഓരോ ചെറിയ കാര്യങ്ങൾക്കുപോലും അവർ കൊടുക്കുന്ന പ്രാധാന്യവും ശ്രദ്ധയും ആരിലും മതിപ്പുളവാക്കുന്നതായിരുന്നു. ഫോട്ടോഗ്രാഫി വിദ്യാർത്ഥികളിൽ രണ്ടുപേരാണ് ചെയ്തത്. സംവിധാനത്തിന് പുറത്തുനിന്നൊരാളും സഹായികളായി രണ്ടു വിദ്യാർത്ഥികളും. ഗൗരവമുള്ള ഒരു വിഷയം കഥയിലൂടെ ആവിഷ്കരിക്കുന്ന ശൈലിയാണ് അവർ തിരഞ്ഞെടുത്തത്. എലിസാ എന്നു പേരുള്ള ഒരു നഴ്സിന്റെ ജീവിതാനുഭവങ്ങളാണ് ഡോക്യുമെന്ററിയിൽ കഥയായി അവതരിപ്പിക്കുന്നത്.

ആശുപത്രിയിൽ ജോലി ചെയ്യുകയും വീണുകിട്ടുന്ന ഒഴിവുസമയങ്ങളിൽ പാട്ട് കേൾക്കുകയും പാടുകയും ചെയ്ത് എല്ലാവരെയും സ്നേഹിച്ച് ഒച്ചപ്പാടുകളൊന്നും ഇല്ലാതെ ജീവിച്ച എലിസായുടെ തലച്ചോറ് പെട്ടെന്നൊരു ദിവസം മുതൽ ചില മാജിക്കുകൾ കാണിക്കുവാൻ തുടങ്ങി. അടുക്കും ചിട്ടയും നഷ്ടപ്പെട്ട തലച്ചോറിന് ഒന്നിനും ശ്രദ്ധിക്കാൻ കഴിയാതെയായി. പരസ്പരവിരുദ്ധങ്ങളായ കാര്യങ്ങൾ വെറുതെ സംസാരിച്ചുകൊണ്ടിരിക്കുകയും ചില ദിവസങ്ങളിൽ എല്ലാവരിൽനിന്നും അകന്നുമാറി മുറിയിൽ കതകടച്ച് ആഹാരം പോലും ഉപേക്ഷിച്ച് തപസ്സിരിക്കുകയും ചെയ്തു എലിസാ.

മിതഭാഷിയായിരുന്ന പെൺകുട്ടി വേണ്ടതിലധികം സംസാരിക്കുകയും പെരുമാറ്റത്തിൽ സീമകൾ ലംഘിക്കുകയും ചെയ്തപ്പോൾ വീട്ടുകാർ മെന്റൽ ഹോസ്പിറ്റലിൽ എത്തിച്ചു. അവിടെ നിന്ന് മൈത്രേയിയിലെത്തുന്ന എലിസാ പുതിയ വഴികളിലൂടെ നടന്ന് പ്രകാശം വിതറുന്ന വ്യക്തിയായി മാറുകയാണ്. വൃദ്ധയായ എലിസാ മൈത്രേയിയുടെ മുറ്റത്തെ മാവിൻ ചുവട്ടിൽ ഇരുന്നുകൊണ്ട് സഫലമായൊരു ജന്മത്തിന്റെ പിന്നിട്ട വഴികളെ സന്തുഷ്ടിയോടെ തിരിഞ്ഞുനോക്കുന്നിടത്ത് ഡോക്യുമെന്ററി അവസാനിക്കുകയാണ്.

ഷൂട്ടിങ്ങ് അഞ്ചുദിവസങ്ങൾ നീണ്ടുനിന്നു. രണ്ടാമത്തെ ദിവസം പതിനൊന്നുമണിയോടെയാണ് ഹരിഭാസ്കർ എത്തിയത്. സ്നേഹയോടൊപ്പം മൈത്രേയിയുടെ പ്രവർത്തനങ്ങളും സ്ഥാപനങ്ങളും നടന്നുകണ്ടു തിരിച്ചുവന്നത് ആഹ്ലാദത്തോടെയാണ്.

"വണ്ടർഫുൾ. എല്ലാം അറിഞ്ഞിരുന്നുവെങ്കിലും ഞാനിത്രയ്ക്ക് പ്രതീക്ഷിച്ചില്ല. പ്രത്യേകിച്ചും നിങ്ങളുടെ എസ് എസ് ഐ യൂണിറ്റ്. ഇൻഡസ്ട്രിയിൽ ഹാൻസ് ഓൺ എക്സ്പീരിയൻസ് ഇല്ലാത്ത ഒരാൾ ഇങ്ങനെ ക്വാളിറ്റി കൺട്രോളും പ്രൊഡക്ഷനും കൈകാര്യം ചെയ്യുന്നു എന്നു പറയുമ്പോൾ, സത്യത്തിൽ, മാഡം മിത്രാ, അൺബിലീവബിൾ!"

ഹരിഭാസ്കർ മനസ്സു നിറഞ്ഞ് അഭിനന്ദിച്ചു. ഷൂട്ടിങ്ങിനു വേണ്ട നിർദ്ദേശങ്ങൾ നൽകി അവരോടൊപ്പം മൂന്നാലു മണിക്കൂറുകൾ ചിലവഴിച്ച് വൈകുന്നേരമാണ് അദ്ദേഹം തിരിച്ചുപോയത്. ഒരു ദിവസത്തിലെ ഏതാനും മണിക്കൂറുകൾ മാത്രമേ അവിടെ ഉണ്ടായിരുന്നുള്ളൂവെങ്കിലും ഹരിഭാസ്കർ മൈത്രേയി മുഴുവനും നിറഞ്ഞുനിന്നതായി മിത്രയ്ക്കുതോന്നി. ചിലർ അങ്ങനെയാണ്. നടന്നുമറഞ്ഞാലും യാത്രചെയ്ത വഴികളിൽ എപ്പോഴും അവരുടെ സാന്നിദ്ധ്യം ഉണ്ടാകും.

കുട്ടികൾ എന്തെങ്കിലും അസൗകര്യം ഉണ്ടാക്കുന്നുണ്ടോ എന്ന് അന്വേഷിച്ച് ഷൂട്ടിങ്ങ് നടന്ന എല്ലാ ദിവസവും ഹരിഭാസ്കർ വിളിച്ചിരുന്നു. ശബ്ദവും ബഹളവും മൈത്രേയിയുടെ പ്രവർത്തനങ്ങളെ ചെറിയ രീതിയിലെങ്കിലും ബാധിക്കുമെന്നായിരുന്നു മിത്രയും കരുതിയത്. എന്നാൽ ഷൂട്ടിങ്ങ് കഴിഞ്ഞ് കുട്ടികൾ മടങ്ങിയപ്പോൾ ആളൊഴിഞ്ഞ അരങ്ങു പോലെ ഏതോ നഷ്ടബോധം എല്ലാവരുടെയും മുഖത്തു തങ്ങിനിന്നു.

ഡോക്യുമെന്ററിയുടെ അവസാനഭാഗത്ത് പശ്ചാത്തലത്തിൽ പാടിയത് ആലീസാണ്. മറ്റൊരാൾ പാടാൻ തയ്യാറെടുത്ത് വന്നിരുന്നുവെങ്കിലും അതിലും വളരെ നന്നായി ആലീസ് പാടിയത് റിക്കാർഡ് ചെയ്യുകയായിരുന്നു. ആലീസിന്റെ ഉത്സാഹം നോക്കിയിരുന്നപ്പോൾ മിത്രയുടെ മനസ്സും നിറഞ്ഞുതുളുമ്പി. പഴയകാല ഓർമ്മകളിൽ നിന്നും ആലീസ് പൂർണ്ണമായും മുക്തയായിരുന്നില്ല. ഇപ്പോഴീ മാറ്റത്തിനു പിന്നിൽ പ്രവർത്തിച്ചത് സ്നേഹയാണ്. മിത്ര അഭിനന്ദിച്ചപ്പോൾ സ്നേഹ പറഞ്ഞു.

"എനിക്ക് മൈത്രേയി വിട്ട് ഡൽഹിക്ക് പോകാൻ തോന്നുന്നേയില്ല."

ആലീസിന്റെ കഥ ഹരിഭാസ്കറോട് പറയുവാൻ മിത്ര കാത്തിരിക്കുകയായിരുന്നു. ശനിയാഴ്ചയും ഞായറാഴ്ചയും ഫോൺകോൾ വരാതിരുന്നതുകൊണ്ട് തിങ്കളാഴ്ച രാവിലെ മിത്ര വിളിച്ചു. ആലീസിന്റെ പഴയ കാലവും ഇപ്പോഴുണ്ടായ മാറ്റവും ഉത്സാഹത്തോടെ പറഞ്ഞുകഴിഞ്ഞപ്പോഴാണ് അത്രയും സമയം രാവിലെ പതിനൊന്നു മണിക്ക് സംസാരത്തിന് ചിലവഴിച്ചതിന്റെ അനൗചിത്യം മനസിലായത്. ജാള്യതയോടെ മിത്ര പറഞ്ഞു.

"ഐ ആം സോറി. തിങ്കളാഴ്ച ദിവസം രാവിലെ പതിനൊന്നുമണിക്ക് തിരക്കുള്ള ഒരു എച്ച് ആർ ഹെഡിന്റെ ഇത്രയും സമയം കഥ പറയാൻ അപഹരിച്ചത് ശരിയായില്ല."

പക്ഷേ ഹരിഭാസ്കർ പറഞ്ഞു.

"തിരക്കില്ലെന്നു പറയുന്നില്ല. തിരക്കെല്ലാം മാറ്റിവച്ച് ഞാൻ കഥ കേട്ടിരിക്കുകയാണ്. മൈത്രേയിയുടെ കഥ കേൾക്കാൻ എനിക്ക് ഇഷ്ടമാണ്. പ്രത്യേകിച്ചും വെൻ യു ടോക്ക്, ബിക്കാസ് ഇറ്റ് ഈസ് കമിംങ്ങ് ഫ്രം യുവർ ഹാർട്ട്."

ശരിയാണ്. മൈത്രേയിയിലെ ഓരോ അംഗങ്ങളെക്കുറിച്ചു പറയുമ്പോഴും മനസ്സ് നിറയാറുണ്ട്. തന്റെ മുൻപിൽ തുറന്നുവന്ന ഈ വഴി എത്ര ഹരിതാഭ മാണെന്നു മനസ്സിലാകുന്നു.

ഫോൺ ചെയ്തുകഴിഞ്ഞ് പോർട്ടിക്കോയിൽ എത്തിയപ്പോൾ ഹോസ് പിറ്റലിൽ നിന്നും ഡ്യൂട്ടി ഡോക്ടർ കാണാൻ കാത്തുനിൽക്കുന്നുണ്ടായി രുന്നു. സാധാരണ ഈ സമയത്ത് ഡോക്ടർ കാണാൻ വരിക പതിവുള്ള തല്ല. ഹോസ്പിറ്റലിനെ സംബന്ധിക്കുന്ന കാര്യങ്ങൾ സൗകര്യം പോലെ ഉച്ചകഴിഞ്ഞ് ഹോസ്പിറ്റലിൽ വച്ചുതന്നെ ചർച്ചചെയ്യാറാണുള്ളത്. ഡോക്ട റുടെ മുഖം മ്ലാനമായിരുന്നു. രണ്ടു ദിവസം മുൻപ് ഹോസ്പിറ്റലിൽ അഡ്മിറ്റ് ചെയ്ത ഒരു കുഞ്ഞിന്റെ മരണം ആരൊക്കെയോ ചേർന്ന് പ്രശ്ന മാക്കാൻ തുടങ്ങിരിക്കുന്നുവെന്നു ഡോക്ടർ പറഞ്ഞു.

ഹോസ്പിറ്റലിൽ എത്തിയപ്പോൾ തന്നെ അഞ്ചുവയസ്സുള്ള ആ കുഞ്ഞ് വളരെ അവശനിലയിലായിരുന്നു. പനിയും വിട്ടുമാറാത്ത ചുമയും കൊണ്ട് ഒരുമാസം അവൻ കഷ്ടപ്പെട്ടു.

അവന്റെ താഴെ രണ്ടു കുട്ടികൾ കൂടെയുണ്ടെന്നു രാജേശ്വരി പറഞ്ഞി രുന്നു. നാടൻ മരുന്നുകൾ പലതും പരീക്ഷിച്ചിട്ടും അസുഖം മാറാതിരുന്ന പ്പോൾ ഏതോ സിദ്ധൻ പറഞ്ഞതനുസരിച്ച് ചില പൊടികൾ എണ്ണയിൽ ചാലിച്ച് രണ്ടുദിവസം മൂന്നുനേരം വീതം കൊടുത്തുവെന്ന് കുട്ടിയുടെ അമ്മ ഡോക്ടറോട് പറഞ്ഞു. ഛർദ്ദിയും വയറുവേദനയും കൊണ്ട് ഏതാണ്ട് മൃതപ്രായനായിട്ടാണ് അവനെ തോളിൽ കിടത്തി ഹോസ്പിറ്റലിൽ കൊണ്ടു വന്നത്. കുട്ടിയെ പരിശോധിച്ചിട്ട് ഇത്രയും ദിവസങ്ങൾ ചികിത്സ കൊടുക്കാ തിരുന്നതിന് ഡോക്ടർ മാതാപിതാക്കളോട് കുറച്ചധികം ക്ഷോഭിക്കുകയും ചെയ്തിരുന്നു. പെട്ടെന്ന് ഒരു ഇഞ്ചക്ഷൻ കൊടുത്തിട്ട് മൈത്രേയിയുടെ ആംബുലൻസിൽ തന്നെ അവനെ ജില്ലാ ആശുപത്രിയിലേക്ക് അയയ്ക്കുക യായിരുന്നു.

പോകുന്നതിനുമുൻപ് രണ്ടായിരം രൂപ അമ്മയുടെ കൈയിൽ വച്ചു കൊടുത്തപ്പോൾ അവരുടെ കണ്ണുകൾ നിറഞ്ഞൊഴുകി. ജില്ലാ ആശുപത്രി യിൽ ഒരു ദിവസം കിടന്ന ശേഷം എല്ലാവരേയും ഉപേക്ഷിച്ച് ഇന്നലെ അവൻ യാത്രയായി. അതു പ്രതീക്ഷിച്ചിരുന്നതാണെങ്കിലും ആ അമ്മയുടെ ദൈന്യത യുള്ള മുഖം മനസ്സിൽ മായാതെ നിൽക്കുന്നുണ്ട്.

“മാഡം, കുട്ടിയുടെ അച്ഛനും ചില ബന്ധുക്കളും ഇതൊരു പ്രശ്നമാക്കി യിരിക്കുകയാണ്. നമ്മുടെ നോട്ടക്കുറവുകൊണ്ടാണ് കുട്ടി മരിച്ചതെന്ന് ആരൊക്കെയോ ചേർന്ന് അവരെ വിശ്വസിപ്പിച്ചിരിക്കുന്നു. ഡിസ്ട്രിക് ഹോസ്പിറ്റലിലെ ഡോക്ടർ രണ്ടുപ്രാവശ്യം വിളിച്ചിരുന്നു.”

ഡോക്ടർ വീണ്ടും പറഞ്ഞു.

“നമുക്ക് പ്രശ്നമൊന്നും ഉണ്ടാവില്ല ഡോക്ടർ. ഇവിടെ എത്തിയപ്പോൾ തന്നെ കുട്ടി അവശനിലയിലായിരുന്നല്ലോ. നമ്മളുതന്നെയാണല്ലോ കുട്ടിയെ

ആംബുലൻസിൽ ഡിസ്ട്രിക് ഹോസ്പിറ്റലിൽ എത്തിച്ചത്. അച്ഛനും അമ്മയ്ക്കും ഇതെല്ലാം അറിയാവുന്നതല്ലെ."

മിത്ര ആശ്വസിപ്പിച്ചുവെങ്കിലും ഡോക്ടറുടെ ആശങ്ക മാറിയില്ല. ചെറിയ കാര്യങ്ങൾക്കും ആകുലപ്പെടുന്ന സ്വഭാവമാണ് ഡോക്ടറുടേതെന്ന് മുൻപും തോന്നിയിട്ടുണ്ട്.

പക്ഷേ വൈകുന്നേരം നാലുമണിക്കു ഡോക്ടറുടെ സംശയം അസ്ഥാനത്തല്ലെന്ന് തെളിഞ്ഞു. ഏഴെട്ട് ആളുകൾ ക്ഷുഭിതരായി ഹോസ്പിറ്റലിൽ എത്തി ഡോക്ടറെ കൈയ്യേറ്റം ചെയ്യാൻ ശ്രമിച്ചു. അവരോടൊപ്പം കുഞ്ഞിന്റെ അച്ഛനും ഉണ്ടായിരുന്നു. നേരത്തെ കണ്ട സഹതാപം അർഹിക്കുന്ന മുഖമായിരുന്നില്ല അപ്പോൾ അയാളുടേത്. കുഞ്ഞിന്റെ പിഞ്ചുശരീരം മോർച്ചറിയിൽ കിടക്കുമ്പോഴെങ്ങനെയാണ് ഇത്തരം ഒരു പ്രകടനത്തിനുവരാൻ അയാൾക്കു കഴിയുന്നതെന്നു തോന്നി. ഡോക്ടറുടെ വിശദീകരണങ്ങളൊന്നും അവർക്കു സ്വീകാര്യമായില്ല. ആവശ്യത്തിലധികം ക്ഷോഭിച്ചിട്ടും തൃപ്തി വരാതെ ഡോക്ടറെ മുറിയിൽ രണ്ടുമണിക്കൂർ തടഞ്ഞുവെക്കുകകൂടി ചെയ്തിട്ടാണ് അവർ മടങ്ങിയത്.

അടുത്ത ദിവസം രാവിലെ പതിവ് നടത്തം കഴിഞ്ഞ് മൈത്രേയിയിൽ എത്തിയപ്പോൾ ലോക്കൽ പൊലീസ് സ്റ്റേഷനിൽ നിന്ന് സി.ഐ. യും രണ്ടു പൊലീസുകാരും കാത്തുനിൽക്കുന്നുണ്ടായിരുന്നു. നാട്ടുകാരനായ സി.ഐക്ക് മൈത്രേയിയുടെ പ്രവർത്തനങ്ങളെക്കുറിച്ച് മതിപ്പും ആദരവും ഉണ്ട്. അയാൾ പറഞ്ഞു.

"മാഡം, ഞാൻ അന്വേഷണത്തിനു വന്നതാണെന്ന് ദയവായി കരുതരുത്. ഞങ്ങളുടെ എല്ലാം അഭിമാനമാണ് ഈ സ്ഥാപനം. മുകളിൽ നിന്നുള്ള നിർദ്ദേശം അനുസരിക്കാതിരിക്കാൻ കഴിയാത്തതുകൊണ്ട് ഇവിടെവരെ വന്നുവെന്നുമാത്രം."

മനസ്സിന്റെ കോണിലെവിടെയോ ചെറിയ ഒരു അസ്വസ്ഥത നാമ്പെടുക്കുന്നുണ്ടെന്ന് തോന്നി. ഇതുവരെ നേരിട്ടിട്ടില്ലാത്ത ഒരു പ്രശ്നമാണ് മുൻപിലെത്തിയിരിക്കുന്നത്. ആത്മാർത്ഥതയ്ക്ക് തെല്ലും വിലയില്ലെന്ന് തോന്നിയിട്ടുള്ള സന്ദർഭങ്ങൾ പലപ്പോഴും അഭിമുഖീകരിച്ചിട്ടുണ്ട്.

അടുത്തകാലത്ത് രാജേശ്വരിയുടെ സഹോദരങ്ങൾ ഉണ്ടാക്കിയ പ്രശ്നങ്ങൾ മനസ്സിനെ വല്ലാതെ മുറിപ്പെടുത്തിയിരുന്നു. രാജേശ്വരിക്കു കുടുംബത്തിൽ നിന്നും ലഭിച്ച ഷെയറിൽ നോട്ടമിട്ട് സഹോദരന്മാർ അവരെ വീട്ടിലേക്കു കൂട്ടിക്കൊണ്ടുപോകുവാൻ നിർബന്ധിച്ചു. കാര്യം മനസ്സിലാക്കിയ രാജേശ്വരി സഹോദരന്മാർക്കൊപ്പം പോകാൻ കൂട്ടാക്കിയില്ല. മൈത്രേയിയുടെ ഹോസ്പിറ്റലിനും നഴ്സിങ് സ്കൂളിനും വേണ്ടി സ്വന്തം ഷെയർ മാറ്റിവയ്ക്കാനായിരുന്നു തീരുമാനം. അതു വേണ്ടെന്നു പലപ്രാവശ്യം പറഞ്ഞിട്ടും രാജേശ്വരിയുടെ തീരുമാനത്തിനു മാറ്റമുണ്ടായില്ല. മൈത്രേയിയുടെ പ്രവർത്തനങ്ങളുടെ ഉദ്ദേശ്യശുദ്ധിയെത്തന്നെ തെറ്റിദ്ധരിപ്പിക്കുന്ന രീതിയിലുള്ള കഥകളായിരുന്നു പ്രചരിച്ചത്.

ഹരിഭാസ്കർ വൈകുന്നേരം വിളിച്ചപ്പോൾ കാര്യങ്ങളെല്ലാം വിശദമായി ധരിപ്പിച്ചു. എല്ലാം കേട്ടുകഴിഞ്ഞ് അദ്ദേഹം പറഞ്ഞു.

" ഇനിയും അവർ വരുമെന്ന് തോന്നുന്നില്ല. വലിയ വലിയ കാര്യങ്ങൾ ചെയ്യുമ്പോൾ ഇത്തരം പ്രതിസന്ധികൾ ഉണ്ടാകുക സാധാരണമാണ്. കാര്യക്ഷമതയോടെ ചെയ്യുക എന്നു പറയുമ്പോൾ വെല്ലുവിളികളെ നേരിടുന്നതും കൂടി അതിലുൾപ്പെടും. ഇമോഷൻസിന് അവിടെ വലിയ പ്രാധാന്യം ഇല്ല. ബുദ്ധിക്കാണ് മുൻഗണന കൊടുക്കേണ്ടത്. ഗെയിറ്റിലെ സെക്യൂരിറ്റിക്കാരോട് കരുതൽ വേണമെന്ന് പറയുക. രണ്ടുദിവസത്തേക്കു കൂട്ടമായി വരുന്ന അപരിചിതരെ ഹോസ്പിറ്റലിൽ പ്രവേശിപ്പിക്കാതെ ശ്രദ്ധിക്കുക. ഒന്നും സംഭവിക്കില്ല. എന്നാലും ഒരു മുൻകരുതൽ നല്ലതാണ്. എന്തെങ്കിലും ആവശ്യമുണ്ടെങ്കിൽ എന്നെ വിളിക്കാൻ മടിക്കരുത്."

ഒന്നു നിർത്തിയിട്ട് ഹരിഭാസ്കർ വീണ്ടും പറഞ്ഞു.

"മോണിങ്വാക്ക് രണ്ടുദിവസം മാറ്റിവച്ചാലും കുഴപ്പമില്ല. യു ലുക്ക് യങ് ആൻഡ് സ്മാർട്ട്. സൊ ബി കാം. "

ചിരിച്ചുപോയി. ആശ്വാസവും സുരക്ഷിതത്വവും കൂടി കലർന്ന ഒരു ഹിമകണം തലച്ചോറിലൂടെ അരിച്ചിറങ്ങി മനസ്സാകെ നിറയുന്നത് അറിയുന്നുണ്ടായിരുന്നു. അതിന്റെ നേർത്ത തണുപ്പിലാണ് അന്നുറങ്ങിയത്.

പതിനൊന്ന്

അവർ ഇരുപതോളം ആളുകളുണ്ടായിരുന്നു. കമ്പിവടിയും കൊടുവാളും കൊണ്ട് ഹോസ്പിറ്റലിന്റെ ഗ്ലാസ് ജനാലകൾ തല്ലി ഉടയ്ക്കുമ്പോൾ വലിയ ശബ്ദത്തിൽ പലതും അവർ വിളിച്ചു പറഞ്ഞുകൊണ്ടിരുന്നു. സന്ധ്യ മയങ്ങിയ സമയത്ത് സെക്യൂരിറ്റി ഗാർഡിനെ അടിച്ചവശനാക്കി അകത്തു കയറിയതിന്റെ അഹങ്കാരം ആ മുഖങ്ങളിൽ പ്രകടമായിരുന്നു.

എക്സ്റേ മുറിയും ബ്ലഡ് ടെസ്റ്റിങ്ങ് ലാബും വാശിയോടെ തകർത്ത് തരിപ്പണമാക്കിയിട്ട് ഡോക്ടറുടെ മുറി ആക്രമിച്ചു. മുൻകൂട്ടി വ്യക്തമായി ആസൂത്രണം ചെയ്തതുപോലെ രണ്ടായി പിരിഞ്ഞ സംഘം ഒന്നു പച്ചക്കറിത്തോട്ടത്തിലേക്കും മറ്റൊന്ന് മൈത്രേയിലേക്കും കുതിച്ചു. മിത്ര പൊലീസ് സ്റ്റേഷനിലേക്കു ഫോൺ ചെയ്തു. നാട്ടുകാരനായ സി.ഐ. നീണ്ട അവധിയിലാണെന്നു അറിയാൻ കഴിഞ്ഞു. ഫോണിൽ സംസാരിച്ച പരുക്കൻ ശബ്ദത്തിന്റെ ഉടമ വിവരം മനസ്സിലാക്കാൻ ഒട്ടും താല്പര്യം കാണിച്ചില്ല. സഹായം ആവശ്യപ്പെട്ടപ്പോൾ ഉണ്ടായ തണുത്ത പ്രതികരണം അപ്രതീക്ഷിതമായിരുന്നു.

വിവരം അറിഞ്ഞ് നാട്ടുകാർ ഓടിക്കൂടിയപ്പോൾ സംഘം മൂന്നാല് ജീപ്പുകളിൽ കയറി രക്ഷപ്പെട്ടു. മൈത്രേയിയുടെ മുറ്റത്തിനു താഴെ കാർ ഷെഡിൽ കിടന്ന കാറ് നിശ്ശേഷം തകർക്കപ്പെട്ടു.

അക്രമികൾ ഓടിരക്ഷപ്പെട്ടു കഴിഞ്ഞാണ് എസ്. ഐ. യും രണ്ട് പൊലീസുകാരും എത്തുന്നത്. സംഘം നടത്തിയ ആക്രമണം കാണുന്നതിനേക്കാൾ കൂടുതൽ അവർക്കു താല്പര്യം കുട്ടിയുടെ മരണകാരണങ്ങളെക്കുറിച്ച് അറിയാനും വിശദീകരണം തേടാനുമായിരുന്നു.

ആരും ആരോടും സംസാരിക്കാതെയും എന്നാൽ പരസ്പരം അന്വേഷിച്ചുകൊണ്ടും നിദ്ര എത്തിനോക്കാത്ത ആ രാത്രി കണ്ണു തുറന്നത് മറ്റൊരു ദുരന്തത്തിന്റെ വിവരവുമായിട്ടാണ്. മൈത്രേയിയുടെ മുറ്റത്തിനു താഴെ അടിച്ചു തകർക്കപ്പെട്ട കാറിനു സമീപം രാമകൃഷ്ണൻ ചലനമറ്റു കിടക്കുന്നു.

രാത്രിയിൽ അക്രമികളുടെ താണ്ഡവത്തിന് വേദിയായ ഹോസ്പിറ്റലും പരിസരവും പച്ചക്കറിത്തോട്ടവും കാണാൻ അതിരാവിലെ തന്നെ നാട്ടുകാർ

മൈത്രേയിയിൽ തടിച്ചുകൂടി. അവരിൽ ചിലരാണ് മർദ്ദനമേറ്റ് അവശനായി കിടക്കുന്ന രാമകൃഷ്ണനെ കണ്ടെത്തിയത്.

രാമകൃഷ്ണനെവിടെ എന്ന ചോദ്യം ഇന്നലെ രാത്രിയിൽ പലപ്പോഴും സ്വയം ചോദിച്ചതാണ്. ചെറിയ കാര്യങ്ങളിൽ പോലും ഉത്കണ്ഠാകുലനാകുന്ന രാമകൃഷ്ണൻ ഹോസ്പിറ്റലിലെ ആക്രമണം കണ്ട് ഒരുപക്ഷേ അവിടെ തന്നെ ദുഃഖിതനായി ഇരുന്നിട്ടുണ്ടാകുമെന്ന് കരുതുകയും ചെയ്തു. അതിൽ കൂടുതൽ ചിന്തിക്കാനുള്ള മാനസികാവസ്ഥ ഇന്നലെ ഉണ്ടായിരുന്നില്ല. മിത്രയ്ക്ക് അതികഠിനമായ ആത്മനിന്ദ തോന്നി.

രാമകൃഷ്ണനെ ജില്ലാ ആശുപത്രിയിലേക്കു കൊണ്ടുപോയപ്പോൾ മിത്രയും സ്നേഹയും ഒപ്പം പോയി. മൈത്രേയിയിലെ തല്ലിത്തകർക്കപ്പെട്ട ഹോസ്പിറ്റലോ കാറോ മനസ്സിലപ്പോൾ ഉണ്ടായിരുന്നില്ല. ഇരുപത്തിയഞ്ചിലേറെ വർഷങ്ങളായി മൈത്രേയിയുടെ കണ്ണും കർണ്ണവുമായിരുന്ന ഒരു പാവം മനുഷ്യനാണ് ചിന്തകളിൽ നിറഞ്ഞുനിന്നത്. ഒന്നും തിരിച്ചു പ്രതീക്ഷിക്കാതെ നല്ലതു മാത്രം ചെയ്ത് ജീവിച്ച ഈ മനുഷ്യന്റെ ജീവന് എന്തു വില കൊടുത്താലാണ് മതിയാകുക.

ക്യാഷ്വാലിറ്റിയിൽ നിന്നു രാമകൃഷ്ണനെ ഐ സി യുവിലേക്കാണ് കൊണ്ടുപോയത്. അവിടെ നിന്നും ഓപ്പറേഷൻ തിയേറ്ററിലേക്ക്. പൊലിഞ്ഞുപോകുമെന്ന് ഭയപ്പെട്ടിരുന്ന ആ ജീവൻ തിരിച്ചുകിട്ടുമെന്ന നേരിയ പ്രതീക്ഷ ലഭിച്ചത് ആറു മണിക്കൂറുകൾക്കു ശേഷമാണ്. ശരീരം മുഴുവനും മർദ്ദനമേറ്റ പാടുകൾ കരുവാളിച്ചു കിടക്കുന്നു. കാറിന്റെ തകർന്ന ഗ്ലാസ് ചില്ലുകൾ കണ്ണുകളിൽ തുളച്ചുകയറിയിരുന്നു. സർജറി ചെയ്ത് അവ പുറത്തെടുത്തുവെങ്കിലും കാഴ്ചയെ പറ്റി ഇപ്പോഴൊന്നും പറയാനാവില്ല. ഒരു കണ്ണിന്റെ കാര്യത്തിൽ മാത്രമാണ് അല്പം പ്രത്യാശ ഉള്ളത്.

ഡോക്ടറുടെ വിശദീകരണം കേട്ടപ്പോൾ മിത്രയുടെ കണ്ണുകൾ നിറഞ്ഞൊഴുകി. ഇന്നലെ രാത്രിയിൽ തന്നെ രാമകൃഷ്ണനെ ഇവിടെ എത്തിച്ചിരുന്നുവെങ്കിൽ കണ്ണുകൾ രക്ഷിക്കാൻ കഴിയുമായിരുന്നു എന്ന തോന്നലാണ് മനസ്സിനെ വീർപ്പുമുട്ടിക്കുന്നത്. അപ്രതീക്ഷിതമായ സംഭവങ്ങൾക്കു മുൻപിൽ മനസ്സ് പതറിപ്പോയി എന്നു സ്വയം വിശ്വസിച്ചു രക്ഷപ്പെടാം. പക്ഷേ സ്നേഹവും ആത്മാർത്ഥതയും അളന്നു തിട്ടപ്പെടുത്താതെ ജീവിച്ച ഈ മനുഷ്യന്റെ കാര്യത്തിൽ അങ്ങനെയൊരു രക്ഷപ്പെടലിന് കഴിയുന്നില്ല.

മൈത്രേയിയിലെ ആക്രമണം കരുതിക്കൂട്ടി ചെയ്തതാണെന്നു നാട്ടുകാരിൽ ചിലർ രാവിലെ തന്നെ പറയുന്നുണ്ടായിരുന്നു. ജില്ലാ ആശുപത്രിയിൽ വെച്ച് വിശ്വസനീയമായ ചില വിവരങ്ങൾ കിട്ടിയപ്പോൾ അമ്പരപ്പും അതിലേറെ വേദനയും തോന്നി.

മൈത്രേയിയിൽ വാണിജ്യാടിസ്ഥാനത്തിൽ പച്ചക്കറി കൃഷിയും മസാല യൂണിറ്റും പ്രവർത്തിക്കുന്നത് ചില പ്രത്യേക താല്പര്യക്കാർക്കു പ്രയാസമുണ്ടാക്കുന്നു എന്ന് അറിവുള്ളതാണ്. ആഹാരത്തിനും മറ്റു അത്യാവശ്യ

ചിലവുകൾക്കും പ്രയാസം വരുമ്പോൾ ഗ്രാമത്തിലുള്ളവരെ സഹായിച്ചു കൊണ്ടിരുന്നത് പലിശയ്ക്ക് പണം കടം കൊടുക്കുന്ന ചില വ്യക്തികളായിരുന്നു.

കടം വാങ്ങിയ മുതലും പലിശയും തിരിച്ചുകൊടുക്കാനാകാതെ കിടപ്പാടം നഷ്ടപ്പെട്ട കുടുംബങ്ങൾക്ക് ജീവിതം തിരിച്ചുകിട്ടിയത് മൈത്രേയിയിലെ ജോലിയിലൂടെയാണ്. ഒരിക്കലും കടം വാങ്ങാതിരിക്കുവാൻ ഇവർ മറ്റുള്ളവരെ ഉപദേശിക്കുകയും ചെയ്യാറുണ്ട്.

പന്ത്രണ്ട് വർഷങ്ങൾക്കു മുൻപത്തെ ഒരു സംഭവം ഇന്നും മറക്കാൻ കഴിഞ്ഞിട്ടില്ല. ഒരു സന്ധ്യയ്ക്ക് ക്ഷീണിച്ച് പ്രാരബ്ധക്കാരനെന്ന് മുഖഭാവം വിളിച്ചു പറയുന്ന ഒരു മനുഷ്യൻ കാണാൻ വന്നു. അയാളുടെ കൈയിൽ തൂങ്ങി എഴോ എട്ടോ വയസ്സുള്ള ഒരു പെൺകുട്ടിയുണ്ടായിരുന്നു. കൈയിലുണ്ടായിരുന്ന ചെറിയ പൊതിക്കെട്ട് വരാന്തയിൽ വെച്ചിട്ട് അയാൾ പറഞ്ഞു.

“കുറച്ച് മാമ്പഴമാണ്, വീട്ടിലുണ്ടായതാ. എന്റെ വീട് ഈ കുന്നിന്റെ താഴെയാ. കുഞ്ഞിനെ ഞാൻ കണ്ടിട്ടുണ്ട്. അച്ഛനുണ്ടായിരുന്ന കാലത്ത് ഇവിടെ ഞാൻ പണിക്ക് വന്നിട്ടുണ്ട്. എനിക്കൊരു ചെറിയ സഹായം ചെയ്തു തരണം.”

പണമാണ് അയാൾ ചോദിക്കുന്നതെന്നാണ് കരുതിയത്. പക്ഷേ പെൺകുട്ടിയെ പിടിച്ചു മുന്നിൽ നിർത്തിയിട്ട് അയാൾ പറഞ്ഞു.

“എന്റെ ഇളേ മോളാ.. മൂത്തത് രണ്ടിനേം കല്യാണം കഴിച്ചയച്ചു. കുറച്ച് ബുദ്ധിമുട്ടാണ് വീട്ടിലിപ്പോൾ. ഇവള് അടിച്ചുവാരികേം പാത്രം കഴുകുകേം ഒക്കെ ചെയ്യും. ഇവളെ ഇവിടെ നിർത്തണം. പണമൊന്നും വേണ്ട, ആഹാരം മാത്രം കൊടുത്താൽ മതി. വയ്യെന്നു പറയരുത്. ഇവള് പട്ടിണി കിടക്കുന്നത് കാണാൻ വയ്യാത്തതുകൊണ്ടാ.. ”

അയാളുടെ നിറഞ്ഞു തുളുമ്പിയ കണ്ണുകൾ കണ്ടപ്പോൾ പറ്റില്ലെന്നു പറയാൻ തോന്നിയില്ല. കുട്ടിയുടെ കൈയിൽ പിടിച്ചുകൊണ്ട് പറഞ്ഞു.

“വയ്യെന്ന് പറയുന്നില്ല. തൽക്കാലം കുറച്ച് നാളത്തേക്ക് ഇവിടെ നിർത്താം. ഇവള് സ്കൂളിൽ പോകുന്നില്ലെ?”

“ഉണ്ട് മൂന്നാം ക്ലാസ്സിലാ” പെൺകുട്ടി തന്നെ മറുപടി പറഞ്ഞു.

കൈ കൂപ്പിക്കൊണ്ട് അയാൾ വീണ്ടും പറഞ്ഞു.

“ഈ ഉപകാരത്തിന് ദൈവം അനുഗ്രഹിക്കും. ഇതുമാത്രം പറയാനേ എനിക്കിപ്പോ കഴിയൂ”

യാത്ര പറഞ്ഞു പടിയിറങ്ങിപ്പോകുമ്പോൾ അയാൾ വീണ്ടും കരഞ്ഞു. അന്നു രാത്രി അയാളും ഭാര്യയും രണ്ടു പെൺമക്കളും അടങ്ങിയ കുടുംബം വിഷം കഴിച്ച് ആത്മഹത്യ ചെയ്തു. പറഞ്ഞുറപ്പിച്ച തുക കൊടുക്കാൻ

കഴിയാതെ വന്നപ്പോൾ ഭർത്തൃവീടുകളിൽ നിന്നും ഉപേക്ഷിക്കപ്പെട്ട രണ്ടു പെണ്മക്കളും അയാളോടൊപ്പം താമസിക്കുന്നുണ്ടായിരുന്നു.

കല്യാണം നടത്താൻ കടം വാങ്ങിയ തുക തിരിച്ചടക്കാനാവാതെ പലിശയും പലിശയുടെ പലിശയുമായപ്പോൾ ആകെയുള്ള സമ്പാദ്യമായ സ്വന്തം കിടപ്പാടം അയാൾക്കു നഷ്ടമായി. അന്നാണ് ഇനിയൊരു രക്ഷപ്പെടലിന് സാദ്ധ്യതയില്ലെന്ന തോന്നലിൽ അയാളും കുടുംബവും ഈ ലോകത്തോടു തന്നെ യാത്ര പറഞ്ഞത്.

ആ സംഭവം മനസ്സിലുണ്ടാക്കിയ മുറിവിൽ നിന്നാണ് മസാല പൗഡർ യൂണിറ്റും വിപുലമായ പച്ചക്കറി കൃഷിയും തുടങ്ങുവാൻ ഇടയായത്. യൂണിറ്റിൽ ജോലി ചെയ്യുന്നവർക്ക് ഒഴിച്ചുകൂടാനാവാത്ത ആവശ്യങ്ങൾ വരുമ്പോൾ പലിശ ഇല്ലാതെ പണം വായ്പ കൊടുക്കുവാൻ തുടങ്ങിയതും ആ കൂട്ട മരണത്തിന്റെ ആഘാതത്തിൽ നിന്നാണ്. അന്നത്തെ കൊച്ചു പെൺകുട്ടി പത്താം ക്ലാസ് വരെ പഠിച്ച ശേഷം മസാല പൗഡർ യൂണിറ്റിന്റെ സൂപ്പർവൈസറായി ഇപ്പോൾ ജോലി ചെയ്യുന്നു.

മൈത്രേയിയിൽ നിന്നും പല പ്രാവശ്യം ശാരദാമ്മ വിളിച്ചിരുന്നു. ആക്രമണത്തിൽ പ്രതിഷേധിച്ച് നാട്ടുകാർ പ്രക്ഷുബ്ധരായി അവിടെ തടിച്ചു കൂടിയിരിക്കുകയാണ്. അവരെ അവഗണിച്ചുകൊണ്ട് ഒരു ഇൻസ്പെക്ടറും മൂന്നു പൊലീസുകാരും ഡോക്ടറെയും മറ്റുള്ളവരേയും ചോദ്യം ചെയ്തു കൊണ്ടിരിക്കുന്നു. ശാരദാമ്മ വിവരങ്ങൾ പറഞ്ഞപ്പോൾ മിത്രയ്ക്ക് മൈത്രേയിയിലേക്ക് പോകാതെ കഴിയില്ലെന്ന് വന്നു.

മനസ്സും ശരീരവും തളർന്നു തുടങ്ങിയിരിക്കുന്നു. ഹോസ്പിറ്റലും പച്ചക്കറിത്തോട്ടവും പഴയ നിലയിലെത്താൻ ധാരാളം പണവും സമയവും ആവശ്യമാണ്. എല്ലാം നോക്കിക്കൊണ്ട് ഭയവിഹ്വരായിരിക്കുന്നവരുടെ മനസ്സിലെ തിരകളടങ്ങാൻ അതിലും കൂടുതൽ സമയം വേണ്ടിവരും. തിരകൾ ആഞ്ഞടിച്ച് തീരങ്ങളിൽ തട്ടി അപ്രത്യക്ഷമാകുമോ അതോ അവ തീരങ്ങളെ തന്നെ വെള്ളത്തിലാഴ്ത്തിക്കളയുമോ എന്ന ഭയം മനസ്സിനെ അലട്ടുകയാണ്.

മിത്ര ഹരിഭാസ്കറെ വിളിച്ചു ചോദിച്ചു. എല്ലാ വിവരങ്ങളും അറിയിച്ച ശേഷം.

“ഞാനെന്താ ചെയ്യേണ്ടത്? കഥ ഇല്ലാത്തവരുടെ മനസ്സിന്റെ ബാലൻസ് തെറ്റുമോ എന്നാണിപ്പോൾ എന്റെ ഏറ്റവും വലിയ ടെൻഷൻ.”

മനസ്സിലുണ്ടായിരുന്ന വിതുമ്പൽ അറിയാതെ വാക്കുകളിലൂടെ പുറത്തു വന്നു.

ഹരിഭാസ്കർ പറഞ്ഞു.

“ ആരുടെയൊക്കെയോ താല്പര്യപ്രകാരമാണ് ഇങ്ങനെയൊരു സംഭവം ഉണ്ടായതെന്ന് തോന്നുന്നു. ഡോണ്ട്വറി. ഞാൻ വരാം. എല്ലാവിവരവും അപ്പഴപ്പോൾ അറിയിക്കണം. തളർന്നുപോകരുത്. ”

മൈത്രേയിയിലെത്തിയപ്പോൾ മുറ്റത്തും റോഡിലും കൂടി നിന്ന ആളുകൾ മിത്രയുടെ അരികിലെത്തി. രോഷത്തോടെ അവർ പറഞ്ഞു.

"ഇത് ചെയ്യിക്കുന്നതാ. ഞങ്ങളറിഞ്ഞിട്ടുതന്നെയാ പറയുന്നത്. പൊലീസുകാര് അവർക്ക് സപ്പോർട്ടാ."

"അങ്ങനെയൊന്നും വിശ്വസിക്കേണ്ട. നമുക്കു വേണ്ടതു ചെയ്യാം. നമ്മളെല്ലാവരും കൂടിയല്ലെ ഇത്രയുമൊക്കെ മുന്നോട്ടു കൊണ്ടുവന്നത്. ഇനിയും നമ്മളൊന്നിച്ചു നിന്ന് നഷ്ടപ്പെട്ടതൊക്കെ തിരിച്ചെടുക്കും."

അങ്ങനെ പറഞ്ഞുവെങ്കിലും വീടിനുള്ളിലെത്തിയപ്പോൾ മിത്ര തളർന്നു പോയി. ഡോക്ടറേയും ആലീസിനേയും രജേശ്വരിയേയും കുറ്റവാളികളെപ്പോലെ പൊലീസുകാർ ചോദ്യം ചെയ്തുകൊണ്ടിരിക്കുന്നു. ചോദ്യം ചെയ്യൽ കഴിഞ്ഞവരും കഴിയാനുള്ളവരും അടുത്ത മുറിയിൽ ഭയത്തോടെ ഇനിയെന്ത് എന്ന ചോദ്യവുമായി കാത്തിരിക്കുന്നു. മുറിയുടെ വാതിൽ പൊലീസുകാർ പുറത്തു നിന്നും പൂട്ടിയിരിക്കുകയാണ്. മിത്രയ്ക്ക് ദേഷ്യവും സങ്കടവും ഒരുപോലെ വന്നു. ഓടാമ്പൽ ശക്തിയോടെ നീക്കി വാതിൽ തള്ളി തുറന്നു. ശാരദാമ്മയും ലീലാവതി ടീച്ചറും ശ്രീദേവിയുമെല്ലാം മുറിക്കുള്ളിലുണ്ട്.

ശബ്ദം കേട്ട് ചോദ്യം ചെയ്യൽ മതിയാക്കി പുറത്തേക്കു വന്ന ഇൻസ്പെക്ടറോട് മിത്ര ചോദിച്ചു.

"ആരോട് ചോദിച്ചിട്ടാണ് നിങ്ങളിവരെ ഇങ്ങനെ പൂട്ടിയിട്ടിരിക്കുന്നത്? ഏത് കുറ്റത്തിനാണ് ഇവരെ ചോദ്യം ചെയ്യുന്നത്?"

നീരസത്തോടെ ഇൻസ്പെക്ടർ പറഞ്ഞു.

"ചോദ്യം ചെയ്യാനുള്ള ഓർഡർ ഞങ്ങൾക്ക് അധികാരസ്ഥാനത്തുനിന്നും കിട്ടിയിട്ടുണ്ട്. മാഡത്തിനോടും ഞങ്ങൾക്ക് സംസാരിക്കാനുണ്ട്. സഹകരിക്കണം."

വീണ്ടും പരസ്പരം സംസാരിച്ച് വാക്കുകൾക്ക് കടുപ്പം ഏറിയപ്പോൾ മുറ്റത്ത് നിന്ന നാട്ടുകാരിൽ ചിലർ അകത്തേക്കു കയറി ഇൻസ്പെക്ടറോടും പൊലീസുകാരോടും കയർത്ത് സംസാരിക്കുവാൻ തുടങ്ങി. അക്രമികളെ മനഃപൂർവ്വം ചോദ്യം ചെയ്യാതെ നിരപരാധികളെ ബുദ്ധിമുട്ടിക്കുന്നതിനോടാണ് അവർ എതിർപ്പ് പ്രകടിപ്പിച്ചത്. കാര്യത്തിന് ഗൗരവമേറുന്നതു കണ്ടപ്പോൾ ഇൻസ്പെക്ടർ മുറിക്കുള്ളിൽ കയറി ശബ്ദം താഴ്ത്തി ആരോടോ ഫോണിൽ സംസാരിക്കുന്നതു കണ്ടു. മേലുദ്യോഗസ്ഥരിൽ നിന്നും നിർദ്ദേശം കിട്ടിയിട്ടാവണം അവർ മൂന്നു പേരും ചോദ്യം ചെയ്യലും സംസാരവും അവസാനിപ്പിച്ച് മുറ്റത്തിറങ്ങി നിന്നു.

ഹോസ്പിറ്റലിൽ നിന്നും രാമകൃഷ്ണന്റെ വിവരം അറിയിച്ചുകൊണ്ട് സ്നേഹയുടെ ഫോൺകോൾ വന്നു.

"ബോധം തെളിഞ്ഞിട്ടില്ല. ഇന്റേർണൽ ബ്ലീഡിംഗ് തുടങ്ങിയോ എന്നു സംശയിക്കുന്നുണ്ട്. ഒരുപക്ഷേ വീണ്ടും ഐ സി യു വിലേക്കു മാറ്റിയേക്കും."

രാമകൃഷ്ണൻ അപകടനിലയിൽ നിന്നും രക്ഷപ്പെട്ടെന്ന തോന്നലാണ് ഉണ്ടായിരുന്നത്. ഡോക്ടറോട് സംസാരിക്കുവാൻ അടുത്ത മുറിയിലേക്കു കയറിയപ്പോൾ മുറ്റത്ത് ഒരു പൊലീസ് ജീപ്പ് വന്ന് നിർത്തി. അതിൽ നിന്നും മറ്റൊരു ഇൻസ്പെക്ടറും രണ്ടു വനിതാ പൊലീസുകാരും ഇറങ്ങി അകത്തേക്കു കയറിവന്നു. പോക്കറ്റിൽ നിന്നും ഒരു പേപ്പർ എടുത്തു പുറത്തു കാണിച്ച് വീണ്ടും പോക്കറ്റിൽ തന്നെ ഇട്ടിട്ട് ഇൻസ്പെക്ടർ പറഞ്ഞു.

"ഞങ്ങൾ മാഡത്തിനെ കാണാൻ വന്നതാണ്. ഡി.വൈ.എസ്.പി. സാറിന് ചില കാര്യങ്ങൾ നേരിട്ടു ചോദിക്കാനുണ്ട്. ഞങ്ങളോടൊപ്പം മാഡവും ഡോക്ടറും അദ്ദേഹത്തിന്റെ ഓഫീസ് വരെ ഒന്നു വരണം."

"എന്നെ ചോദ്യം ചെയ്യാൻ നിങ്ങളുടെ ഓഫീസിൽ വരണമെന്നോ?" മിത്ര ചോദിച്ചു.

ഇൻസ്പെക്ടർ വളരെ സൗമ്യമായി പറഞ്ഞു.

"ദയവായി അതൊരു ചോദ്യം ചെയ്യലായി കണക്കാക്കരുത്. തെറ്റിദ്ധരിക്കപ്പെട്ട ചില കാര്യങ്ങളുടെ സത്യാവസ്ഥ മനസ്സിലാക്കാൻ വേണ്ടി മാത്രമാണ്. ഇങ്ങോട്ടു വരാമെന്നാണ് അദ്ദേഹം കരുതിയത്. ഈയൊരു പ്രത്യേക സാഹചര്യത്തിൽ വെറുതെ ആളുകൾ പ്രശ്നമുണ്ടാക്കും. അരമണിക്കൂറിനകം മടങ്ങിയെത്താം."

ഡി.വൈ.എസ്.പിയുടെ ഓഫീസുവരെ ഒന്നുപോകുന്നതിൽ തെറ്റില്ലെന്നു തോന്നി. പലപ്പോഴും കാര്യങ്ങളുടെ അവ്യക്തതയാണ് പ്രശ്നങ്ങൾ സൃഷ്ടിക്കുന്നത്. അക്രമികളെക്കുറിച്ച് നാട്ടുകാരിൽ നിന്നും ലഭിച്ച വിവരത്തിന്റെ അടിസ്ഥാനത്തിൽ ഒരു സൂചന നൽകുകയും ആകാം.

മിത്ര ഡോക്ടറോട് പറഞ്ഞു.

"നമുക്ക് ഓഫീസുവരെ ഒന്നുപോയി വരുന്നതിൽ കുഴപ്പമില്ലെന്നു തോന്നുന്നു. കുറ്റക്കാരെ കണ്ടുപിടിക്കുവാൻ നമ്മുടെ ഭാഗത്തുനിന്നും ഒരു ശ്രമം വേണമല്ലോ. അവിടെ നിന്നും രാമകൃഷ്ണന്റെ അടുത്തേക്കു പോകുകയും ആവാം."

മനസ്സില്ലാമനസ്സോടെയാണ് ഡോക്ടർ മിത്രയോടൊപ്പം പൊലീസ് ജീപ്പിൽ കയറിയത്. രാമകൃഷ്ണനെ കാണാൻ പോകുന്നു എന്ന് മുറ്റത്തും പരിസരത്തും കൂടി നിന്നവരോട് ഇൻസ്പെക്ടർ പറയുന്നുണ്ടായിരുന്നു.

ഡി.വൈ.എസ്.പി.യുടെ ഓഫീസിൽ എത്തിയപ്പോഴാണ് ഇപ്പോൾ നടന്നത് ഒരു നാടകമായിരുന്നുവെന്ന് മിത്രയ്ക്ക് മനസ്സിലായത്. ഒരു ചോദ്യം ചെയ്യലിന്റെ എല്ലാ തയ്യാറെടുപ്പും അവിടെയുണ്ടായിരുന്നു. മിത്ര ഹരിഭാസ്കറിന് ഫോൺ ചെയ്യാൻ ശ്രമിച്ചുവെങ്കിലും ഇൻസ്പെക്ടർ അതനുവദിച്ചില്ല. ജീപ്പിൽ ഒപ്പം ഉണ്ടായിരുന്ന വനിതാപൊലീസുകാരെ കൂടാതെ ഒരു വനിതാ എസ്.ഐ.യും കൂടി മിത്രയോടൊപ്പം മുറിയിലിരുന്നു. ഡി.വൈ.എസ്.പി. ഒരു മീറ്റിങ്ങിലാണെന്നും ഒരു മണിക്കൂറിനകം എത്തുമെന്നും ഇൻസ്പെക്ടർ പറഞ്ഞു.

പക്ഷേ പിറ്റേദിവസം രാവിലെ പത്തുമണിക്കാണ് ഡി.വൈ.എസ്.പി. എത്തുന്നത്. മിത്ര വല്ലാതെ തളർന്നിരുന്നു. വേണ്ടതിലധികം ഗൗരവം മുഖത്ത് അണിഞ്ഞുകൊണ്ട് അയാൾ പറഞ്ഞു.

"എനിക്കു നിങ്ങളോട് കുറച്ച് കാര്യങ്ങൾ ചോദിച്ചറിയാനുണ്ട്. വ്യക്തമായ ഉത്തരങ്ങളാണ് ഞാൻ പ്രതീക്ഷിക്കുന്നത്."

അയാളുടെ സംസാരരീതിയും സ്വരത്തിന്റെ കടുപ്പവും ഇഷ്ടപ്പെട്ടില്ലെങ്കിലും മിത്ര പ്രതികരിച്ചില്ല. ചോദ്യം ചെയ്യൽ അല്ല എന്നു പറഞ്ഞുവെങ്കിലും കുട്ടി മരിച്ചത് മൈത്രേയിയിലെ ഡോക്ടറുടെ അനാസ്ഥ കൊണ്ടാണെന്നു സ്ഥാപിക്കാനുള്ള ഒരു വ്യഗ്രത അയാളുടെ വാക്കുകളിൽ പ്രകടമായി കണ്ടു. കറിപൗഡർ യൂണിറ്റിലും പച്ചക്കറിത്തോട്ടത്തിലും ജോലി ചെയ്യുന്നവരുടെ കുടുംബത്തിന് അത്യാവശ്യ സന്ദർഭങ്ങളിൽ നൽകുന്ന ധനസഹായത്തെ ലാഭം കൊയ്യുന്ന പണമിടപാടായി കാണാനാണ് അയാൾ താല്പര്യപ്പെട്ടത്. ചില സന്ദർഭങ്ങളിൽ വാക്കുകൾ അധികാരസ്വരത്തിലാകുകയും മര്യാദയുടെ അതിരുകൾ ലംഘിക്കുന്നു എന്ന തോന്നലുണ്ടാകുകയും ചെയ്തപ്പോൾ മിത്രയ്ക്ക് അസ്വസ്ഥത തോന്നി.

ഇടയ്ക്ക് ഒരു പൊലീസുകാരൻ അകത്തു വന്നു സല്യൂട്ട് ചെയ്തിട്ട് പറഞ്ഞു.

"സർ ഒരു അർജന്റ് കോളുണ്ട്. ലാന്റ്ഫോണിലാണ്."

"ആരാണ്?" ഗൗരവത്തോടെ അയാൾ ചോദിച്ചു. പൊലീസുകാരൻ കുറച്ചുകൂടി അടുത്തു നിന്നു ശബ്ദം താഴ്ത്തി സംസാരിച്ചത് എന്താണെന്ന് മിത്രയ്ക്ക് മനസ്സിലായില്ല. ധൃതിയിൽ അയാൾ എഴുന്നേറ്റ് ഫോൺ അറ്റന്റ് ചെയ്യാൻ പോയപ്പോൾ അയാളെ ഏതു സമയത്തും വിളിക്കാൻ അധികാരമുള്ളവരാരോ ആണെന്നു തോന്നി.

രാത്രിയിൽ കൂടെ ഉണ്ടായിരുന്ന വനിതാപൊലീസുകാരിൽ ഒരാൾ മുറിയിൽ വന്നു പറഞ്ഞു.

"മാഡം, മാഡത്തിനെ കാണാൻ ആരൊക്കെയോ വന്നിട്ടുണ്ട്. ഒരാൾ സാറിന്റെ മുറിയിലുമുണ്ട്."

ഏകദേശം പത്തുമിനിറ്റ് കഴിഞ്ഞ് ഡി.വൈ.എസ്.പി. വീണ്ടും മുറിയിലെത്തി.

"മാഡം, നമുക്ക് എന്റെ ഓഫീസിൽ ഇരിക്കാം. അവിടെ ഇരുന്നാൽ ഫോൺകോളുകൾ കാരണം ഡിസ്റ്റർബൻസ് വരുമെന്ന് കരുതിയാണ് ഇവിടെ ഇരുന്നത്. ബുദ്ധിമുട്ടായില്ലല്ലോ?"

പെട്ടെന്ന് അയാളുടെ വാക്കുകളിൽ സൗഹൃദവും മര്യാദയും ഓടിയെത്തി.

ഡി.വൈ.എസ്.പിയുടെ മുറിയിൽ കാത്തിരിക്കുന്ന ആളെ കണ്ട് അദ്ഭുതപ്പെട്ടു.

ഹരിഭാസ്കർ!

ഇവിടെ എങ്ങനെ? നൂറു ചോദ്യങ്ങൾ ഉള്ളിലൊളിപ്പിച്ച് മിത്ര ഹരിഭാസ്കറെ നോക്കി.

പെട്ടെന്ന് എഴുന്നേറ്റ് അദ്ദേഹം പറഞ്ഞു.

"നമുക്കു പോകാം".

റിസപ്ഷനിൽ ശാരദാമ്മയും വല്യമ്മാവനും സ്നേഹയും ഇരിക്കുന്നുണ്ടായിരുന്നു. ശാരദാമ്മ മിത്രയെ ഒരാലിംഗനത്തിൽ അമർത്തി.

വല്യമ്മാവൻ ഒട്ടൊരു ദേഷ്യത്തോടെ ചോദിച്ചു.

"നീ എന്താണ് ഇങ്ങോട്ടു വന്ന കാര്യം എന്നെ അറിയിക്കാതിരുന്നത്?"

ഹരിഭാസ്കറാണ് അതിനു മറുപടി പറഞ്ഞത്.

"ഫോൺ ഉപയോഗിക്കാൻ അവർ അനുവദിച്ചില്ല. നമുക്ക് ഹോസ്പിറ്റലിലേക്കു പോകാം".

ഹോസ്പിറ്റലിൽ പോകാൻ കാറിൽ കയറുമ്പോൾ മിത്ര സ്നേഹയോട് ചോദിച്ചു.

"രാമകൃഷ്ണന് എങ്ങനെയുണ്ട്? "

സ്നേഹ മറുപടി ഒന്നും പറയാതെ വല്യമ്മാവനെ നോക്കി.

മിത്ര സ്നേഹയുടെ തോളിൽ ഒന്നു തട്ടിയിട്ട് വീണ്ടും ചോദിച്ചു.

"എന്റെ കാര്യം ഓർക്കുന്നതിനിടയിൽ രാമകൃഷ്ണനെ എല്ലാവരും മറന്നോ?"

ഹരിഭാസ്കർ പെട്ടെന്നു പറഞ്ഞു.

"കുറ്റവാളികൾക്കെതിരെ കർശനമായ നടപടി ഉണ്ടാകും. ഹോം മിനിസ്റ്ററുമായി നേരിട്ട് സംസാരിച്ചിട്ടുണ്ട്."

"എങ്ങനെ അറിഞ്ഞു?" മിത്ര ചോദിച്ചു.

"ഞാനോ? എന്നെ വിളിച്ച് പറഞ്ഞില്ലല്ലൊ? ഞാനൊരു ജ്യോത്സ്യനെ കണ്ടു. അയാളാണ് കാര്യങ്ങൾ കവടി വെച്ചു പറഞ്ഞത്."

അദ്ദേഹം പൊട്ടിച്ചിരിച്ചു. മിത്രയ്ക്കും ചിരിക്കാതിരിക്കാൻ കഴിഞ്ഞില്ല.

"മൊബൈലിൽ രണ്ടുമൂന്നു പ്രാവശ്യം ഞാൻ വിളിച്ചിരുന്നു. അറ്റന്റ് ചെയ്യാതിരുന്നപ്പോൾ മൈത്രേയിയിൽ വിളിച്ചു ചോദിച്ചു. പിന്നെ ഒരു മണിക്കൂർ ചില ഫോൺകോളുകൾ ചെയ്തു. കാറെടുത്ത് നേരിട്ട് ഇങ്ങോട്ടു പോന്നു. ഒരു കാര്യം എനിക്കിപ്പോഴാണ് മനസ്സിലായത്. ഐ ആം എ ഗുഡ് ഡ്രൈവർ."

ഹരിഭാസ്കർ ലാഘവത്തോടെ പറഞ്ഞു. മിത്ര കൃതജ്ഞതയോടെ ഹരിഭാസ്കറെ നോക്കി.

"മൈത്രേയിയിലുള്ളവരുടെ മനസ്സിന്റെ താളം! അതാണ് ഞാൻ ഇപ്പോൾ

ആലോചിക്കുന്നത്. അവർ വളരെ ഭയപ്പെട്ടാണ് ഇരിക്കുന്നത്. ഇങ്ങനെ ഒരു സിറ്റുവേഷൻ ആദ്യമാണല്ലോ അവർ നേരിടുന്നത്."

മിത്ര ആകാംക്ഷയോടെ പറഞ്ഞു. സ്നേഹയാണ് അതിനു മറുപടി പറഞ്ഞത്.

"ഇല്ല മാഡം, അവരുടെ മനസ്സിന്റെ താളം ഒരിക്കലും തെറ്റില്ല. അവരുടെ ധൈര്യവും ഉത്തരവാദിത്വവും എന്നെ അദ്ഭുതപ്പെടുത്തി. അവർ തളർന്നത് മറ്റൊരിടത്ത്.."

സ്നേഹ പെട്ടെന്നു നിർത്തി ഹരിഭാസ്കറെ നോക്കി.

"വി ഹാവ് എ ബാഡ് ന്യൂസ് ഫോർ യു. രാമകൃഷ്ണൻ."

ഹരിഭാസ്കറിന്റെ ശബ്ദം നേർത്തിരുന്നു..

"രാമകൃഷ്ണൻ?"

"രാമകൃഷ്ണൻ ഈസ് നോ മോർ."

ഒരു ഷോക്ക് ശരീരത്തിലുടനീളം മിന്നൽ പോലെ പായുന്നത് അറിഞ്ഞു. രാമകൃഷ്ണൻ ഇനി ഒരോർമ്മ മാത്രം! കേട്ടിട്ട് ആ സത്യം ഉൾക്കൊള്ളാനാവാതെ മിത്ര തളർച്ചയോടെ സീറ്റിൽ ചാരി ഇരുന്നു.

ഹോസ്പിറ്റലിലെ എല്ലാ ഔപചാരികതയും കഴിഞ്ഞ് രാമകൃഷ്ണന്റെ ചലനമറ്റ ശരീരം വിട്ടുകിട്ടിയപ്പോൾ രാത്രി എട്ട് മണി കഴിഞ്ഞിരുന്നു. ആംബുലൻസിലേക്ക് മിത്ര കയറാൻ തുടങ്ങിയപ്പോൾ ഹരിഭാസ്കർ തടഞ്ഞു.

"വേണ്ട എന്നോടൊപ്പം കാറിൽ വന്നാൽ മതി. വളരെ ക്ഷീണിച്ചിട്ടുണ്ട്. ഡോക്ടറുടെ ഡ്രൈവർ എന്റെ കാറിൽ വെയ്റ്റ് ചെയ്യുന്നുണ്ട്."

കാറിന്റെ പിൻസീറ്റിൽ ചേർന്നിരുന്നപ്പോൾ ഞാനുണ്ട് കൂടെ എന്ന പോലെ ഒരു കൈ കൊണ്ട് ഹരിഭാസ്കർ ചുറ്റിപ്പിടിച്ചു. മിത്ര ഓർത്തു. ഈ മനുഷ്യൻ എന്റെ ആരാണ്? ഒപ്പം ഇരിക്കുമ്പോൾ ഇതുവരെ ജീവിതത്തിൽ കിട്ടിയിട്ടില്ലാത്ത സുരക്ഷിതത്വം തോന്നിപ്പിക്കുന്നത് ഏത് ശക്തിയാണ് ?

മിത്ര സാവധാനം ആ തോളിൽ തല ചായ്ച്ചു. ഒന്നു പൊട്ടിക്കരയാനാണ് തോന്നുന്നത്.

ഹരിഭാസ്കർ ചോദിച്ചു.

"എന്താ ആലോചിക്കുന്നത് ? ഒരു പാസിംങ്ങ് ഫെയിസ് എന്നു വിചാരിച്ചാൽ മതി. എല്ലാവരും ഒരിക്കൽ യാത്ര പറയേണ്ടവരാണ്. ചിലർ നേരത്തെ പോകുന്നു. അങ്ങനെ ആലോചിച്ചാൽ മതി. ട്രൈ ടു റിലാക്സ്."

തല ഉയർത്താതെ മിത്ര ഒരു മന്ത്രം പോലെ പറഞ്ഞു.

" ഞാനിപ്പോൾ അതൊന്നുമല്ല ആലോചിച്ചത്."

" പിന്നെ? മറ്റെന്തെങ്കിലും പ്രോബ്ലംസ്? "

" ഇല്ല . ഇനിയൊരിക്കൽ പറയാം. ഇപ്പോഴല്ല" മനസ്സിൽ തോന്നിയത് പറയാൻ സങ്കോചം തോന്നി.

" നൊ നൊ! നൊ സസ്പെൻസ്! ഇപ്പോൾ തന്നെ പറയണം."

ഒരു കൊച്ചുകുട്ടിയെപോലെ ഹരിഭാസ്കർ നിർബന്ധിച്ചു.

" ഇങ്ങനെ ഇരിക്കുമ്പോൾ ഇതുവരെ കിട്ടിയിട്ടില്ലാത്ത സുരക്ഷിതത്വത്തിന്റെ ഊഷ്മളത ഞാനറിയുന്നു. ഈ നിമിഷം ഏത് സ്ത്രീയും പറയാൻ ആഗ്രഹിക്കുന്നത് ഒരുപക്ഷേ ഇതുതന്നെ ആയിരിക്കും. "

മിത്രയ്ക്ക് പറയാതിരിക്കാൻ കഴിഞ്ഞില്ല.

ചുറ്റിപ്പിടിച്ചിരിക്കുന്ന കൈ ഒന്നുകൂടി മുറുകി. മിത്രയ്ക്ക് മാത്രം കേൾക്കാവുന്ന ശബ്ദത്തിൽ ഹരിഭാസ്കർ പറഞ്ഞു.

"ഞാനെപ്പൊഴും കൂടെ ഉണ്ടാവും. ഒരു നല്ല സുഹൃത്തായിട്ട്. കൂട്ടുകാരനായിട്ട്. യുവർ ബെസ്റ്റ് എവർ ലവിങ്ങ് ഫ്രണ്ട്."

ദിവസങ്ങൾക്കു ശേഷം മൈത്രേയി സാധാരണ ജീവിതത്തിലേക്കു മടങ്ങി. മിത്രയും.

പന്ത്രണ്ട്

മൈത്രേയി പഴയനിലയിലെത്താൻ അധികം സമയമെടുത്തില്ല. സ്നേഹയുടെ സാമീപ്യമാണ് ഏറ്റവും ആശ്വാസം നൽകിയത്. ഓരോന്നും അറിഞ്ഞ് ചെയ്യാനുള്ള ഒരു പ്രത്യേക കഴിവ് സ്നേഹയ്ക്കുണ്ട്.

മിത്ര ഒരു ദിവസം പറഞ്ഞു.

" സ്നേഹാ, കുട്ടി എന്റെ കുഞ്ഞനിയത്തി ആയിരുന്നെങ്കിലെന്നു ചിലപ്പോഴൊക്കെ ഞാൻ ആഗ്രഹിക്കാറുണ്ട്. എന്നോടു ചേർത്തുപിടിച്ച് ജീവിതം മുഴുവനും ഒപ്പം നടക്കുന്ന കുഞ്ഞനിയത്തി."

" ഇപ്പോൾ ഞാൻ കുഞ്ഞനിയത്തിയല്ലേ ? ആണെന്നാണ് ഞാൻ വിചാരിച്ചത്."

അതുപറഞ്ഞപ്പോൾ സ്നേഹയുടെ ശബ്ദം ഇടറി. ഡൽഹിയിൽ വച്ച് ആദ്യം കണ്ടപ്പോൾമുതൽ ഈ കുട്ടി മനസ്സിനെ കീഴടക്കാൻ തുടങ്ങിയതാണല്ലോ എന്ന് മിത്ര ഓർത്തു.

ഹരിഭാസ്കർ വിളിച്ചപ്പോൾ മിത്ര സ്നേഹയെക്കുറിച്ച് പറഞ്ഞു.

"ഈ പ്രായത്തിൽ ഇത്രയും പക്വതയും സൗമ്യതയും വളരെ ചുരുക്കം പെൺകുട്ടികൾക്കേ ഉണ്ടാകൂ."

ഹരിഭാസ്കറും അത് സമ്മതിച്ചു.

"ശരിയാണ് അക്രമികൾ ഹോസ്പിറ്റൽ ജനാല തല്ലിത്തകർത്തപ്പോൾ സ്നേഹ മറഞ്ഞുനിന്ന് ഫോട്ടോ എടുത്തിരുന്നു. പ്രതികളെ ഇത്രയും വേഗം അറസ്റ്റ് ചെയ്യാൻ കഴിഞ്ഞത് ആ ഫോട്ടോസ് മൂലമാണ്. ജേർണലിസ്റ്റിന്റെ സ്മാർട്ട്നസ്."

"സ്മാർട്ടാണ്. അതേസമയം സിമ്പിളും. ചെറിയ കാര്യങ്ങൾക്കുപോലും ഇമോഷണലാകും. ആദ്യം കണ്ടപ്പോൾ തന്നെ ഈ കുട്ടിയോട് എനിക്കൊരടുപ്പം തോന്നി. പുറത്തുള്ളവരോട് അധികം അടുക്കുന്ന പ്രകൃതമല്ല എന്റേത്. എന്നിട്ടും.. "

മിത്ര മുഴുവനാക്കുന്നതിനു മുൻപ് ഹരിഭാസ്കർ ഇടയ്ക്ക് കയറി ചോദിച്ചു.

"എന്നോടും അങ്ങനെയാണോ?"

"പുറത്തുള്ളവരുടെ കാര്യമാണ് പറഞ്ഞത്."

മിത്ര ചിരിച്ചുകൊണ്ട് മറുപടി പറഞ്ഞു. താനീയിടെയായി ഫലിതം പറയാൻ തുടങ്ങിയല്ലോ എന്നു മനസ്സിലോർക്കുകയും ചെയ്തു.

"ഞാൻ ഒരു കാര്യം ചോദിക്കണമെന്നു വിചാരിക്കുന്നു. ഹോപ്പ് യു ഡോണ്ട് മൈൻഡ്." ഹരിഭാസ്കർ ചോദിച്ചു.

"പറയൂ. പ്ലീസ്". മിത്രയ്ക്ക് ആകാംക്ഷയായി.

"ഞാനെന്താണ് വിളിക്കേണ്ടത്? പലപ്രാവശ്യം ആലോചിച്ചു."

"എല്ലാവരും എന്നെ വിളിക്കുന്നത്."

"എല്ലാവരും എന്തും വിളിച്ചോട്ടെ! ഞാനെന്താണ് വിളിക്കേണ്ടത്?" ഹരിഭാസ്കർ ഇടയ്ക്ക് കയറി പറഞ്ഞു.

പെട്ടെന്നൊരുത്തരം കിട്ടിയില്ല. ഇതുവരെ ആരും ചോദിച്ചിട്ടില്ലാത്ത ഒരു ചോദ്യം.

ജനിച്ച് ഇരുപത്തിയെട്ടാം ദിവസം ചെവിയിൽ മൂന്നുപ്രാവശ്യം ചൊല്ലി വിളിച്ച പേര് സുമിത്ര. ഒരു രാമായണസന്ധ്യയ്ക്കായിരുന്നു ജനനം. ജ്യേഷ്ഠ സഹോദരനോടും ജ്യേഷ്ഠപത്നിയോടും ഒപ്പം വനവാസത്തിന് പോകുവാൻ തയ്യാറായി നിന്ന ലക്ഷ്മണന് മാതാവ് സുമിത്ര ഉപദേശം കൊടുക്കുന്ന ഭാഗമായിരുന്നു അന്നു വായിച്ചുകൊണ്ടിരുന്നത്. ആദ്യം ജനിച്ച പേരക്കുട്ടിക്ക് മുത്തച്ഛൻ സുമിത്രയെന്ന് പേരിട്ടത് അങ്ങനെയാണ്. മുത്തച്ഛനും അമ്മ മ്മയും ഒരിക്കൽപോലും മിത്രയെന്നു വിളിച്ചിട്ടില്ല. സുമിത്രക്കുട്ടി! വാത്സല്യ ത്തിന്റെ നറും തേൻ ചാലിച്ചു വിളിച്ചിരുന്ന ആ പേര് ഓർമ്മയിൽ നിന്ന് മാഞ്ഞുപോയിട്ടില്ല. ഒരു കൂട സ്നേഹത്തോടെ അല്ലാതെ സുമിത്രയെന്ന പേര് ഓർക്കാനും കഴിയാറില്ല.

അച്ഛനും അമ്മയും പഴയത് എന്ന പട്ടികയിൽ ഉൾപ്പെടുത്തി ആ പേരിനെ ഇഷ്ടപ്പെട്ടില്ല. അവർ സുമിത്രയെ വെട്ടിച്ചെറുതാക്കി മിത്രയെന്നാക്കി. അച്ഛന്റെ പേരും കൂടിച്ചേർത്ത് മിത്ര.കെ.നായർ എന്നു പരിഷ്കരിക്കുകയും ചെയ്തു.

ഇപ്പോൾ മനസ്സിന് അടുപ്പം തോന്നുന്ന ഒരാൾ ചോദിക്കുന്നു എന്താണ് വിളിക്കേണ്ടതെന്ന്.

മിത്ര ഹരിഭാസ്കറിന് ഒരു മെസേജ് അയച്ചു.

"എന്താണ് വിളിക്കേണ്ടതെന്നു കൺഫ്യൂഷൻ ഉണ്ടെങ്കിൽ ഞാനൊരു പേര് സജസ്റ്റ് ചെയ്താലോ?"

പെട്ടെന്ന് മറുപടിയെത്തി.

"തീർച്ചയായും. അതു വായിക്കുവാൻ ഞാൻ കാത്തിരിക്കുന്നു."

"സുമിത്ര! അതാണ് എന്റെ പേര്. ഞാനേറ്റവും ഇഷ്ടപ്പെടുന്നത്!" മിത്ര മെസേജ് ചെയ്തു.

രണ്ടുമൂന്നു ദിവസം ഹരിഭാസ്കർ ഓഫീസ് തിരക്കിലായിരുന്നു. അതറിയാമായിരുന്നതുകൊണ്ട് അങ്ങോട്ടും വിളിച്ചില്ല. നാലാം ദിവസം രാവിലെ ഹരിഭാസ്കർ വിളിച്ചു ക്ഷമാപണത്തോടെ.

"ഗുഡ്മോണിങ്ങ് സുമി. സോറി. ഞാൻ കുറച്ച് തിരക്കിലായിരുന്നു."

ആ വിളിയുടെ ആർദ്രത മനസ്സിൽ തട്ടി മിത്ര കുറച്ചുസമയം നിശ്ശബ്ദയായി നിന്നു. ഇതുവരെ ആരും വിളിച്ചിട്ടില്ലാത്ത പേര്. വാത്സല്യത്തിൽ പൊതിഞ്ഞ സുമിത്രക്കുട്ടിയെന്ന വിളിക്കുശേഷം എത്രയോ എത്രയോ വർഷങ്ങൾ കഴിഞ്ഞ് ഇതാ മറ്റൊരു സ്നേഹം തേടിയെത്തിരിക്കുന്നു. സുമി!

ഒരു ജോലിയിലും ശ്രദ്ധിക്കാനാവാതെ മിത്ര ഓഫീസിൽ വെറുതെ ഫയലുകൾ മറിച്ചുനോക്കിക്കൊണ്ടിരുന്നു. നിശ്ശബ്ദയായി ആലസ്യത്തിലാണ്ടു കിടന്ന കുറിഞ്ഞിപ്പൂച്ച ഇടയ്ക്കിടെ തല ഉയർത്തി നോക്കുന്നത് അറിയുന്നുണ്ടായിരുന്നു. ഇന്നിതാ കുറിഞ്ഞി എഴുന്നേറ്റ് നിന്ന് തൊട്ടുവിളിച്ചുണർത്തിക്കൊണ്ട് പറയുന്നു.

'എന്നെ മറന്നോ? ഞാൻ ഇവിടെ ഉണ്ട്. നിദ്രയിൽ നിന്നെഴുന്നേറ്റ് ഞാൻ ഇതാ പുറത്തേക്കു പോകാൻ തുടങ്ങുന്നു."

മിത്ര സ്വയം ചോദിച്ചു. ഈ സ്നേഹത്തിന് ഞാനെന്താണ് പേരിടേണ്ടത്? ഫോണിൽ സംസാരിച്ചപ്പോൾ തോന്നിയ ഒരു സൗഹൃദം. പരിചയപ്പെട്ടപ്പോൾ പരസ്പരം തോന്നിയ മതിപ്പും ആരാധനയും. കൂടുതൽ അടുത്തപ്പോൾ അതൊരു ഇഷ്ടമായി മാറി. ഇഷ്ടത്തിന് ചിറകുകൾ വെച്ചത് പെട്ടെന്നാണ്. എല്ലാം മറന്ന് കൂട്ടുകാരെപ്പോലെ എത്രസമയം വേണമെങ്കിലും സംസാരിച്ചിരിക്കാൻ തോന്നുന്ന ഈ അടുപ്പത്തിനെ എന്തു പേരിട്ടാണ് വിളിക്കേണ്ടത്?

ഉത്തരം കണ്ടെത്താനാവാതെ മിത്ര കുറിഞ്ഞിപ്പൂച്ചയെ മാറോടണച്ച് വെറുതെയിരുന്നു.

ഹൃദയമിടിപ്പുകൾക്ക് ചിലപ്പോൾ മഴത്തുള്ളികളുടെ സ്പന്ദനമുണ്ടാകും. താളവും.

സംഗീതസാന്ദ്രമായ ഈ താളം തന്റെ ഉള്ളിൽ നിന്നുതന്നെയാണോ വരുന്നത്?

വിശ്വസിക്കാനാവുന്നില്ല. വിശ്വസിക്കാതെ തരമില്ല.

താനാകെ മാറിയിരിക്കുന്നു:

ഇന്നലെ പഴയ മലയാളം മെലഡീസ് നെറ്റിൽ നിന്ന് ഡൗൺ ലോഡ് ചെയ്ത് ലാപ്ടോപ്പിൽ 'മിത്ര സോങ്ങ്സ്' എന്നൊരു ഫോൾഡറുണ്ടാക്കി സൂക്ഷിച്ചു വയ്ക്കുന്നത് കണ്ടുകൊണ്ട് ശാരദാമ്മ പറഞ്ഞു.

"മിത്രയ്ക്ക് ഈയിടെയായി ഒരു മാറ്റം കാണുന്നു.

സമയോം കാലോം നോക്കാതെ എപ്പോഴും ജോലിചെയ്തു കൊണ്ടിരുന്ന ആളിന്റെ സ്വഭാവത്തില് നല്ലൊരുമാറ്റം. നന്നായി...... ഇടയ്ക്കിടെ വെറുതെ ഇരിക്കാനും പാട്ടു കേൾക്കാനും തുടങ്ങിയിരിക്കുന്നു...."

ശാരദാമ്മ അതു പറഞ്ഞപ്പോൾ കുറച്ചധികം സമയമായി കുനിഞ്ഞിരുന്ന് ഡയറിയിൽ എന്തോ കുത്തിക്കുറിച്ചുകൊണ്ടിരുന്ന സ്നേഹ മുഖമുയർത്തി തന്നെ നോക്കി. പരസ്പരം കണ്ണുകൾ കൂട്ടിമുട്ടിയപ്പോൾ പെട്ടെന്നു താൻ നോട്ടം പിൻവലിച്ചു. അതുകണ്ട് സ്നേഹയുടെ മുഖത്ത് ഒരു ചിരി മിന്നിമറഞ്ഞതുപോലെ തോന്നി.

എന്തിനായിരിക്കും സ്നേഹ ചിരിച്ചത്?

തോന്നിയതാവാം.

മറ്റുള്ളവരുടെ മുഖഭാവവും ചലനങ്ങളും നിരീക്ഷിച്ച് മനസ്സിലുള്ള വിചാരങ്ങളെ അറിയാനുള്ള കഴിവുണ്ടെന്ന ഒരഹങ്കാരം എപ്പോഴോ തന്റെയുള്ളിൽ കടന്നുകൂടിയിട്ടുണ്ട്. പറയുന്നതുപോലെയും കരുതുന്നതുപോലെയും ഓരോന്നു സംഭവിക്കുമ്പോൾ സ്വയം ചോദിക്കാറുണ്ട്.

ഇതാണോ സിക്സ്ത് സെൻസ്?

ഇന്നിപ്പോൾ സ്വന്തം മുഖഭാവത്തിൽ നിന്നു മറ്റുള്ളവർ എന്തെങ്കിലും മനസ്സിലാക്കുന്നുണ്ടോ എന്ന ആകാംക്ഷയാണ് എപ്പോഴും.

മനസ്സിൽ പൂത്തുലഞ്ഞുനിൽക്കുന്ന വസന്തം മുഖത്തിന് വർണ്ണങ്ങൾ പകരുന്നത് ആരും അറിയാൻ പാടില്ല.

ഈ പ്രായത്തിൽ ഇങ്ങനെയൊരു ചാപല്യം!

വർണ്ണങ്ങൾക്കു പ്രായമുണ്ടോ?

സ്വപ്നങ്ങൾക്കു പ്രായപരിധിയുണ്ടാകുമോ?

ഉണ്ടാകേണ്ടതാണ്.

ഡോ. ഗോവിന്ദയുടെ പുസ്തകം വീണ്ടുമെടുത്ത് വായിക്കണമെന്ന് തോന്നി.

"മൈൻഡ്! മൈ ഡിയർ ഫ്രണ്ട്!"

നിരവധി പ്രാവശ്യം വായിച്ചു ഹൃദിസ്ഥമാക്കിയ പുസ്തകം.

വർഷങ്ങൾക്ക് മുൻപ് മൈത്രേയി സന്ദർശിക്കാൻ എത്തിയപ്പോൾ അദ്ദേഹം സമ്മാനിച്ചതാണ് തനിക്കേറെ പ്രിയപ്പെട്ട ആ പുസ്തകം. അന്നതു തന്നുകൊണ്ട് ഡോക്ടർ ഗോവിന്ദ പറഞ്ഞു.

"ഈ പുസ്തകം സാധാരണക്കാർക്കുള്ളതല്ല.

മനസ്സിൽ എന്നും വർണ്ണങ്ങൾ സൂക്ഷിക്കുന്നവർക്കുവേണ്ടി, സ്വപ്നങ്ങൾക്ക് പരിധി തീരുമാനിക്കാത്തവർക്ക് വേണ്ടി. വലിയ വലിയ സ്വപ്നങ്ങൾ കാണുന്നവർക്കുവേണ്ടി....."

പുസ്തകത്തിലെ വരികളിലൂടെ കണ്ണുകൾ സഞ്ചരിക്കുമ്പോഴും മനസ്സിൽ ആകാംക്ഷ നിറഞ്ഞുനിൽക്കുന്നു. ഹരിഭാസ്കറിന്റെ ഫോൺ എത്തുന്ന സമയം കഴിഞ്ഞിരിക്കുന്നു!

എന്നും രാത്രി ഒൻപതിനാണ് ഹരിഭാസ്കർ വിളിക്കുന്നത്.

ഈയിടെ ആ വിളിക്കുവേണ്ടി മനസ്സ് വളരെയധികം മോഹിക്കുന്നു. സമയം അടുക്കുംതോറും പരിഭ്രമവും ആകാംക്ഷയും കൊണ്ട് അസ്വസ്ഥയാകുകയാണ്.

ചിലപ്പോൾ സ്വയം ശാസിക്കാറുണ്ട്.

ടീനേജിന്റെ അപക്വതയോ ഈ പ്രായത്തിൽ?

വർഷങ്ങൾക്കു മുമ്പ് മോഹങ്ങൾക്കും സ്വപ്നങ്ങൾക്കും സ്വയം വിടപറഞ്ഞ് ജീവിതത്തെ പുതിയൊരു പാതയിലൂടെ തിരിച്ചുവിടുമ്പോൾ മനസ്സ് ശാന്തമായിരുന്നു. ചാപല്യങ്ങൾക്കും അസ്വസ്ഥതകൾക്കും കയറിപ്പറ്റാനാവാത്ത ഇടമാണ് തന്റെ മനസ്സെന്ന് അഭിമാനിച്ചിരുന്നു.

ഇന്നിപ്പോഴൊരു ഫോൺവിളിയുടെ ഇടവേളയിലെ സമയദൈർഘ്യമാണ് മനസ്സിനെ പ്രക്ഷുബ്ധമാക്കുന്നത്!

പത്തുമണിക്കാണ് ഹരിഭാസ്കർ വിളിച്ചത്.

“ഹലോ കാത്തിരുന്നു മുഷിഞ്ഞോ? സോറി. ചില ഓഫീസ് പ്രോബ്ളംസ്.”

“പത്തുമണിവരെ ഓഫീസ് പ്രോബ്ളംസിൽ കുടുങ്ങിനിൽക്കുമോ?”

മിത്രയുടെ ശബ്ദത്തിൽ അല്പം പരിഭവമുണ്ടായിരുന്നു.

“യെസ്. എച്ച് ആർ പ്രോബ്ളംസിന് അങ്ങനെ പരിധികളില്ലല്ലോ. ജോലിക്കാർ മറ്റു കമ്പനികളിലേക്ക് ചേക്കേറുന്നു! ‘എംബ്ളോയി ടേൺ ഓവർ’ ശതമാനം വർദ്ധിക്കുന്നു! അതാണിപ്പോഴത്തെ പ്രോബ്ളം.”

ഹരിഭാസ്കർ പറഞ്ഞു.

“മനസ്സിലാക്കുന്നു. എച്ച്. ആർ ഹെഡിന്റെ ഉത്തരവാദിത്വം കൂടുന്നുവെന്നാണ് പറയേണ്ടത്. ദാറ്റ് ഈസ് ദ ട്രൂത്ത്.”

ഹരിഭാസ്കർ ചിരിച്ചു. മിത്രയും.

“ഔപചാരികതയെല്ലാം മറികടന്ന് ഞാൻ ചിലപ്പോൾ നീ എന്നൊക്കെ വിളിക്കും. ആ സ്വാതന്ത്ര്യം എനിക്കില്ലേ?”

ഹരിഭാസ്കർ അങ്ങനെ ചോദിച്ചപ്പോൾ മിത്ര ഒരു നിമിഷം നിശ്ശബ്ദയായി. പിന്നെ പറഞ്ഞു.

“തീർച്ചയായും അങ്ങനെ വിളിക്കാം.”

പെട്ടെന്നു മനസ്സ് നിറഞ്ഞു. നീ എന്നോ, എടീ എന്നോ വിളിക്കുന്നത് ഇഷ്ടപ്പെടാത്ത താനാണ് ആ വിളിക്കുവേണ്ടി കാത്തിരിക്കുന്നത് എന്നു മനസ്സിലോർക്കുകയും ചെയ്തു.

മസാല പൗഡർ യൂണിറ്റിന്റെ വാർഷികവും പുതിയ കെട്ടിടത്തിന്റെ ഉദ്ഘാടനവും ഒരേ ദിവസം നടത്താനാണ് തീരുമാനിച്ചത്.

മുഖ്യ അതിഥിയായി ഹരിഭാസ്കറിന്റെ പേര് നിർദ്ദേശിച്ചത് ശാരദാമ്മ യാണ്. മനസ്സ് അതാഗ്രഹിച്ചിരുന്നുവെങ്കിലും പെട്ടെന്ന് പതറിപ്പോയി. ശാര ദാമ്മ എന്തേ അങ്ങനെയൊരു നിർദ്ദേശം വെച്ചത്? അസാധാരണമായ ഒരു അടുപ്പം തങ്ങൾക്കിടയിലുണ്ടെന്ന് ശാരദാമ്മ മനസ്സിലാക്കിയിട്ടുണ്ടാകുമോ?

പ്രതിസന്ധിഘട്ടത്തിൽ ഒപ്പം നിന്ന ഒരാളോട് തോന്നുന്ന സ്നേഹവും ബഹുമാനവുമാണ് ആ നിർദ്ദേശത്തിനു പിന്നിലെന്ന് മനസ്സിലായപ്പോഴാണ് സമാധാനമായത്.

രാവിലെ പത്തുമണിക്കാണ് പരിപാടിയുടെ ഉദ്ഘാടനം. കൃത്യസമയത്തു തന്നെ ഹരിഭാസ്കറെത്തി. ഔപചാരികതയുടെ മുഖം മൂടി അണിയുവാൻ രണ്ടുപേരും ബോധപൂർവ്വമായ ശ്രമം നടത്തുന്നുണ്ടായിരുന്നു.

പുതിയ കെട്ടിടത്തിലെ ഹാളിൽ നിലവിളക്ക് കൊളുത്തി തുടക്കം കുറിച്ചു കൊണ്ട് ജോലിക്കാരുടെ കൂട്ടായ്മയെ പറ്റിയും അർപ്പണബോധത്തെ കുറിച്ചും ഹരിഭാസ്കർ സംസാരിച്ചു. കഥകളും ഫലിതങ്ങളും ഉൾപ്പെടുത്തിയ പ്രസംഗം മിത്രയ്ക്കും വളരെ ഇഷ്ടപ്പെട്ടു.

ഹരിഭാസ്കറെ യാത്ര അയയ്ക്കാൻ ഭാസ്കറിന്റെ അടുത്തു വരെ ചെന്ന പ്പോൾ മിത്ര പറഞ്ഞു.

"എക്സലന്റ് ടോക്ക്! ഇത്ര നന്നായി സംസാരിക്കാൻ കഴിയുമെന്ന് ഞാൻ കരുതിയില്ല.

അഭിനന്ദനങ്ങൾ."

"പ്രഷ്യസ് കമൻസ് ഫ്രം എ പ്രഷ്യസ് പേഴ്സൺ!"

ഹരിഭാസ്കർ ചിരിച്ചു.

"ഞാനോ?" അറിയാതൊരു ചോദ്യം പുറത്തേക്കു വന്നു.

"യെസ്. യു. ആർ പ്രഷ്യസ്! ഡഫനിറ്റ്ലി!"

കാറ് കണ്ണിൽ നിന്നും മറഞ്ഞിട്ടും മിത്ര അവിടെത്തന്നെ നിന്നു. പ്രഷ്യസ്! കുറിഞ്ഞി വീണ്ടും വീണ്ടും ആ വാക്ക് ഉരുവിട്ടുകൊണ്ടിരുന്നു.

പതിമൂന്ന്

പ്രശ്നങ്ങളെല്ലാം കഴിഞ്ഞ് മൈത്രേയി ശാന്തമായതോടെ സ്നേഹ വീണ്ടും എഴുത്തിന്റെ ലോകത്തിലേക്കു മടങ്ങി. മൈത്രേയിയെ നേരിട്ട് കണ്ട് അനുഭവിച്ചറിഞ്ഞ് എഴുതാനെത്തിയ ഒരു ജേർണലിസ്റ്റിന്റെ റോളിൽ നിന്ന് വളരെ അകലെയായിരിക്കുന്നു താനിപ്പോഴെന്ന് സ്നേഹയ്ക്ക് തോന്നി. ഈ സ്നേഹത്തിന് ഒന്നും പകരം വയ്ക്കാനാകുന്നില്ല. ഫോൺ ചെയ്തപ്പോൾ അച്ഛൻ കളിയായി പറയുകയും ചെയ്തു.

“പത്രപ്രവർത്തക അവസാനം അന്തേവാസിയായി മാറുമോ എന്നാണ് എന്റെ ഭയം.”

അച്ഛൻ അങ്ങനെ പറഞ്ഞില്ലായിരുന്നെങ്കിൽ ഒരുപക്ഷേ ചോദിക്കുമായിരുന്നു.

“ചെറിയ രീതിയിൽ പത്രപ്രവർത്തനവും ജോലിയുമൊക്കെയായി ഞാനിവിടെത്തന്നെ കൂടിയാലോ അച്ഛാ?”

പക്ഷേ മൈത്രേയിയിലെ ആക്രമണവും തുടർന്നുണ്ടായ പ്രശ്നങ്ങളുമെല്ലാം അറിഞ്ഞപ്പോൾ അച്ഛൻ ഉത്കണ്ഠാകുലനായി. മിത്രമാഡത്തിന് എല്ലാ സഹായവും ചെയ്തുകൊണ്ട് ഒപ്പം ഉണ്ടാകണമെന്ന് ഉപദേശിക്കുകയും ചെയ്തു. അച്ഛന്റെ ഭാവമാറ്റങ്ങളോർത്തപ്പോൾ സ്നേഹയ്ക്ക് കൗതുകം തോന്നി.

അച്ഛനേയും അമ്മയേയും കുറിച്ച് അധികം കാര്യങ്ങളൊന്നും മാഡത്തിനോട് പറഞ്ഞിട്ടില്ല. ഇങ്ങോട്ടൊന്നും അന്വേഷിച്ചിട്ടില്ലെന്നതാണ് സത്യം. മാഡത്തിന്റെ ലോകം മൈത്രേയിയും മൈത്രേയിയിലെ അംഗങ്ങളും പിന്നെ കുറച്ച് പുസ്തകങ്ങളുമാണെന്നു മനസ്സിലായിട്ടുണ്ട്. ഇടദിവസങ്ങളിൽ വീണു കിടക്കുന്ന ഒന്നിച്ചുള്ള പ്രഭാതസവാരിക്കിടയ്ക്കാണ് എഴുതാനുള്ള വിവരങ്ങൾ മുന്നിലെത്തുന്നത്.

പിറ്റേന്ന് രാവിലെ വൈകി ഉണർന്നെഴുന്നേറ്റ മിത്രയെ കണ്ട് സ്നേഹ പറഞ്ഞു.

“മാഡത്തിന് ഈയിടെ കുറച്ചധികം ക്ഷീണം ഉണ്ടെന്ന് തോന്നുന്നു. നന്നായി മെലിഞ്ഞിട്ടുണ്ട്.”

“എനിക്കും വളരെ ക്ഷീണം തോന്നുന്നുണ്ട് പതിവില്ലാതെ. ത്രോട്ടിലെ വേദന സാരമാക്കാനില്ലെങ്കിലും മാറുന്നില്ല.”

സ്നേഹയുടെ നിർബന്ധത്തിനുവഴങ്ങിയാണ് ഹോസ്പിറ്റലിൽ പോയി ബ്ലഡ് ടെസ്റ്റ് ചെയ്തത്. സ്പെഷലിസ്റ്റിനെ കാണാമെന്ന് സ്നേഹ പറഞ്ഞപ്പോൾ മിത്ര സമ്മതിച്ചില്ല.

“ഇവിടെ ഹോസ്പിറ്റലും ഡോക്ടറും ഉള്ളപ്പോഴോ? ഇവിടെ നിന്നും ഭേദമാകാവുന്ന രോഗങ്ങളേ എനിക്കുള്ളൂ.” മിത്ര പറഞ്ഞു.

പക്ഷേ ഇ എൻ ടി സർജനെ കാണണം എന്നു ഡോക്ടർ നിർബന്ധിച്ചപ്പോൾ മിത്രയ്ക്ക് പോകാതിരിക്കാൻ കഴിഞ്ഞില്ല. പ്രാഥമിക പരിശോധന കഴിഞ്ഞ് ഡോക്ടർ ടെസ്റ്റുകൾ നിർദ്ദേശിച്ചപ്പോൾ മിത്ര മടിയോടെ സ്നേഹയോടു ചോദിച്ചു.

“ഇത്രയൊക്കെ ടെസ്റ്റുകളോ? വരേണ്ടിയിരുന്നില്ല. തിരിച്ചുപോയാലോ?”

“ടെസ്റ്റുകൾ എല്ലാം ചെയ്യണം. ടെസ്റ്റുകളുടെ റിപ്പോർട്ട് വിശദമായി പഠിച്ച ശേഷമാണ് ശരിയായ ഡയഗ്നോസിസ് ചെയ്യാൻ കഴിയുന്നത്. അല്ലെങ്കിൽ ഡോക്ടർ പത്തുപന്ത്രണ്ട് വർഷങ്ങൾ പഠിച്ചതെല്ലാം വെറുതെയാവില്ലേ?” സ്നേഹ ചിരിച്ചു.

“നിന്റെ വർത്തമാനം കേട്ടാൽ ഒരു മുത്തശ്ശിയുടേതുപോലെയുണ്ട്.” മിത്ര സ്നേഹയുടെ കവിളിൽ തട്ടിയിട്ടു പറഞ്ഞു.

ടെസ്റ്റുകളെല്ലാം ചെയ്തുകഴിഞ്ഞ് രണ്ടുദിവസം കഴിഞ്ഞ് ഡോക്ടർ മിത്രയെ ഫോണിൽ വിളിച്ചു.

“മാഡം ഒരു ചെറിയ ടെസ്റ്റുകൂടി ചെയ്യണം. ഇന്നുരാത്രി ഭക്ഷണം കഴിക്കാതെ, നാളെ രാവിലെ എട്ടുമണിക്കു വന്നാൽ മതി. ഞാനിവിടെ ഉണ്ടാകും.”

“ഇനിയും ടെസ്റ്റോ ഡോക്ടർ ? എന്തിനാണത്?”മിത്രയ്ക്ക് മടുപ്പു തോന്നി.

“ഏതായാലും തുടങ്ങിയതല്ലേ? വിശദമായി ഒരു ചെക്കപ്പ് ആകട്ടെയെന്ന് എനിക്കു തോന്നുന്നു. മാഡം വളരെ തിരക്കുള്ള ആളാണ്. ഞങ്ങളെയൊന്നും കാണാൻ വരാറില്ലല്ലോ?” ഡോക്ടർ ചിരിച്ചുകൊണ്ട് പറഞ്ഞു.

തിരക്കുള്ള ഒരാഴ്ച കടന്നുപോയപ്പോൾ ടെസ്റ്റിന്റേയും റിസൾട്ടിന്റേയും കാര്യം മിത്ര മറന്നുപോയിരുന്നു. ഹോസ്പിറ്റലിലെ ഡോക്ടറും ഇ എൻ ടി സർജനും ഞായറാഴ്ച രാവിലെ കാണാനെത്തിയപ്പോഴാണ് അത് ഓർമ്മിക്കുന്നത്.

"നമുക്ക് ഹോസ്പിറ്റലിൽ ഇരുന്ന് സംസാരിക്കാം. ഇവിടെ ആകുമ്പോൾ ഡിസ്റ്റർബൻസ് ഉണ്ടാകും. വിരോധമില്ലെങ്കിൽ മാഡത്തിനൊപ്പം വന്ന കുട്ടിയെക്കൂടി വിളിക്കാം." ഡോക്ടർ പറഞ്ഞു.

ധാരാളം അനുഭവങ്ങൾ നിരത്തി വേണ്ടതിലധികം മുഖവുരയോടെ ഡോക്ടർ പറഞ്ഞത് ഉൾക്കൊള്ളാനാവാതെ മിത്ര തരിച്ചിരുന്നു. മിത്രയുടെ വലതുകരം സ്വന്തം കൈപ്പടത്തിലൊതുക്കി വിശ്വസിക്കാനാവാതെ ഒപ്പം സ്നേഹയും. ഡോക്ടർ വീണ്ടും വീണ്ടും പറഞ്ഞുകൊണ്ടിരുന്നു.

"ട്യൂമർ സർജറി ചെയ്ത് മാറ്റാവുന്നതേയുള്ളൂ. നമ്മൾ വളരെ നേരത്തെ കണ്ടുപിടിച്ചതുകൊണ്ട് പേടിക്കാനില്ല മാഡം. സാധാരണയായി ഈസോഫാഗൽ ക്യാൻസർ വളരെ അഡ്വാൻസ്ഡ് ആയിട്ടാണ് അറിയുന്നത്. നമ്മൾ തുടക്കത്തിലാണ്. ധൈര്യമായിരിക്കൂ മാഡം. പ്ലീസ്. മൈ റിക്വസ്റ്റ്!".

സമനില വീണ്ടെടുത്തുകൊണ്ട് ചിരിക്കാൻ ശ്രമിച്ചത് വ്യർഥാവിലായിയെന്ന് മിത്രയ്ക്ക് മനസ്സിലായി.

"സ്നേഹ, ഞാൻ എന്റെ മുറിയിൽ പോയി കുറച്ചുസമയം വിശ്രമിക്കട്ടെ. ഇതാരും ഇപ്പോഴറിയരുത്. ഐ ബിലീവ് യു."

സ്നേഹയുടെ മുഖത്ത് നോക്കാതെയാണ് മിത്ര സംസാരിച്ചത്. ഞാനുണ്ട് കൂടെ എന്നർത്ഥത്തിൽ സ്നേഹ മിത്രയുടെ വലതുകൈപ്പത്തിയിൽ അമർത്തി ചുംബിച്ചു.

കട്ടിലിനടുത്തുള്ള ജനാല തുറന്ന് മൂടിക്കെട്ടിയ ആകാശം കണ്ടുകൊണ്ട് മിത്ര കിടന്നു. മേഘങ്ങൾ പെയ്യാൻ വെമ്പൽകൊള്ളുകയാണ്. സപ്പോട്ട മരത്തിൽ വന്നിരിക്കാറുള്ള നീലക്കിളിയെ കാണാനില്ല. തല ചെരിച്ചും താഴ്ത്തിയും ചിലച്ചുകൊണ്ട് അത് നോക്കുമ്പോൾ ഈയിടെയായി ആരും കേൾക്കാതെ ഓരോ സ്വകാര്യങ്ങൾ പറയാറുണ്ടായിരുന്നു. ഇന്നലെ ജനാലപ്പടിയിൽ വന്നിരുന്ന് ചാഞ്ഞും ചെരിഞ്ഞും അകത്തേക്കു നോക്കിയപ്പോൾ ചോദിച്ചതാണ്.

"നീയും ആരെയെങ്കിലും ഓർത്തുകൊണ്ടിരിക്കുന്നുണ്ടോ?"

ഇന്ന് നീലക്കിളി വന്നിരുന്നുവെങ്കിൽ ഒരു വിശേഷം പറയാമായിരുന്നു. തന്റെ ഉള്ളിലെ കോശങ്ങൾ ഭ്രാന്തമായി വളരാൻ തുടങ്ങിയിരിക്കുന്നുവെന്ന്. ഈസോഫാഗസിനുള്ളിൽ അവ നിയന്ത്രണമില്ലാതെ പെരുകി ഒരു ചെറിയ കൂര കെട്ടിപ്പടുത്തിരിക്കുന്നു. അവിടെത്തന്നെ കാത്തുനിൽക്കാതെ അവ ഉദരത്തേയും കരളിനേയും ലക്ഷ്യമിട്ടേക്കാം. ലോലമായ മാംസപേശികളെ അവ കാർന്നുതിന്നും. ആർക്കും അവയെ തടുക്കാനാവില്ല. വർദ്ധിച്ച ഉത്സാഹത്തോടെ ആയിരിക്കും ഒരുപക്ഷേ അവയുടെ നീക്കം. യാത്രയ്ക്കിടയിൽ ചിലപ്പോൾ മടിച്ച് കുറച്ചുസമയം നിന്നേക്കാം. എന്നാലും അവ യാത്ര മുടക്കില്ലെന്ന് ഉറപ്പാണ്. അവയ്ക്ക് പ്രയാണം അനിവാര്യമാണ്.

പണ്ട് സ്കൂളിൽ പഠിക്കുന്ന കാലത്ത് പരീക്ഷയ്ക്ക് ഒരുമാസം മുൻപു തന്നെ അതത് വിഷയങ്ങൾക്ക് സമയം കണക്കാക്കി പഠിക്കുവാൻ പ്ലാനർ തയ്യാറാക്കുമായിരുന്നു. പിന്നീട് സ്വന്തം ജീവിതം തുടങ്ങിയപ്പോഴും പ്ലാനറിനെ കൈവിട്ടില്ല. ഇന്നിപ്പോൾ അതേറ്റവും ആവശ്യമായി വന്നിരിക്കുന്നു. കുറഞ്ഞസമയത്തിനുള്ളിൽ നിരവധി കാര്യങ്ങൾ ചെയ്തുതീർക്കാനുള്ള ഒരു ഷെഡ്യൂളാണ് തയ്യാറാക്കേണ്ടത്.

അന്നു രാത്രി മിത്ര ഡോ.ശ്രീകലയെ വിളിച്ചു.

"കലേ, എനിക്കൊരു ഇൻഫർമേഷൻ വേണം. ഈസോഫാഗൽ ക്യാൻസറിന്റെ സർവൈവൽ റേറ്റ് സാധാരണയായി എത്രയാണ്?"

"പെട്ടെന്നെന്താ ഒരു ചോദ്യം? ആർക്കാണ്?"

"പറയാം."

"പത്ത്മിനിറ്റിനകം അങ്ങോട്ട് വിളിക്കാം."

ശ്രീകല കൂടുതലൊന്നും ചോദിച്ചില്ല. പെട്ടെന്നുതന്നെ തിരിച്ചു വിളിച്ചു.

"ക്യാൻസറുകളിൽ സർവൈവൽ റേറ്റ് വളരെ കുറവുള്ള ഒന്നാണ് ഈസോഫാഗൽ ക്യാൻസർ. അതിന്റെ ഒരു കാരണം വളരെ അഡ്വാൻസ് സ്റ്റേജിൽ മാത്രമാണ് സിംറ്റംസ് ഉണ്ടാകുന്നത് എന്നതാണ്. എന്നാലും അഞ്ചു വർഷം വരെയും പത്തുവർഷം വരെയും ജീവിച്ച പേഷ്യൻസ് ഉണ്ട്. ക്യാൻസറിനെ സംബന്ധിച്ച് നിഗമനങ്ങൾക്ക് വലിയ സ്ഥാനമില്ല. ഇനിയും പറയൂ. ആർക്കാണ്?"

"ക്യാൻസർ നിസ്സാരക്കാരനല്ലല്ലോ. മൈത്രേയിയിൽ ഏറ്റവും എലിജിബിൾ ആയ ആളിനെ തന്നെയാണ് കൂട്ടുപിടിച്ചിരിക്കുന്നത്. മാഡം മിത്രയെ!"

ലാഘവത്തോടെ സംസാരിക്കണമെന്ന് വിചാരിച്ചിട്ടും മിത്രയുടെ ശബ്ദം നേർത്തതായി. ഫോണിന്റെ എതിർഭാഗത്ത് പെട്ടെന്നു നിശ്ശബ്ദത പടർന്നു. മിത്ര ഫോൺ സ്വിച്ചോഫ് ചെയ്തു. ശ്രീകലയുടെ മുൻപിൽ അധികം സമയം പിടിച്ചുനിൽക്കാനാവില്ല.

താനാകെ തകർന്നുപോയിട്ടുണ്ടാകുമെന്ന് ശ്രീകല കരുതുന്നുണ്ടാവും. നാളെ വീണ്ടും വിളിക്കാതിരിക്കില്ല. കുറഞ്ഞ സമയത്തിനുള്ളിൽ ചെയ്തു തീർക്കേണ്ട കാര്യങ്ങൾ ആസൂത്രണം ചെയ്യുന്ന തിരക്കിലാണ് താനെന്നു പറയുമ്പോൾ ശ്രീകല അദ്ഭുതപ്പെടും.

"താനെന്നെ എന്നും അദ്ഭുതപ്പെടുത്തുന്നു മിത്രേ" എന്ന സ്ഥിരം വാചകം ഒന്നുകൂടി ആവർത്തിച്ചേക്കാം.

രാവിലെ സ്നേഹ എഴുന്നേറ്റുവന്നപ്പോൾ മിത്ര പത്രം വായിച്ചുകൊണ്ടിരിക്കുകയായിരുന്നു. അടുത്ത് കാപ്പിക്കപ്പും ഉണ്ട്.

"ഗുഡ്മോർണിങ്ങ് സ്നേഹ."

സ്നേഹ ഒന്നും മിണ്ടാനാവാതെ മിത്രയെ തന്നെ നോക്കിനിന്നു. രാവിലെ കുളിച്ച് നെറ്റിയിൽ ചന്ദനവരയുമായി പതിവുപോലെ ഉല്ലാസവതിയായി ഇരിക്കുന്നു.

"ഉറങ്ങാത്ത കണ്ണുകളും കരഞ്ഞുചുവന്ന മുഖവും പ്രതീക്ഷിച്ച് നിരാശ തോന്നുന്നുണ്ടോ?".

മിത്ര ചിരിച്ചുകൊണ്ട് ചോദിച്ചു.

സ്നേഹ മിത്രയെ നോക്കി കൈകൂപ്പി. പിന്നെ താഴെ ചേർന്നിരുന്ന് ആ മടിയിൽ തലചായ്ച്ചു. സ്നേഹയുടെ ഏങ്ങലടികളെയും കണ്ണീരിന്റെ നിലയ്ക്കാത്ത പ്രവാഹത്തേയും മിത്ര തടഞ്ഞില്ല. സാവധാനം കൈകൊണ്ട് മുടിയിലും മുഖത്തും തലോടിയപ്പോൾ ആ വിരലുകൾക്ക് നേരിയ വിറയൽ പോലും ഇല്ലല്ലോ എന്ന് സ്നേഹ ഓർത്തു.

സ്നേഹയുടെ മുഖം പിടിച്ചുയർത്തി മിത്ര പറഞ്ഞു.

"സ്നേഹ ഓർക്കുന്നുണ്ടോ ആദ്യം ഇന്റർവ്യൂ സമയത്ത് ഞാൻ പറഞ്ഞ ഒരു കാര്യം എന്റെ മുൻപിൽ എപ്പോഴും ഓരോ വഴികൾ തുറക്കുമെന്ന്. ഞാന വയിലൂടെ നടക്കുക മാത്രമാണ് ചെയ്യുന്നതെന്ന്! ഓർമ്മയുണ്ടോ? "

" ഉണ്ട്. എനിക്കോർമ്മയുണ്ട്".

ഇപ്പോഴങ്ങനെ ഒരു വഴി തുറന്നുവന്നിരിക്കുകയാണ്. ഒരുപക്ഷേ ഇത് അവസാനത്തെ പാതയാവാം. എനിക്കിനി നടക്കേണ്ടത് ഈ വഴി യിലൂടെയാണ്. ആലോചിച്ചുനിൽക്കാനോ സാവധാനം നടക്കാനോ സമയം അനുവദിച്ചുകിട്ടിയെന്നു വരില്ല. ചെയ്തുതീർക്കാൻ കാര്യങ്ങൾ നിര വധിയാണ്. സ്നേഹ കുറച്ചുനാൾ എന്നോടൊപ്പം ഉണ്ടാകണം. സ്നേഹ യെപ്പോലെ ഒരു മിടുക്കിക്കുട്ടിയുടെ സഹായം എനിക്കിപ്പോൾ ആവശ്യ മാണ്.

"ഞാനുണ്ടാവും. മൈത്രേയിയേയും മാധത്തിനെയുംവിട്ട് ഞാനെ വിടെയും പോവില്ല." സ്നേഹ പറഞ്ഞു.

"എനിക്ക് സന്തോഷമായി. നമ്മൾ ഇന്നുമുതൽ തിരക്കിലായിരിക്കും." മിത്ര എഴുന്നേറ്റു.

"പക്ഷേ ട്രീറ്റ്മെന്റ്?" സ്നേഹ ചോദിച്ചു.

"യെസ്. അത് ചെയ്യാതിരിക്കാൻ പറ്റില്ല. ഇന്നലെ രാത്രിയിൽ ഡോക്ടർ വിളിച്ച് ഒരു എൻഡോസ്കോപ്പിയുടെ കാര്യം പറഞ്ഞിരുന്നു. ഈസോഫാ ഗസിൽ തന്നെ പലതരം ക്യാൻസർ ഉണ്ടാകുമത്രെ. പിന്നെ സർജറി. കീമോ. അത് വൈദ്യശാസ്ത്രത്തിന്റെ ലോകം. നമുക്കത് ഡോക്ടർമാർക്ക് വിട്ടു കൊടുക്കാം."

മിത്രയും സ്നേഹയും കൂടി ഉച്ചകഴിഞ്ഞ് ഒരു ചാരിറ്റബിൾ സൊസൈറ്റി രൂപീകരിക്കുന്നതിന്റെ ബൈലോസ് നെറ്റിൽ തിരഞ്ഞുകൊണ്ടിരിക്കുമ്പോഴാണ് ഹരിഭാസ്കറിന്റെ ഫോൺ വന്നത്.

മിത്ര അറ്റൻഡ് ചെയ്തില്ല. ഫോൺ സൈലൻസ് മോഡിൽ ഇടുകയും ചെയ്തു. സ്നേഹ അത് ശ്രദ്ധിച്ചുവെന്ന് തോന്നി. ഒരാളെ മാത്രം നേരിടാൻ തനിക്ക് ധൈര്യം കിട്ടുന്നില്ലല്ലോ എന്ന് മിത്ര ഓർത്തു. കുറഞ്ഞസമയത്തിനുള്ളിൽ ജന്മാന്തരങ്ങളുടെ അടുപ്പം തോന്നിപ്പിക്കുന്ന അദൃശ്യമായൊരു ശക്തി തങ്ങൾക്കിടയിലുണ്ട്. തിരിച്ചുവിളിച്ചിട്ടും അനുസരണയില്ലാതെ കുറിഞ്ഞിപ്പൂച്ച പിടിവിട്ടോടിപ്പോകുന്നത് അറിയായ്കയല്ല. ഇടയ്ക്കൊരു ദിവസം ചോദിക്കുകയും ചെയ്തു.

“നമ്മുടെ അടുപ്പം തെറ്റായി തോന്നാനിടയില്ലേ ? ഈ സൗഹൃദം ശരിയാണോ? ചിലപ്പോഴൊക്കെ എന്റെ മനസ്സ് എന്നോടുതന്നെ ചോദിക്കാറുണ്ട്.”

ഹരിഭാസ്കർ അതിനുപറഞ്ഞ മറുപടി ഒരു മന്ത്രം പോലെ പല പ്രാവശ്യം മനസ്സ് ഉരുവിട്ടിട്ടുണ്ട്.

“സ്നേഹം ഒരിക്കലും തെറ്റാവില്ല. മറ്റുള്ളവർക്ക് അതു ബുദ്ധിമുട്ടാവുമ്പോഴാണ് തെറ്റാകുന്നത്. നമ്മോടൊപ്പം ചേർന്നുനിൽക്കുന്ന പലതുമുണ്ട്. സ്വന്തപ്പെട്ടവർ. നമ്മുടെ സ്റ്റാറ്റസ്. നമ്മുടെ വിശ്വാസങ്ങൾ. മൂല്യങ്ങൾ. ഇവയ്ക്കൊക്കെ കോട്ടം തട്ടിയാൽ ഒരുപക്ഷേ ഈ സൗഹൃദം ശരിയല്ലെന്ന് തോന്നിയേക്കാം. നമുക്കിടയിൽ അങ്ങനെ ഒരു പ്രശ്നം ഉണ്ടാവില്ലല്ലോ. വി ആർ മെച്വർ പീപ്പിൾ.”

മനസ്സ് ആഗ്രഹിച്ചതും അങ്ങനെയൊരു മറുപടിക്കായിരുന്നു. കടമകളും കടപ്പാടുകളും പറഞ്ഞുനൽകാനോ ചോദിച്ചുവാങ്ങാനോ സാധിക്കാത്തതാണ് സ്നേഹമെന്ന് പഠിപ്പിച്ചത് ജീവിതമാണ്. മാധവൻകുട്ടി നൽകിയത് സ്നേഹമായിരുന്നില്ല. ചോദ്യം ചെയ്യാതെ അനുസരിപ്പിക്കാനുള്ള വ്യഗ്രതയിൽ സ്നേഹം നൽകാനോ തിരിച്ചുവാങ്ങാനോ മാധവൻകുട്ടിക്ക് കഴിഞ്ഞില്ല.

മെന്റൽ ഹോസ്പിറ്റലിലെ അജ്ഞാതവാസം കഴിഞ്ഞ് മടങ്ങിയെത്തിയപ്പോൾ അച്ഛൻ ചോദിച്ചിരുന്നു.

“മാധവൻകുട്ടി സ്വന്തം തെറ്റുകൾ തിരുത്താൻ തയ്യാറാണെന്ന് പറയുന്നുണ്ട്. അയാൾക്ക് പശ്ചാത്താപമുണ്ട്. നീ എന്തുപറയുന്നു?”

അതിന്റെ മറുപടി പറയാൻ ഒട്ടും ആലോചിക്കേണ്ടി വന്നില്ല. ആഹാരവും വസ്ത്രവും നൽകിയിട്ട് മാനസികമായി പീഡിപ്പിച്ച യജമാനനോട് ഒരു അടിമയ്ക്ക് തോന്നുന്ന മനോഭാവത്തിനപ്പുറം മറ്റൊന്നും മാധവൻകുട്ടിയോട് തോന്നുന്നില്ല എന്ന മറുപടി തെറ്റായിട്ട് തോന്നിയില്ല. ഇന്നിപ്പോൾ

തേടിയെത്തിയ ഒരു സ്നേഹം തെറ്റാണെന്നു സമ്മതിക്കാൻ മനസ്സ് വിസമ്മതിക്കുന്നു.

ട്രീറ്റ്മെന്റ് തുടങ്ങുന്നതിനുമുൻപും അതിനുശേഷവും ചെയ്യേണ്ട കാര്യങ്ങൾ മിത്ര പ്രത്യേകം എഴുതി തയ്യാറാക്കി. ഒരാഴ്ചയ്ക്കുള്ളിൽ സർജറി നടക്കും. ഈസോഫാഗസും ഉദരവും തമ്മിൽ കൂടിച്ചേരുന്ന ഭാഗത്താണ് ട്യൂമർ. അത് നീക്കം ചെയ്യണം. പിന്നെ കീമോ. ട്രീറ്റ്മെന്റ് സമയത്ത് സ്നേഹയ്ക്ക് ചെയ്യാനുള്ള കാര്യങ്ങൾ പറഞ്ഞേൽപ്പിച്ചുകഴിഞ്ഞു. ഒരുപക്ഷേ സർജറി സമയത്താവും കോശങ്ങൾക്ക് എത്രമാത്രം ഭ്രാന്ത് പിടിച്ചുവെന്ന് മനസ്സിലാക്കാൻ കഴിയുന്നത്.

സർജറിക്ക് രണ്ടുദിവസം മുൻപ് ഓഫീസ് തിരക്കിൽ മുഴുകിയിരിക്കുമ്പോൾ മുന്നിൽ വന്നുനിന്ന ആളെ കണ്ട് മിത്ര അതിശയിച്ചുപോയി. ഡോക്ടർ ശ്രീകല. ഒന്നും സംസാരിക്കാതെ മിത്രയുടെ കൈപിടിച്ച് വലിച്ച് ശ്രീകല മുറിക്കുള്ളിലേക്ക് പോയി. വാതിലടച്ചിട്ട് ശ്രീകല പറഞ്ഞു.

"എനിക്ക് നിന്നെ ഒന്നു കാണണമെന്നുതോന്നി. പിന്നെ ഒന്നും ആലോചിച്ചില്ല. നേരെ ഇവിടേക്ക് വന്നു."

"ഒരുപക്ഷേ ഇനിയും കാണാൻ കഴിഞ്ഞില്ലെന്നുവന്നാലോ? എന്റെ കാര്യത്തിൽ ഒന്നും മാറ്റിവക്കരുത്." മിത്ര ചിരിച്ചു.

"നൊ മിത്ര. അങ്ങനെയൊന്നുമില്ല. തുടക്കമായതുകൊണ്ട് ഒന്നും ഭയപ്പെടാനില്ല."

"പക്ഷേ ഞാൻ എല്ലാത്തിനും തയ്യാറെടുപ്പ് നടത്തുകയാണ്. സ്നേഹ എനിക്ക് വലിയ ഒരു സഹായമാണ്".

ശ്രീകല കുറച്ചുസമയം എന്തോ ആലോചിച്ചുകൊണ്ടിരുന്നു.

"എന്നോടെന്തോ നിനക്ക് പറയാനുണ്ടോ?" മിത്ര ചോദിച്ചു.

"ഞാൻ വന്നത് അതിനും കൂടിയാണ്. ഒരുപക്ഷേ നീ അതറിയുമ്പോൾ എന്നെ തെറ്റിദ്ധരിച്ചേക്കാം. എന്നാലും പറയാതെ വയ്യ."

"നമ്മൾ തമ്മിൽ ഇത്രവലിയ മുഖവുര ആവശ്യമുണ്ടോ?" ശ്രീകലയുടെ പ്രയാസം കണ്ടിട്ട് മിത്ര ചോദിച്ചു.

"ഇല്ല. പറയാം. സ്നേഹ..."

"സ്നേഹ...?"

"സ്നേഹ മാധവൻകുട്ടിയുടെ മകളാണ്."

അവർക്കിടയിലെ നിശ്ശബ്ദത വളരെ നീളമുള്ളതായിരുന്നു. അർത്ഥപൂർണ്ണവും.

സർജറിക്ക് മുൻപുതന്നെ ഹരിഭാസ്കർ എത്തിയിരുന്നു. ആരും കേൾക്കാതെ മിത്ര പറഞ്ഞു.

"മൈത്രേയി ഒരു ചാരിറ്റബിൾ സൊസൈറ്റിയായി രജിസ്റ്റർ ചെയ്തു കഴിഞ്ഞു. സ്നേഹയ്ക്കായിരിക്കും ഇനി മൈത്രേയിയുടെ അവകാശവും ഉത്തരവാദിത്വവും. അതിന് സപ്പോർട്ട് കൊടുക്കണം."

ഹരിഭാസ്കർ നിശ്ശബ്ദനായി നിന്നതേയുള്ളൂ.

"പിന്നെ സർജറി കഴിഞ്ഞ് ബോധം മടക്കിക്കിട്ടുന്നതുവരെ ഇവിടെ ഉണ്ടാവില്ലേ? ഉണ്ടാവണം. കുറച്ചുകാലം കൂടി ജീവിക്കാൻ കഴിഞ്ഞാൽ ഒരാഗ്രഹമുണ്ടെനിക്ക്. "

" പറയൂ." ഹരിഭാസ്കർ മെല്ലെ മിത്രയുടെ നെറ്റിയിൽ തലോടി.

" ജീവിതം തിരിച്ചുകിട്ടിയാൽ മാത്രം നടത്താവുന്ന കാര്യമല്ലേ. സർജറി കഴിഞ്ഞു പറയാം." മിത്ര ചിരിച്ചു.

ഓപ്പറേഷൻ തിയേറ്ററിലേക്കു പോകുന്നതിനു മുൻപ് സ്നേഹ മിത്രയുടെ നെറ്റിയിൽ ഉമ്മ വച്ചിട്ട് പറഞ്ഞു.

"ഞാനിവിടെത്തന്നെ ഉണ്ടാവും ഇനിയെന്നും! നമ്മളൊന്നിച്ച് മൈത്രേയിയിൽ എത്രയോ എത്രയോ വർഷങ്ങൾ.."

പതിനാല്

"മനസ്സ്! കൈവിട്ടുപോകാതെ ഒപ്പം ചേർത്തുനിർത്തിയ ആജീവനാന്ത സുഹൃത്ത്! മനസ്സിന്റെ താളം നിന്നോളം മനസ്സിലാക്കിയത് മറ്റാരാണ് മിത്രാ..?"

പഞ്ഞിക്കെട്ടുപോലെ നരച്ച താടി അരുമയോടെ തലോടിക്കൊണ്ട് ഡോ. ഗോവിന്ദ സംസാരിച്ചപ്പോൾ മിത്ര വെറുതെ കണ്ണുകളടച്ചു കിടന്നു.

എന്തൊരു മാസ്മരികതയാണ് അദ്ദേഹത്തിന്റെ ശബ്ദത്തിനും വാക്കുകൾക്കും! എത്ര തളർന്നിരുന്നാലും പുത്തൻ ഉണർവിന്റെ നാമ്പുകൾ പൊട്ടി മുളയ്ക്കുന്ന കുളിർമ.

സർജറി കഴിഞ്ഞ് ബോധത്തിനും അബോധത്തിനും ഇടയിൽ വെളിച്ചം കാത്ത് കിടക്കുമ്പോൾ താൻ ധാരാളം സംസാരിച്ചിരുന്നുവെന്ന് ഡ്യൂട്ടി നേഴ്സ് പറഞ്ഞു. ഡോ. ഗോവിന്ദയെന്ന പേര് പല പ്രാവശ്യം ഉരുവിട്ടിരുന്നു പോലും. അബോധമനസ്സ് അദ്ദേഹത്തിന്റെ സാമീപ്യം ഒരുപക്ഷേ ആഗ്രഹിച്ചിട്ടുണ്ടാവാം.

ഹരിഭാസ്കറാണ് ശാരദാമ്മയിൽ നിന്നും നമ്പർ വാങ്ങി ഡോ. ഗോവിന്ദയുമായി സംസാരിച്ചത്. പക്ഷേ തിരക്കുകൾക്കിടയിൽ അദ്ദേഹം ഓടിയെത്തുമെന്നു കരുതിയില്ല.

ഹോസ്പിറ്റലിൽ നിന്നു ഡിസ്ചാർജ്ജ് ചെയ്തിട്ട് ദിവസങ്ങളായതേയുള്ളു. ഒന്നും ആലോചിക്കാതെ മനസ്സിനെ സ്വതന്ത്രമായി മേയാൻ വിട്ട് കണ്ണുകളടച്ചു കിടന്ന ഇന്നലെ മദ്ധ്യാഹ്നത്തിൽ അദ്ദേഹം അടുത്തു വന്നു നിന്ന് വിളിച്ചപ്പോൾ അതിശയിച്ചു പോയി.

ഡോ. ഗോവിന്ദയെ നേരിട്ടുകണ്ടിട്ട് വർഷങ്ങളായി. പത്മശ്രീ അവാർഡ് ലഭിച്ച വിവരം അറിഞ്ഞ് അദ്ദേഹം ഇങ്ങോട്ടു വിളിക്കുകയായിരുന്നു. നേരത്തെ അറിയിക്കാത്തതിന് ക്ഷമാപണം ചോദിച്ചപ്പോൾ അദ്ദേഹം പറഞ്ഞു.

"വൈ സോറി? വലിയ കാര്യങ്ങളൊക്കെ ചെയ്യുമ്പോൾ ആ സന്തോഷം ആദ്യം നീ എന്നെ അറിയിക്കാറുണ്ടല്ലോ! അവാർഡിനേക്കാൾ നീ വിലമതിക്കുന്നത് ആ സന്തോഷങ്ങൾക്കാണെന്ന് എനിക്കറിയില്ലേ?"

ഡോ. ഗോവിന്ദ എപ്പോഴും മനസ്സിന്റെ പ്രതലത്തിൽ തൊടുന്നു.

ആരും കേൾക്കാത്ത മർമ്മരം കേൾക്കുന്നു.

പെട്ടെന്നു മിത്ര പറഞ്ഞു.

"ഈസോഫാഗൽ ക്യാൻസറിന്റെ സർവൈവൽ റേറ്റ് വെറും നാലു ശതമാനം മാത്രമാണ്.

എനിക്കിനി വളരെ കുറച്ചുസമയം........... "

"നോ മൈ ഡിയർ ഗേൾ!"

പറഞ്ഞത് മുഴുവനാക്കാൻ ഡോ. ഗോവിന്ദ അനുവദിച്ചില്ല. മിത്രയുടെ നെറ്റിയിൽ സാവധാനം തലോടിക്കൊണ്ട് അദ്ദേഹം പറഞ്ഞു.

"ഈസോഫാഗൽ ക്യാൻസറിന്റെ സർവൈവൽ റേറ്റ് നാലു ശതമാനമോ രണ്ട് ശതമാനമോ ആവട്ടെ! നിന്റെ മനസ്സിന്റെ സർവൈവൽ റേറ്റ് എത്രയാണ്? രോഗം ബാധിച്ചിട്ടില്ലല്ലോ നിന്റെ കുറിഞ്ഞിക്ക്?"

കുറിഞ്ഞി!

അറിയാതെ ഒന്നു പിടഞ്ഞു.

എന്റെ കുറിഞ്ഞി പിടിവിട്ടോടിയെന്ന് ഡോ. ഗോവിന്ദയോട് പറയാൻ ഈ നിമിഷം മനസ്സ് വല്ലാതെ മോഹിക്കുന്നു. അദ്ദേഹത്തിനത് അവിശ്വസനീയമാവും.

വർണ്ണങ്ങളും സ്വപ്നങ്ങളും വേണ്ടെന്നു ദൃഢനിശ്ചയം എടുത്ത് കർമ്മകാണ്ഡത്തിലൂടെ ധൃതിയിൽ ഓടിനടക്കുമ്പോഴെല്ലാം കുറിഞ്ഞി ഒപ്പം ഉണ്ടായിരുന്നു.

ഒന്നിലും പരാതിപ്പെടാതെ.

ഒന്നൊന്നിലും പരിഭവിക്കാതെ.

എല്ലാം ഭദ്രമാണെന്ന് എപ്പോഴും ഉറപ്പുതന്നുകൊണ്ട്.

മെന്റൽ ഹോസ്പിറ്റലിൽ പിന്നിട്ട രണ്ടുവർഷങ്ങൾ കഴിഞ്ഞ് അച്ഛനോടൊപ്പം മൈത്രേയിയിൽ എത്തുമ്പോൾ കുറിഞ്ഞിപ്പൂച്ച നിസ്സംഗതയിലേക്കുള്ള പരിണാമപ്രക്രിയ തുടങ്ങിയിരുന്നു. അധികം ആരോടും ഇടപെടാൻ അച്ഛൻ അനുവദിച്ചിരുന്നില്ല. പുസ്തകങ്ങളുടെ ലോകത്ത് ഒതുങ്ങിക്കൂടി ഇരിക്കുമ്പോൾ കുറിഞ്ഞി ഇടയ്ക്കിടെ ചോദിച്ചുകൊണ്ടിരുന്നു.

എത്ര നാളിങ്ങനെ?

ഈ വിരസതയിൽ നിന്നു രക്ഷപ്പെടാൻ കഴിയില്ലേ?

എവിടെയാണ് പച്ചപ്പ് കണ്ടെത്താൻ കഴിയുക.

ഉത്തരം കണ്ടെത്താനാവാതെ സ്വയം മറന്നിരിക്കുമ്പോൾ കുറിഞ്ഞി വീണ്ടും ചോദിച്ചു.

എന്തേ ഇങ്ങനെയൊരു വിധി?

ദൈവം എന്തിന് ഇങ്ങനെയൊരു വിധി വച്ചുനീട്ടി?

പിന്നെ പിന്നെ സാവധാനം കുറിഞ്ഞി യാഥാർത്ഥ്യത്തിലേക്കു മടങ്ങി എത്തി. തന്നെ ഓർമ്മിപ്പിച്ചു.

ഈ ജീവിതം ജീവിച്ചുതീർക്കാനുള്ളതാണ്.

വെറുതെ ജീവിക്കുകയല്ല.

വിലയുള്ളതാണെന്നു മനസ്സിലാക്കിക്കൊണ്ടു ജീവിക്കണം. നഷ്ടപ്പെട്ട തൊന്നും നഷ്ടങ്ങളല്ല. വാരിയെടുക്കാൻ ജീവിതത്തിൽ നിറയെ മുത്തു കളുണ്ടെന്ന് ഓർമ്മിപ്പിച്ചത് കുറിഞ്ഞിയാണ്.

കുറിഞ്ഞിയുടെ വിഭ്രാന്തികളും ആകുലതകളും ഡോ. ഗോവിന്ദയുമായി പങ്കുവെച്ചപ്പോൾ ആദ്യം അദ്ദേഹം പൊട്ടിച്ചിരിച്ചു. പിന്നെ ഗൗരവത്തിൽ പറഞ്ഞു.

"നിന്റെ മനസ്സ് ശരിക്കും ഒരു കുറിഞ്ഞിപ്പൂച്ച തന്നെയാണ് മിത്രാ.

അതിന്റെ വിക്രിയ തികച്ചും സ്വാഭാവികം. പ്രതിസന്ധികളെ അംഗീകരി ക്കുവാൻ ആദ്യം വിമുഖത കാണിക്കുന്നത് മനസ്സിന്റെ സ്വഭാവമാണ്.

തിരസ്കരണം എന്നു പറയാം.

പിന്നെ വിധിയെ പഴിചാരാനിഷ്ടപ്പെടും. ദേഷ്യവും സങ്കടവും നിർവ്വിഘാര തയും ഒപ്പമുണ്ടാകും. അവസാനം യാഥാർത്ഥ്യം മനസ്സിലാക്കി ജീവിതത്തെ വേറൊരു ഉൾക്കാഴ്ച്ചയോടെ കാണാൻ ശ്രമിക്കും!

അതുതന്നെയല്ലേ കുറിഞ്ഞിയും ചെയ്യുന്നത്?"

ഡോ. ഗോവിന്ദയുടെ വാക്കുകളാണ് ജീവിതത്തിലെ വഴിത്തിരിവുകളി ലൂടെ ധൈര്യമായി നടക്കാൻ പ്രചോദനം നൽകിയത്. അദ്ദേഹം എപ്പോഴും ഓർമ്മിപ്പിച്ചു.

"സ്വന്തം മനസ്സ് കൈവിട്ടുപോകാതെ നോക്കണം. ജന്മാന്തരജന്മങ്ങൾ തുടങ്ങുന്നത് അവിടെയാണ്."

എന്നിട്ടിപ്പോൾ എല്ലാം മനസ്സിലാക്കിയിട്ടും കുറിഞ്ഞി കൈവിട്ടുപോയി രിക്കുന്നു.

അരുതാത്ത മോഹമെന്നും പാടില്ലാത്ത സ്വപ്നമെന്നും പറഞ്ഞ് ശാസനാ പൂർവ്വം പിന്തിരിപ്പിക്കാൻ ശ്രമിക്കുമ്പോഴൊക്കെ കുറിഞ്ഞി തിരിച്ചുചോദിച്ചു.

"മിത്രാ, നീ കള്ളം പറയാൻ തുടങ്ങിയിരിക്കുന്നോ?"

പിന്നെ സ്നേഹപൂർവം ശാസിച്ചു.

"..എന്നോട് കള്ളം പറയല്ലേ...."

ജാള്യതയോടെ നിൽക്കുമ്പോൾ കുറിഞ്ഞിയുടെ കണ്ണുകളിൽ ഒരു ജേതാവിന്റെ ഭാവം..!

സർജറി കഴിഞ്ഞ് ബോധം വീണ്ടുകിട്ടി സംസാരിക്കാൻ തുടങ്ങിയതിനു

ശേഷമാണ് ഹരിഭാസ്കർ മടങ്ങിയത്. അദ്ദേഹം വളരെ ക്ഷീണിതനായും എന്തോ ആലോചിച്ചുകൊണ്ടിരിക്കുന്നതായും തോന്നിയിരുന്നു.

ജോലിത്തിരക്കുകൾക്കിടയിലെ ഇത്തരം അവധിദിവസങ്ങളായിരിക്കുമോ അദ്ദേഹത്തെ അലോരസപ്പെടുത്തുന്നത്? അതോ..

പക്ഷേ പോകുന്ന ദിവസം രാവിലെ ആറുമണിക്ക് ഒരു കുല കണിക്കൊന്നപ്പൂക്കൾ ഭംഗിയായി അടുക്കി കെട്ടിവച്ച് കൈയ്യിൽ തന്നുകൊണ്ട് ഹരിഭാസ്കർ പറഞ്ഞു.

"ഇന്ന് വിഷുവാണ്. കണിക്കൊന്നയുടെ കവിതക്കാരിക്ക് വിഷുക്കണി."

സ്നേഹ റൂമിൽ ഉണ്ടായിരുന്നു. ജാള്യത തോന്നി. അത് മറയ്ക്കാൻ പറഞ്ഞു.

"താങ്ക് യൂ സോ മച്ച്, വിഷുവാണെന്ന് ഞാൻ മറന്നുപോയി."

കോളേജ് വിട്ടതിൽ പിന്നെ കവിത എഴുതിയിരുന്നില്ല. നീർച്ചാലുകളില്ലാത്ത വരണ്ട മണ്ണിൽ മുളകൾ നാമ്പെടുക്കാതിരിക്കുന്നതിനെ കുറിച്ച് വ്യാകുലപ്പെടാൻ സമയം കിട്ടിയിരുന്നുമില്ല.

പെട്ടെന്നാണ് വരണ്ട ഭൂമിയിൽ ഹിമകണങ്ങൾ പതിച്ചത്. വിഷുക്കൊന്നയെ പറ്റിയുള്ള കവിത ഫോണിൽ വായിച്ചു കേട്ട് ഹരിഭാസ്കർ വളരെ അഭിനന്ദിച്ചു.

പിറ്റേ ദിവസം ഹരിഭാസ്കർ ഒരു നാലുവരി കവിത എഴുതി വായിച്ചുകേൾപ്പിച്ചു. പെട്ടെന്ന് എഴുതിയതാണുപോലും. കേട്ടപ്പോൾ പൊട്ടിച്ചിരിച്ചു പോയി. ചോദിച്ചു.

"നമുക്ക് രണ്ടുപേർക്കും ഇപ്പോഴെത്രയാ പ്രായം ?"

പതിനെട്ടോ ഇരുപത്തിയഞ്ചോ?"

ഉടനെ മറുപടിയും വന്നു.

"ഇരുപത്തിയഞ്ചായിക്കോട്ടെ, ഇരുപത്തിയഞ്ചിനാണ് പക്വത.. "

എല്ലാത്തിനും പെട്ടെന്നു സമയപരിധി നിശ്ചയിക്കപ്പെട്ടിരിക്കുന്നു! മിത്ര ഓർത്തു.

ഡോ. ഗോവിന്ദ യാത്ര പറഞ്ഞിറങ്ങിയപ്പോൾ മിത്രയ്ക്ക് പതിവില്ലാത്തൊരു വിഷമം തോന്നി. വാത്സല്യപൂർവ്വം കവിളിൽ തട്ടിയിട്ട് അദ്ദേഹം പറഞ്ഞു.

"ടേക് കെയർ! റിലാക്സ്! ആൻഡ് ബി കൂൾ.."

അദ്ദേഹം കാറിൽ കയറി ഡോർ അടയ്ക്കുന്നതും കാർ സ്റ്റാർട്ടു ചെയ്യുന്നതും ശബ്ദം പ്രതീക്ഷിച്ച് കിടന്ന മിത്രയുടെ മൊബൈലിൽ പെട്ടെന്നു ഗോവിന്ദയുടെ നമ്പർ തെളിഞ്ഞു.

"ഹലോ മിത്രാ.. ഓകെ! അടുത്ത പ്രാവശ്യം ഞാൻ വരുമ്പോൾ എന്നെ യാത്ര അയയ്ക്കാൻ പതിവുപോലെ നീ കാറിനടുത്തുണ്ടാവും!"

ദെൻ... ദെൻ.... കുതറി ഓടിപ്പോയ നിന്റെ കുറിഞ്ഞിയെ തിരിച്ചു വിളിക്കേണ്ട! സ്വതന്ത്രമായി വിടുക."

"ഡോക്ടർ..!" മിത്ര അറിയാതെ വിളിച്ചുപോയി. ഇദ്ദേഹം മനഃശാസ്ത്രജ്ഞനോ ത്രിലോകജ്ഞാനിയോ?...

പതിവു പൊട്ടിച്ചിരിയോടെ ഗോവിന്ദ വീണ്ടും പറഞ്ഞു.

"യെസ്, ദാറ്റ്സ് ഇറ്റ് ! ബൈ ബൈ മിത്രാ."

ചികിത്സയുടെ ആദ്യനാളുകളിൽ തന്നെ ഒരു കാര്യം മനസ്സിലാക്കി.

മനസ്സ് ഒപ്പം നിൽക്കാതെ ശരീരത്തിന് ഒന്നും ചെയ്യാനാവില്ല. ശരീരത്തിൽ അടിച്ചേല്പിക്കപ്പെടുന്ന മരുന്നുകൾക്കും ട്രീറ്റ്മെന്റിനും ഫലമുണ്ടാകുന്നത് മനസ്സിന്റെ ശുഭചിന്തകളുമായിക്കൂടിക്കലരുമ്പോഴാണ്.

രോഗം ശരീരത്തെ കാർന്നുതിന്നുമ്പോഴും മനസ്സിൽ പ്രകാശം തെളിയണം. പ്രത്യാശയുടെ.

എല്ലാം നേരെയാകുമെന്ന ഉറച്ച വിശ്വാസത്തിന്റെ. ഇനിയും നടന്നുകയറാൻ മുന്നിൽ നീ പാത കാത്തിരിക്കുന്നുവെന്ന തിരിച്ചറിവിന്റെ.

ഈസോഫാഗൽ ക്യാൻസറിനെ കുറിച്ചു കിട്ടാവുന്ന എല്ലാ വിവരങ്ങളും സ്നേഹ നെറ്റിൽ നിന്നും പുസ്തകങ്ങളിൽ നിന്നും കണ്ടുപിടിച്ചെടുത്തു. മിത്ര ആവശ്യപ്പെട്ടിട്ട് മനസ്സില്ലാ മനസ്സോടെയാണ് സ്നേഹ അതു ചെയ്തത്. സ്നേഹയുടെ വൈമുഖ്യത്തിന്റെ കാരണം മിത്രയ്ക്ക് മനസ്സിലായി.

കിട്ടുന്ന വിവരങ്ങളൊന്നും ആശാവഹങ്ങളല്ല! വർഷങ്ങളുടെ പരിചയവും അറിവുമുള്ള ഡോക്ടർമാരാണ് ചികിത്സിക്കുന്നത്. ചികിത്സയുടെ ഓരോ ഘട്ടത്തിലും കാര്യങ്ങൾ ചോദിച്ചു മനസ്സിലാക്കിയെങ്കിലും വീണ്ടും സംശയങ്ങൾ ബാക്കിനില്ക്കുന്നു.

മനസ്സ് എപ്പോഴും ഒരു ചോദ്യത്തിൽ തന്നെ കുടുങ്ങിനിൽക്കുന്നു.

"ഇനിയും എത്ര നാൾ...?"

പണ്ട് ജീവിതം തുടങ്ങിയ കാലത്ത് മനസ്സിനേറ്റ ആഘാതങ്ങളുടെ മുൻപിൽ പകച്ചു നിന്നുപോയിട്ടുണ്ട്.

ശരിയാണ്.

പക്ഷേ അന്നൊന്നും ജീവിതത്തെ ഇത്ര തീവ്രമായി സ്നേഹിച്ചിരുന്നില്ല.

ഓരോ ദിവസം കഴിയുമ്പോൾ ഒരോ ഇലകൾ കൊഴിഞ്ഞ് ഉണങ്ങുന്ന മരത്തെയാണ് ഓർമ്മ വരുന്നത്.

മരം ഉണങ്ങി നിലംപതിക്കാൻ ഇനിയെത്ര നാൾ ?.....

വരാനിരിക്കുന്ന വസന്തത്തിന്റെ ഓർമ്മ പേറിയാണ് ഓരോ മരവും ഇലകൾ പൊഴിക്കുന്നത്.

വസന്തമോ ശിശിരമോ വരില്ലെന്നുറപ്പായാൽ പിന്നെ ഇലകൾ പൊഴിക്കാൻ മരത്തിനാവുമോ?

ചികിത്സയുടെ വേദനയിലൂടെ കടന്നുപോവുമ്പോൾ മനസ്സ് ശുഭചിന്തകൾ കൊണ്ട് നിറയ്ക്കുവാൻ യത്നിക്കുന്നുണ്ട്. അങ്ങനെയാണ് ഇതുവരെ ജീവിതത്തെ നേരിടാൻ ശീലിച്ചതും.

പക്ഷേ ഇപ്പോൾ അറിയാതെ പതറിപ്പോകുകയാണ്. ജീവിതത്തെ താനിത്ര മാത്രം സ്നേഹിച്ചു തുടങ്ങിയത് എന്നുമുതലാണ്? മിത്ര സ്വയം ചോദിച്ചു.

അവിചാരിതമായി വന്നെത്തിയ ഒരു സ്നേഹത്തിന്റെ ആർദ്രത ഉള്ളിൽ നിറയുമ്പോൾ എനിക്കൊന്നും ഉപേക്ഷിച്ചുപോകാനാവില്ല !

മഞ്ഞുതുള്ളിയുടെ കുളിർമ്മയുമായൊരു ഓർമ്മ മനസ്സിലെപ്പോഴും ജീവിതഗന്ധിയായി നിറഞ്ഞുനിൽക്കുമ്പോൾ എനിക്കിവിടം വിട്ട് എങ്ങനെ പോകാനാകും?

ഇല്ല . ഞാൻ പോകുന്നില്ല.

ഒരു രോഗത്തിനും എന്നെ കീഴ്പ്പെടുത്താനാവില്ല.

പ്രിയങ്കരമായതൊന്നും ഉപേക്ഷിച്ച് എനിക്കു പോകാനാവില്ല.

ഈസോഫാഗൽ ക്യാൻസറിന്റെ സർവൈവൽറേറ്റ് എനിക്കു തിരുത്തിയെഴുതാനാവും!

എന്നോടൊപ്പം എന്റെ കുറിഞ്ഞിയുണ്ടാകും, ഒരു കള്ളച്ചിരിയോടെ.

പതിനഞ്ച്

ബൃഹദേശ്വര ക്ഷേത്രത്തിന്റെ ശില്പകലാഭംഗി നോക്കിക്കൊണ്ട് ഹരി ഭാസ്കർ പറഞ്ഞു.

"ആയിരം വർഷങ്ങളുടെ പഴക്കം! രാജരാജചോളൻ നിർമ്മിച്ച മഹാ അദ്ഭുതം."

ക്ഷേത്രത്തിൽ നിന്ന് ഉയർന്ന ശബ്ദത്തിൽ മന്ത്രോച്ചാരണവും മണിയടിയൊച്ചയും മുഴങ്ങി. ക്ഷേത്രകവാടത്തിനരികെ വില്പനയ്ക്കു വച്ചിരുന്ന മഞ്ഞയും ചുവപ്പും കൂട്ടി പിണച്ചുവച്ച ചരട് വാങ്ങി ഭദ്രമായി കൈയിൽ വച്ചുകൊണ്ട് മിത്ര പറഞ്ഞു.

"ഈ ചരടിനൊരു രഹസ്യം ഉണ്ട്. ആരും അറിയാതെ രഹസ്യമായൊരു പ്രാർത്ഥന ചരടിൽ മന്ത്രിച്ച് ദേവനു കാണിക്കയായി സമർപ്പിക്കാം.

പ്രാർത്ഥന രഹസ്യമായിരിക്കണമെന്നു നിബന്ധനയുണ്ട് ബൃഹദേശ്വരന്. അടുത്ത ജന്മത്തിലാണ് ദേവൻ അനുഗ്രഹിക്കുക. അതിന് ക്ഷമയുള്ളവർ മാത്രമാണ് ചരടിൽ മന്ത്രിച്ച് കാണിക്കയിടേണ്ടത്.

ഞാനിവിടെ വരണമെന്ന് പറഞ്ഞത് ഈ ചരട് കാണിക്കയിടാനാണ്. അടുത്ത ജന്മത്തിൽ നടത്തിത്തരുവാൻ ഒരു പ്രാർത്ഥന ബൃഹദേശ്വരനു അർപ്പിക്കുവാൻ." മിത്രയുടെ കണ്ണുകൾ നിറഞ്ഞു തുളുമ്പി. കണ്ണുകൾ നിറഞ്ഞത് ഹരിഭാസ്കർ കാണാതിരിക്കുവാൻ മിത്ര ശ്രദ്ധിച്ചു.

ചരട് ഹൃദയത്തോടു ചേർത്തുപിടിച്ച് മിത്ര തിരുനടയ്ക്കു മുൻപിൽ നിന്നു. മന്ത്രിച്ചു.

പിന്നെ കാണിക്ക ഭരണിയിൽ സമർപ്പിച്ചു.

ഭക്തന്മാർക്കിടയിലൂടെ തിക്കിത്തിരക്കി നടന്ന് ക്ഷേത്രകവാടത്തിനരികെ എത്തിയപ്പോൾ തിരുനടയിലേക്കു തിരിഞ്ഞുനോക്കി

ഹരിഭാസ്കർ കാണിക്കഭരണിയുടെ അടുത്തു നിൽക്കുന്നു. കൈയിൽ മഞ്ഞയും ചുവപ്പും ഇഴകൾ ചേർത്തു പിണച്ച ചരട്!

■